पांढरे ढग

वि. स. खांडेकर

मेहता पब्लिशिंग हाऊस

Please contact us at **Mehta Publishing House,** Pune.
Email : production@mehtapublishinghouse.com
Website : www.mehtapublishinghouse.com

PANDHARE DHAG by V. S. KHANDEKAR

पांढरे ढग : वि. स. खांडेकर / कादंबरी

Email : author@mehtapublishinghouse.com

© सुरक्षित
मराठी पुस्तक प्रकाशनाचे हक्क मेहता पब्लिशिंग हाऊस, पुणे.

प्रकाशक : सुनील अनिल मेहता, मेहता पब्लिशिंग हाऊस,
१९४१ सदाशिव पेठ, माडीवाले कॉलनी, पुणे – ४११०३०.

अक्षरजुळणी : इफेक्ट्स, २१/६ब, आयडिअल कॉलनी, कोथरूड, पुणे - ३८.

मुखपृष्ठ : चंद्रमोहन कुलकर्णी

प्रकाशनकाल : १९३९ / १९४४ / १९५६ / १९६३ / १९७३ /
१९८१ / १९९५ / १९९९ / २००६ / २००८ /
जुलै, २०११ / ऑक्टोबर, २०१३ /
पुनर्मुद्रण : मे, २०१९

P Book ISBN 9788177667219
E Book ISBN 9789386342423
E Books available on : play.google.com/store/books
https://www.amazon.in/b?node=15513892031

माझे आवडते कवि
केशवसुत
व
भा. रा. तांबे
यांस...

प्रास्ताविक

तसे पाहिले तर पुस्तकाच्या पहिल्या आवृत्तीलाच प्रस्तावनेची अधिक जरूरी असते. प्रथमत:च नोकरी मिळवताना दुसऱ्या कुणाच्या तरी चिठ्ठीचपाटीचे– निदान स्वत:च्या संग्रही असलेल्या शिफारसपत्रांचे तरी प्रदर्शन करणे अवश्य असते ना? तशापैकीच तो प्रकार असतो. अर्थात पहिल्या आवृत्तीच्या वेळी मौनव्रत धारण करणाऱ्या लेखकाने दुसऱ्या आवृत्तीच्या वेळी वाचाळ होऊ नये हे उघडच आहे. अशा स्थितीत 'पांढरे ढग' या कादंबरीच्या दुसऱ्या आवृत्तीला मी प्रस्तावना लिहायला बसावे हे जरा अतीच झाले.

ही प्रस्तावना पाहून माझे एक मिस्कील मित्र माझ्यावर काय टीका करतील ते मला पक्के ठाऊक आहे. 'पहिले प्रेम'ची दुसरी प्रस्तावना वाचून ते म्हणाले होते, 'अलीकडे साहित्यिकांत दोन साथी झपाट्याने वाढू लागलेल्या दिसतात.'

मी कुतूहलाने विचारले, 'कुठल्या?'

तर ते गंभीरपणाने उद्गारले, 'पहिली बायको असताना दुसरी करायची आणि पुस्तकाला एक प्रस्तावना असताना दुसरी लिहायची.'

त्यांच्या दृष्टीने मी पन्नास टक्के गुन्हेगार असल्यामुळे त्यावेळी मी गप्प बसलो होतो. पण यावेळी मात्र पूर्वप्रस्तावनेच्या दृष्टीने मी विवाहित नसून अविवाहित आहे असा बचाव मला करता येईल. पण तरुणपणी विवाहबद्ध न होणाऱ्या मनुष्याने प्रौढपणी प्रेमपाशात पडावे की काय, असा उलट प्रश्न टाकून माझ्या स्नेह्यांना माझी अडवणूक करता येईल. त्यालाही मला उत्तर देता येईल म्हणा! मी मशारनिल्हे मित्र महाशयांना म्हणेन, 'मनुष्याच्या आयुष्यात दोन अपघात फार भयंकर असतात. पहिला केळ्याच्या सालीवरून पाय घसरून पडणे हा आणि दुसरा प्रेमात पडणे हा.'

'पांढरे ढग' ही माझी स्वत:ची आवडती कादंबरी आहे. भिन्नभिन्न मनोवृत्तींच्या अनेक वाचकांनाही ती आवडते. गेली तीन-चार वर्षे प्रवासात एक अनुभव मी वारंवार घेत आलो आहे. कुठेही तरुण मंडळी भेटोत, त्या बैठकीत, 'तुम्ही 'वर्षाकाल' केव्हा लिहिणार? आम्ही त्याची आतुरतेने वाट पाहत आहोत,' असे म्हणणारे वाचक मला भेटतातच.

'वर्षाकाल' हा 'पांढरे ढग'चा संकल्पित उत्तरार्ध. संकल्प आणि सिद्धी यांच्यामध्ये परमेश्वराची इच्छा उभी असते असे गडकरी म्हणतात. माझा अनुभव थोडा निराळा आहे. संकल्प आणि सिद्धी यांच्यामध्ये आळस, आजार, हवे असलेले पाहुणे, नको असलेली सभा-समारंभाची निमंत्रणे, रिकामटेकडे गप्पीदास आणि कार्यकर्ते रामदास इत्यादी अनेक भानगडी असतात. असल्या अडचणींमुळे माझा 'वर्षाकाल' अजून हवेतच तरंगत राहिला आहे. मात्र मी ती कादंबरी लवकरच लिहावी अशी तरुण वाचकांकडून वारंवार जी इच्छा प्रकट केली जाते, तिचा अर्थ 'पांढरे ढग' ही कादंबरी त्यांना आवडते एवढाच मी करतो.

तथापि मी 'वर्षाकाल' लिहू नये असे सांगणाराही एक वाचक मला गतवर्षी भेटला. एक विद्यार्थी आहे तो. सावकारी घराण्यातला मुलगा असूनही कम्युनिस्ट विचारसरणीचा तो पुरस्कर्ता आहे. तो एका मित्राला घेऊन मला भेटायला आला होता. त्याच्या मित्राने मला प्रश्न केला, 'वर्षाकाल केव्हा लिहिणार?'

मी उत्तर दिले, 'बघू या. 'पांढरे ढग'च्या शेवटी अभय कानपूरला जातो असे मी दाखविले आहे. पुढच्या कथानकाचा काही भाग कानपुरात घडतो अशी माझी मूळची आखणी आहे आणि कानपूर मी लहानपणी नकाशात तरी पाहिलं होतं किंवा काय याची शंकाच आहे. जुनी माणसं दरवर्षी काशीला जाण्याचा संकल्प करीत असत, तसा मीही सध्या दरवर्षी कानपूरला जाणार म्हणतो. पण–'

मला पुढे बोलू न देता तो कम्युनिस्ट विद्यार्थी म्हणाला, 'तुम्ही 'वर्षाकाल' लिहूच नये असं वाटतं मला!'

मी क्षणभर गोंधळलो. स्त्रिया आणि कादंबऱ्या यांच्या सौंदर्याबाबत मतभेद होऊ शकतात– नव्हे होतातच हे मला ठाऊक आहे. पण मतभेद झाले तरी त्यांना काही मर्यादा आहेच की नाही? रंभेला कुणी हिडिंबा म्हणणार नाही आणि कुब्जेला कुणी सुभद्रा ठरवणार नाही. मग या जिज्ञासू, अभ्यासू आणि प्रामाणिक विद्यार्थ्याचे 'पांढरे ढग' या कादंबरीविषयी इतके–

तो पुढे बोलू लागल्यामुळे माझे विचारचक्र थांबले. तो म्हणाला, 'तुम्ही 'पांढरे ढग' ही कादंबरी आहे अशीच ठेवावी!'

'पण कथाविकासाच्या दृष्टीनं ती अपुरी आहे!' मी म्हणालो.

'असेना! तुम्ही पुरी करायला लागलात आणि पुढचा भाग मागच्यासारखा साधला नाही, तर–'

'तर काय होईल?' मी मुद्दामच विचारले.

'माझ्यासारख्या अनेकांच्या अत्यंत आवडत्या स्वप्नाचा तुम्ही भंग केल्यासारखा होईल!'

त्याच्या या म्हणण्यात अर्थ मुळीच नव्हता असे नाही. मूळचा टुमदार बंगला

सोयीसाठी मोठा करता करता त्याला धर्मशाळेचे स्वरूप आणणारे घरमालक जगात पदोपदी दिसतात की नाही? साहित्यातही त्यांचे नमुने आढळायचेच!

ते दोघे निघून गेल्यावर हा संवाद आठवून क्षणभर मला 'पांढरे ढग' लिहिल्याचा अभिमान वाटला. पण तो क्षणभरच! कारण मुंबई मराठी साहित्य संघाच्या गतवर्षीच्या महनीय प्रवक्त्या प्रा. कुसुमावती देशपांडे यांचे भाषण त्याच वेळी माझ्या हातात पडले. त्या भाषणात त्यांनी 'पांढरे ढग' या कादंबरीची केलेली संभावना–

'मान सांगावा जनात आणि अपमान ठेवावा मनात,' अशी एक जुनी म्हण आहे. ती लक्षात घेऊन कुसुमावतीबाईंच्या टीकेचा रोख कशावर आहे एवढेच सांगावे असे क्षणभर माझ्या मनात येऊन गेले. पण त्यांच्या भाषणात आलेल्या 'कलात्मक ऋजुता', 'स्वयंकेंद्रितता', 'अभ्यासविरहित दृष्टी' इत्यादी विद्वान मंडळींची नि माझी फारशी जानपहचान नसल्यामुळे त्यांच्या विद्वत्तापूर्ण टीकेचा सारांश सांगण्याने त्यांच्यावर अन्याय होण्याचा संभव आहे हेही लगेच लक्षात आले. म्हणून त्यांनी केलेली चिकित्साच मी उद्धृत करतो.

कुसुमावतीबाई म्हणतात–

'कलात्मक ऋजुता ही तर आत्मवंचनेच्या निर्मूलनासाठी प्रथम आवश्यक आहे. ही ऋजुता ज्याच्या अंगी असेल त्या कलावंताच्या हातून आपल्या कलेचा उपमर्द होईल असे काहीही निर्माण होणार नाही. आपल्याला जे पटले नाही, असे काहीही त्यांच्याकडून लिहिले, रेखाटले किंवा गायले जाणार नाही. ही ऋजुता अठराव्या शतकात जेन ऑस्टेनसारख्या साध्या पाद्र्याच्या मुलीतही होती. दोन पुरुष आपसांत कसे बोलत असतील, याचा अनुभव येणे शक्य नव्हते. आपल्या कल्पनेच्या मर्यादितपणाचीही प्रामाणिक जाणीव तिच्या ठायी होती. त्या जाणिवेला जागूनच तिने आपल्या कादंबऱ्यांची रचना केली. आत्मवंचना करण्याच्या मोहाला ती कुठेच बळी पडली नाही. आपली कलात्मक ऋजुता तिने राखली व म्हणूनच तिचे लिखाण कुठेही हास्यास्पद, केविलवाणे होत नाही. शंभर-दीडशे वर्षांपूर्वी एका बाईने हे जाणले. पण 'पांढरे ढग' या कादंबरीतील अभय आपल्या ओळखीचा आहे का? त्याच्या कर्तृत्वाने केवढा गहजब माजवला आहे! त्याला त्याचा नवा मित्र, स्पेनच्या लढाईत लढलेला, मीरत कटात सामील असलेला कॉम्रेड नरेंद्र याने पाठविलेले पत्र आपल्याला आठवत असेलच. ते पत्र उपमा-उत्प्रेक्षा, पोरसवदा हळवेपणा व विशेष म्हणजे चंद्र, चांदण्या, प्रीती, मध्यरात्र, पत्नीचा बाहुपाश वगैरे अस्सल खांडेकरी कल्पनांनी व प्रतिमांनी खच्चून भरलेले आहे. या पत्रानंतर काही दिवसांनी नरेंद्राची पत्नी ज्योती हिचे अभयला पत्र येते. त्यावरून तर वाटायला लागते की चित्रपटासाठी कथा लिहावयाला लागल्यापासून लेखकाच्या अनुभवाच्या कक्षेत सिनेमानटींच्या सवंग भावनाविलासाशिवाय दुसरे काही येतच नाही की काय? कोण जाणे! सवंग

भावनाविलास, सवंग ध्येयवाद, सवंग प्रणय, सवंग दुःख, अमूप उपमा-उत्प्रेक्षा व कोट्या. खांडेकरांच्या कादंबरीत काय नसते? सारेच असते. पण म्हणूनच काही नसते, कारण हे सारे फुटकळ असते. डेस्मंड मेकार्थी नावाच्या टीकाकाराने आधुनिक कादंबऱ्यांना एकदा होल्डॉलची उपमा दिली. कारण त्यांत सर्व फुटकळ अनुभवांना घुसडून देण्यात येते. मानसशास्त्रीय चमत्कृती, प्रबंधवजा परंतु प्रबंधाच्या तोलाला शोभणार नाही अशा विचारमालिका, त्रोटक शब्दचित्रे, असंबद्ध रूपक कथा असे कितीतरी प्रकार अशा तऱ्हेच्या कादंबरीच्या पोतड्यात घुसडले जातात.'

कुसुमावतीबाईंच्या रसिकतेविषयी मला आदर आहे. त्या विदुषी असून शिवाय प्रोफेसर आहेत. अर्थात त्यांचा वाङ्मयावर बोलण्याचा अधिकार मोठा आहे हे उघडच आहे. त्यामुळे त्यांची ही सर्व टीका फार मार्मिक, मूलग्राही व आणखीही काहीतरी आहे असे म्हणून मोकळे होण्याचा माझाही विचार होता. पण एके काळी मीही टीकाकार होतो. ते टीकाकारांचे रक्त मला थोडेच गप्प बसू देणार आहे?

जेन ऑस्टेनचा लेखनविषयक प्रामाणिकपणा आमच्या लेखकांत नाही हा कुसुमावतीबाईंचा आरोप थोडाफार खरा आहे यात संशय नाही. पण त्याची कारणे शोधण्याचा कुसुमावतीबाईंनी प्रामाणिक प्रयत्न केला आहे काय? प्रत्येक लेखकाच्या प्रतिभेची प्रकृती विशेष गुणावगुणांनी युक्त असते. जेन ऑस्टेन व वॉल्टर स्कॉट हे दोन कादंबरीकार जवळजवळ एकाच पिढीतले. पण दोघांच्या विषयांत, मांडणीत आणि शैलीत केवढे अंतर आहे. स्कॉटची मधुर अद्‌भुतरम्यता जेन ऑस्टेनला कधीही साधली नसती आणि जेन ऑस्टेनची काटेकोर वास्तवता स्कॉटच्या लिखाणात कुठेही आढळणार नाही. कुठल्याही कलाकृतीत लेखकाच्या काळाचे जसे प्रतिबिंब पडते, तसेच त्याच्या वैशिष्ट्यपूर्ण व्यक्तित्वाचेही पडते. हे व्यक्तित्व एका बाजूने अत्यंत आधुनिक असूनही अद्‌भुतरम्यतेकडे ओढ घेऊ शकते. कुसुमावतीबाईंना या सिद्धांताचे अगदी अलीकडचे उदाहरण पाहावयाचे असेल तर साने गुरुजींसारख्या आजच्या लोकप्रिय पण त्यांच्या भाषणात उल्लेखसुद्धा नसलेल्या लेखकाच्या 'क्रांती' किंवा 'गोड शेवट' या कांदबऱ्या त्यांनी अवश्य चाळून पाहाव्यात.

जेन ऑस्टेनची वास्तवता अजून मराठी कादंबरीकारांत यायची आहे, या विधानाने कुणालाच विषाद वाटण्याचे कारण नाही. इंग्रजी वाङ्मयातल्या एका अभिजात लेखिकेबरोबरच्या तुलनेत मराठी लेखक फिके पडतात, एवढाच त्याचा अर्थ झाला असता. पण कुसुमावतीबाई म्हणतात, 'ही 'कलात्मक ऋजुता' अठराव्या शतकात जेन ऑस्टेनसारख्या साध्या पाद्र्याच्या मुलीतही होती.' प्रतिभा इंग्लंडातल्या पाद्र्याच्याच काय, आफ्रिकेतल्या एखाद्या निग्रोच्या मुलीच्या अंगीसुद्धा असू शकेल. पण प्रतिभेचा हा चिरपरिचित धर्म मान्य केला, तर इंग्लंडमधल्या एका साध्या पाद्र्याच्या मुलीला जे साधले ते आमच्याकडच्या प्रथितयशत्वाची आणि प्रतिभासंपन्नत्वाची

पिसे लावून मिरविणाऱ्या पंडितांनासुद्धा साधत नाही म्हणून त्यांना कसे हिणवता येईल?

कुसुमावतीबाई पुढे म्हणतात, ' 'पांढरे ढग' या कादंबरीतील नरेंद्र आणि ज्योती यांची पत्रे वाचली म्हणजे असे वाटायला लागते की चित्रपटांसाठी कथा लिहायला लागल्यापासून लेखकाच्या अनुभवाच्या कक्षेत सिनेमानटींच्या सवंग भावनाविलासाशिवाय दुसरे काही येतच नाही की काय कोण जाणे!' एका धोंड्याने तीन पक्षी मारणाऱ्या बाईंच्या चातुर्याचे कोण कौतुक करणार नाही? या एका वाक्यात त्यांनी अनेक लेखक, नटी आणि चित्रपट या तिघांचा पंचनामा करून टाकला आहे! सिनेमा नटी! दुर्मिळ भावनापूर्ण अभिनयासाठी तिला महिना हजारो रुपये पगार मिळत असला आणि तिच्या अभिनयावर लाखो लोक खूष होत असले तरी कुसमावतीबाईंसारख्या विदुषी, महनीय प्रवक्त्या या नात्याने तिला सांगणार, 'बाई, हा सारा तुझा सवंग भावनाविलास आहे.' सवंग भावनाविलास, सवंग ध्येयवाद, सवंग प्रणय, सवंग दुःख इत्यादी जोड्यांची उधळणूक करणाऱ्या कुसुमावतीबाईंच्या कोशांत 'सवंग' हा एकच शब्द फार सवंग असावा असे वाटते. मात्र ही सवंग टीका करताना सध्याच्या विलक्षण महागाईच्या काळात कुठल्याही गोष्टी सवंग देणाऱ्या माणसाचे लोक उपकारच मानतील, हे बाईंच्या लक्षात आलेले दिसत नाही. 'पांढरे ढग' या कादंबरीत त्यांना आढळलेला सवंग भावनाविलास चित्रपटासाठी कथा लिहायला लागल्यामुळेच लेखकाच्या लेखनात शिरला हे त्यांचे संशोधन पाहून तर त्या जशा साहित्यसंघाच्या महनीय प्रवक्त्या झाल्या, त्याप्रमाणे मागेपुढे एखाद्या इतिहाससंशोधक मंडळाच्या अध्यक्षस्थानावरूनही त्यांचे भाषण लोकांना ऐकायला मिळेल असा कयास करायला हरकत नाही. 'पांढरे ढग' कादंबरी मी १९३९ च्या मे-जूनमध्ये लिहिली व लगेच ती जुलैत प्रकाशित झाली. त्यावेळी मी फक्त तीन बोलपट लिहिले होते. 'छाया', 'ज्वाला' आणि 'देवता'. या तीन बोलपटांपैकी सवंग भावनाविलास कशात आहे हे कुसुमावतीबाईंनी दिग्दर्शित केले असते तर बरे झाले नसते का? माझ्या कादंबरीत जे काही सवंग असेल, त्याबद्दल माझ्यावर टीका करणे योग्य होईल. पण चित्रपटमंडळी आणि सिनेमानटी यांचा या सवंगपणाशी काय संबंध आहे? एखाद्या कारकुनाने कचेरीत महत्त्वाच्या कामाच्या कागदावर शाई सांडली म्हणून वरिष्ठ अधिकारी त्याच्या घरी जाऊन त्याच्या बायकामुलांना त्याच्या गबाळेपणाबद्दल शिव्या देऊ लागला तर ते कसे दिसेल?

बाईंची पुढची टीकाही अशीच गमतीची आहे. त्या म्हणतात, 'खांडेकरांच्या कादंबरीत काय नसते? सारेच असते! पण म्हणूनच काही नसते. कारण हे सारे फुटकळ असते. डेस्मंड मेकार्थी नावाच्या टीकाकाराने आधुनिक कादंबऱ्यांना होल्डॉलची उपमा दिली. कारण त्यात सर्व फुटकळ अनुभवांना घुसडून देण्यात येते.' या टीकेबद्दल मला बाईंचे आभार मानल्यावाचून राहवत नाही. कारण त्यांनी माझी

कादंबरी होल्ड-ऑलसारखी असते एवढेच सूचित केले आहे. 'हे सारे फुटकळ असते' या वाक्याच्या पाठोपाठ सहज सुचण्याजोगे, 'खांडेकर हे कादंबरीच्या बाजारातले किराणा मालाचे दुकानदार आहेत', असे त्यांनी लिहिले असते तर मी त्यांचे काय करणार होतो?

मात्र कुसुमावतीबाई आणि त्यांच्यामुळेच ज्यांची माझी आयुष्यात प्रथम ओळख झाली ते मेकार्थीसाहेब यांनी हेटाळणीच्या स्वरात आधुनिक कादंबरीची होल्डॉलशी तुलना केली असली तरी ती अत्यंत समर्पक आहे असे मी म्हणतो. गावात बंगला बांधून राहणाऱ्या सुखवस्तू मनुष्याला शिसवीच्या पलंगावर, परांच्या गादीवर आणि सुरकुतीसुद्धा न पडलेल्या पलंगपोसावर लोळता येते, भट्टीचे कपडे वर्तुळाकार सुंदर आरसा बसविलेल्या नक्षीदार सागवानी कपाटातून काढता येतात, दंतधावनाची उपकरणे नि अंगाला लावायला सुगंधी साबण त्याच्या स्नानगृहात सहज हाताला मिळेल अशा जागी नेहमीच सुसज्ज असतो. काही वाचायची लहर आली तर सुंदर सुंदर कपाटात अगदी कोरी करकरीत दिसणारी जी पुस्तके असतात, त्यांतून हवे ते तो घेऊ शकतो. पण तोच मनुष्य लांबच्या प्रवासाला निघाला तर या साऱ्या सुखसोयी जशाच्या तशा त्याला बरोबर नेता येतील का? अंथरुण-पांघरुण, कपडे, साबण, दातांचा ब्रश, पुस्तके नि आणखी कितीतरी हरघडी उपयोगी पडणाऱ्या वस्तू होल्डॉलमध्ये घालून– प्रसंगी कोंबून तोच त्याला बरोबर बाळगावा लागेल. विविध वस्तूंच्या या विचित्र संमेलनामुळे त्यांच्या पलंगपोसाला सुरकुत्या पडतील, काही कपड्यांच्या घड्या बिघडतील, साबणाची पेटी थोडी चपटकी होईल नि पुस्तकाची वेष्टनेही चुरगळल्याशिवाय राहणार नाहीत. पण लांबचा प्रवास करायचा म्हणजे होल्डॉल भरून घेऊन या किरकोळ गैरसोयी सोसल्याच पाहिजेत. काही झाले तरी द्रोणागिरी उचलून आणणाऱ्या मारुतीप्रमाणे सबंध बंगलाच्या बंगला काही त्याला प्रवासाला नेता येणार नाही.

आजच्या जगाची, सर्वसाधारण मानवी जीवनाची आणि त्याची विविध प्रतिबिंबे ज्या वाङ्मयप्रकारात आज प्रामुख्याने पडत आहेत त्या कादंबरीचीही हुबेहूब अशीच स्थिती झाली आहे. जुने जग सोडून नव्या जगाच्या शोधाकरिता आज मानवता प्रवासाला निघाली आहे. हा प्रवास किती काळ टिकणार आहे याची तिला काडीमात्रही कल्पना नाही. पण प्रवास कितीही कंटाळवाणा होणारा असला तरी तेवढ्यासाठी काही तिला विविध विषयावरला व विविध रसांनी युक्त असा ग्रंथसंग्रह पाठीवर घेता येत नाही. वेळ घालविण्याकरिता, आपले प्रतिबिंब पाहण्याची नैसर्गिक इच्छा तृप्त करण्याकरिता, आपल्या गोड स्मृती आणि प्रबळ आकांक्षा यांच्याशी कल्पनेने खेळत बसण्याकरिता तिला कुठले तरी एकच पुस्तक निवडून घ्यावे लागते. आजकालच्या प्रवासी मानवाने ती निवड कादंबरीची केली आहे. पूर्वीच्या

बैठ्या सुखवस्तू जीवनात काव्य, शास्त्र, विनोद, तत्त्वज्ञान, इत्यादिकांचा स्वतंत्र रीतीने ती आस्वाद घेत होती. पण या प्रवासाच्या धांदलीत, दगदगीत आणि धावपळीत ते अशक्य होऊन बसले आहे. साहजिकच बरोबर घेतलेल्या कादंबरीनेच आपल्या वाङ्मयविषयक विविध भुका भागवाव्या अशी ती अपेक्षा करू लागली. 'वाङ्मयाने आज धर्माची जागा घेतली आहे. बहुजन समाजाची साहित्यविषयक भूक आज कादंबरीवर भागत आहे; कादंबऱ्यांवर त्यांची मने पोसली जात आहेत' असे खुद्द कुसुमावतीबाईच म्हणतात. ज्या काळात धर्माची जागा वाङ्मयाने घेतली आहे आणि वाङ्मयातही बहुजन समाजाच्या विचारांपर्यंत आणि भावनांपर्यंत फक्त कादंबरीच पोचू शकत आहे, त्या काळातल्या कादंबऱ्यांचा कल केवळ कलेकडे लक्ष देण्यापेक्षा वाचकांच्या बहुविध बौद्धिक आणि भावनात्मक भुका भागविण्याकडे झाला तर त्यात दोष कुणाचा? जुन्या काळी धर्मग्रंथांत आणि काव्यग्रंथांत सर्व विषयांची गल्लत होण्याची कारणे अशीच होती. ज्या ग्रंथात ब्रह्मजिज्ञासेचे सुंदर विवेचन असे, त्यातच मरणोत्तर मिळकतीची वाटणी कशी करावी यासंबंधीचे वर्णनही असे. या परिस्थितीजन्य दोषांकरिता त्यांना होल्डॉल म्हणणारे रसिक जुन्या काळीही कदाचित निघाले असतील! नाही कुणी म्हणावे?

कुसुमावतीबाई रसिक आहेत, कलावंत आहेत, विवेचकही आहेत. त्यांनी 'पांढरे ढग'वर घेतलेले आक्षेप पर्यायाने आधुनिक मराठी कादंबरीलाही लागू पडण्यासारखे आहेत. या आक्षेपात सत्य नाही असे नाही. पण सत्याचे तर्कदुष्टतेशी मिश्रण झाले की मातीत मिळून गेलेल्या कस्तुरीप्रमाणे त्याची स्थिती होते. कुसुमावतीबाईंनी आपल्या या भाषणात लेखकाच्या प्रतिभेची प्रकृती, या वाङ्मयविभागाच्या विकासातले त्याचे किंवा त्याच्या विशिष्ट कृतीचे ऐतिहासिक स्थान, कुठल्याही कलेत ज्या रसिकांच्याकरिता मुख्यत: निर्मिती होते त्यांच्या बौद्धिक मर्यादांचा आणि अविकसित अभिरुचींचा कलावंतावर नकळत होणारा परिणाम, लेखनकला हे उपजीविकेचे साधन– आणि तेही अपुरे– झाल्यामुळे मोठ्या झाडांच्या सावलीत वाढणाऱ्या वेलीप्रमाणे तिच्यावर येणारी अवकळा इत्यादी गोष्टी लक्षात घेऊन टीकाकाराची भूमिका स्वीकारली असती तर त्यांच्या भाषणातल्या अनेक मार्मिक सिद्धांतांचे आणि मर्मभेदक विवेचनांचे मोल दुप्पट झाले असते. पण टीकाकाराचे मन जसे वज्रकठोर तसेच कुसुमकोमल, जसे सौंदर्यपूजक तसेच सत्यशोधक असले पाहिजे या गोष्टीकडे पूर्ण अवधान न राहिल्यामुळे त्या तर्कदुष्ट विधानांच्या आहारी गेल्या. नाहीतर 'जेन ऑस्टेनची कलात्मक ऋजुता, तिच्या प्रतिभेतून व विशिष्ट मानसिक, व्यावहारिक आणि सामाजिक परिस्थितीतून उत्पन्न झाली होती' या गोष्टीवर त्यांनी कशाला भर दिला असता? तुकाराम एक सतराव्या शतकातील, ज्याला साधा व्यापारसुद्धा करता येत नव्हता असा वाणी होता, असे म्हणून आजच्या कवींना कुणी हिणवले

तर ते कितीसे योग्य होईल? स्टालिन चांभाराचा मुलगा आहे, म्हणून प्रत्येक देशांतली चांभाराची मुले क्रांतिकारक झालीच पाहिजेत अशी अपेक्षा करणे वेडेपणाचे होणार नाही का? टीकेच्या या एकाच पानात कुसुमावतीबाईंनी आणखी एक मजेदार विधान केले आहे. त्या म्हणतात, 'पण 'पांढरे ढग' कादंबरीतला अभय आपल्या ओळखीचा आहे का?'

हे वाक्य वाचून मी कोड्यात पडलो. अभय हा कादंबरीचा नायक! तोच जर कुणाच्या ओळखीचा नसेल तर ही कादंबरी कोण कशाला वाचील? मी विचार करू लागलो.

'पांढरे ढग' कादंबरीची मध्यवर्ती कल्पना 'दोन ध्रुव' लिहिल्यानंतर मला सुचली. तेव्हापासून या कल्पनेचा विकास करताना जे प्रसंग माझ्या मनाने टिपून घेतले होते, ज्या तरुणांची आयुष्ये मला जवळून पाहायला मिळाली होती, ज्या समस्यांविषयी मी अनेकदा विचार केला होता, ते प्रसंग, ते तरुण आणि त्या समस्या यांची मी शक्य तितकी आठवण करून पाहिली. सिंदबाद खलाशासारखे कुणाचे तरी अद्भुतरम्य चरित्र चित्रित करण्याकरिता मी ही कादंबरी लिहायला घेतली आहे का? छे! परिस्तानातल्या एखाद्या राजपुत्राच्या दंतकथेने मनाची पकड घेतल्यामुळे का मला ही कादंबरी सुचली? छे! ज्याची ओळख उभ्या महाराष्ट्रात कोणालाही पटणार नाही असा नायक रंगविण्याची प्रतिज्ञा करून मी या कादंबरी लेखनाला प्रवृत्त झालो काय? छे!

पण माझ्या या 'छे!' चा उपयोग काय? महनीय प्रवक्त्या कुसुमावतीबाई एकाच वाक्यात सूचित करतात की 'पांढरे ढग' या कादंबरीतला नायक अभय कुणाही मराठी वाचकाच्या ओळखीचा नाही. दुसर्‍या शब्दांत सांगायचे म्हणजे 'अभय'चे स्वभावचित्र अत्यंत अवास्तव झाले आहे!

कुसुमावतीबाईंचा हा आक्षेप खोटा कसा म्हणायचा? कारण त्या मोठ्या विदुषी आहेत. शिवाय एका कॉलेजातल्या इंग्रजीसारख्या भाषाविषयाच्या प्राध्यापक आहेत! पण–

अभय हा कुणाच्याही ओळखीचा नसताना ही कादंबरी वाचकांनी इतक्या आवडीने का वाचली? तिचा उत्तरार्ध लवकर लिहावा म्हणून अनेक बुद्धिमान तरुण मला एकसारखा आग्रह का करीत आहेत? कदाचित ही सारी मंडळी अरसिक असतील. पैशाने एकाच जगात श्रीमंतांचे जग आणि गरिबांचे जग अशी दोन भिन्न जगे निर्माण केलीच आहेत की नाही? विद्वत्तेचाही पैशासारखाच असा काहीतरी विचित्र परिणाम होत असावा!

कुसुमावतीबाईंचा आक्षेप लक्षात घेऊन मी अभयकडे पाहू लागलो. क्षणभर माझ्या मनात आले... प्रसूतिगृहात बाळंतिणींची गर्दी असली म्हणजे मुलांची

अदलाबदल होण्याचा संभव असतो. या मानसपुत्राच्या बाबतीत माझीही अशीच काही फसगत झाली नसेल ना? माझ्या दुसऱ्या एखाद्या संकल्पित कादंबरीतला नायक चुकून या कादंबरीत शिरला असेल! काही मराठी कादंबऱ्यांत अमेरिकन नायक आणि इंग्लिश नायिका व्रात्यस्तोम करून हिंदी पोशाखांत ऐटीने फिरत असलेल्या दिसतातच की नाही? मग स्वत:च्याच एका कादंबरीतला नायक चुकून दुसऱ्या कादंबरीत शिरणे ही काही अशक्यप्राय गोष्ट नाही. लेखकाच्या डोक्यात एकाच वेळी घोळणारी अनेक कथानके म्हणजे मोठ्या शहरातल्या लग्नाच्या मिरवणुकीच! एका मिरवणुकीतली माणसे चुकून दुसरीत मिसळल्याचे दृश्य आपण पाहतोच ना? तसली काही चुकभूल अभयच्या बाबतीत झाली असेल तर!

छे! १९३४ साली 'दोन ध्रुव' लिहून संपविल्यानंतर 'पांढरे ढग' चा मी विचार करू लागलो, तेव्हाच्या अनेक स्वैर कल्पना मला आठवतात. नायकाचे नाव काय ठेवायचे? कादंबरीचे नाव काय ठेवायचे? कितीतरी प्रश्न मला सोडवायचे होते.

माझ्या नजरेसमोर त्यावेळी एक कल्पनारम्य चित्र उभे राहिले. त्या चित्रात एकीकडे अगदी विरळ विरळ झालेले पांढरे ढग पुसट होत होत अंतराळात दिसेनासे होत होते. दुसऱ्या बाजूला आपला विक्राळ जबडा पसरून खायला येणाऱ्या राक्षसाप्रमाणे भासणारा एक प्रचंड ढग हळूहळू पृथ्वीच्या रोखाने उतरत होता. दूर दूर जाणाऱ्या त्या काळसर पांढऱ्या ढगांच्या मागाहून तहानेने व्याकूळ झालेले चातकांचे थवेच्या थवे धडपडत होते. उडून उडून पंख गळून गेल्यावर गिरक्या घेत घेत अचेतन स्थितीत ती पाखरे पृथ्वीवर पडत होती.

पण त्या पांढऱ्या ढगांतून त्यांच्यापैकी कुणाच्याही चोचीत पाण्याचा एक थेंबसुद्धा पडला नाही. मात्र त्या थव्यापैकी एकाही पाखराला या निर्जल पांढऱ्या ढगांचा मोह सोडून क्षितिजाच्या दुसऱ्या बाजूला दिसू लागलेल्या विक्राळ काळ्या ढगाकडे जावे असे वाटले नाही. त्याच्या भीषण स्वरूपाचीच त्यांना भीती वाटत असावी. त्याच्या विशाल हृदयांतून लख्खकन चमकणाऱ्या विद्युल्लतेने त्यांचे डोळे दिपून गेले असावेत.

पण भित्र्या चातकांची गोष्ट निराळी आणि साहसी गरुडाची गोष्ट निराळी. माझ्या कल्पनाचित्रात पृथ्वीवर उतरणाऱ्या या काळ्या मेघाकडे एक गरुड मोठ्या उत्कंठेने पाहत होता. डोळे दिपविणाऱ्या विद्युल्लतेचे टक लावून तो स्वागत करीत होता. असंख्य तहानलेल्या चातकांना ज्या पाण्याची जरुरी होती ते काळा मेघच देऊ शकेल अशी श्रद्धेची भावना त्याच्या मुद्रेवर विलसत होती. गरुडाच्या मुद्रेवरली ती श्रद्धा– त्याचा निर्भयपणा–

एका क्षणात माझ्या नायकाचे नाव निश्चित झाले– 'अभय', कादंबरीचेही नाव नक्की ठरले– 'पांढरे ढग'. महाराष्ट्रातल्या मध्यमवर्गाचे चित्रण सत्त्वशून्य आणि

ध्येयशून्य होत चाललेल्या मध्यमवर्गाचे चित्रण ही या कादंबरीची पार्श्वभूमी झाली. या पार्श्वभूमीवर मी अभयला उभा केला. गरीब मध्यमवर्गातल्या बुद्धिमान आणि भावनाशील अशा तरुणांचा प्रतिनिधी म्हणून मी त्याचे स्वभावचित्र रंगवू लागलो.

अशा तरुणाला कॉलेजचे शिक्षण सुखासुखी मिळत नाही. ते कष्टानेच संपादन करावे लागते. घरच्या माणसांच्या त्यागावर– अनेकदा पोटाला चिमटा घेऊन त्यांनी पाठविलेल्या पैशावर तो शिकत असतो. अशा स्थितीत परीक्षेत वरचा नंबर पटकावायचा, पदवी पदरात पाडून घ्यायची आणि कुटुंबाच्या ऋणातून शक्य तितक्या लवकर मुक्त व्हायचे असे मनोरथ करीतच तो कॉलेजात प्रवेश करीत असला तर त्यात नवल नाही.

पण कॉलेजातले पुस्तकी शिक्षण घेता घेता त्याचे लक्ष सहज भोवतालच्या समाजाकडे जाते. कुणातरी पुढाऱ्याचे व्याख्यान, कुठल्यातरी वर्तमानपत्रातली एखादी करुण कहाणी, राजकारणाविषयी आस्था असणाऱ्या एखाद्या सोबत्याचा सहवास– बाह्यतः साध्या दिसणाऱ्या अशा एखाद्या गोष्टीने त्याच्या डोक्यात विलक्षण विचारचक्र सुरू होते. वाचनाने आणि परिस्थितीच्या प्रत्यक्ष ज्ञानाने त्या विचारचक्राची गती वाढत जाते. परीक्षेला नेमलेली पुस्तके त्याला नीरस वाटू लागतात. समाजाच्या जीवनग्रंथाची फाटकीतुटकी पाने तो नकळत चाळू लागतो. आणि त्यातल्या प्रत्येक पानावर त्याला जी हृदय भेदक करुण चित्रे दिसतात ती पाहून तो अधिकच अस्वस्थ होतो. आजारी असलेल्या मुलाची आई हाताने घरकाम करीत असली तरी तिचे सारे चित्त जसे मुलाभोवतीच भ्रमत असते, तसे अशा विद्यार्थ्याचे होऊ लागते. त्याचे तरुण भावनाशील हृदय 'मला काय त्याचे?' म्हणून सामाजिक दुःखाकडे पाठ फिरवू शकत नाही.

उत्कटता हा तरुण मनाचा धर्मच आहे. शेलेची नादमधुर प्रेमगीते वाचतानाही भारतमातेच्या शृंखलांचा खळखळाट त्याला ऐकू येऊ लागतो. अच्छोद सरोवराच्या वर्णनात रंगून जातानाही बाणाच्या कल्पकतेपेक्षा दीनदुबळ्या बांधवांच्या अश्रूंनी भरलेली अशी कितीतरी अदृश्य सरोवरे आपल्या या आगामी देशात असतील, हा विचित्र विचार त्याला सतावून सोडतो. हिंदुस्थानचा इतिहास अभ्यासताना भूतकाळी काय घडले, यापेक्षा भविष्यकाळ कसा घडविता येईल याची तरळती स्वप्ने त्याच्या डोळ्यांपुढे भिरभिरू लागतात. अशा द्विधा मनःस्थितीत विद्यार्थी कितीही हुशार असला तरी परीक्षेत वर येण्याइतकी पोपटपंची त्याच्या हातून कशी होणार? 'पांढरे ढग' मधल्या 'अभय'च्या बाबतीत हेच घडते. वडीलबहिणीच्या– आक्काच्या स्वार्थत्यागामुळेच त्याचे शिक्षण तडीला जाण्याची शक्यता उत्पन्न झालेली असते. तो इंटरमध्ये पहिल्या वर्गात येतो तेव्हा आक्काने त्याच्याविषयी किती मनोराज्ये केलेली असतात... 'अभय असाच एल.एल.बी.तही पहिल्या वर्गात येईल, तीन वर्षे

वकिली करून सबजज्ज होईल. सबजज्ज झाल्यावर मग–'

पण मग काय हा प्रश्नच अभयच्या बाबतीत उत्पन्न होत नाही. तो बी.ए.च्या परीक्षेत दुसऱ्या वर्गात येतो आणि पुढे दुसऱ्या एल.एल.बी.च्या परीक्षेत तर नापासच होतो. बिचाऱ्या आक्काला त्याच्या या अनपेक्षित अपयशाचे खरे कारण कसे कळणार? मागच्या पिढीचे जीवनविषयक ज्ञान पुढल्या पिढीला सहसा उपयोगी पडत नाही– पदोपदी पिळल्या जाणाऱ्या परतंत्र देशांत तर ते निर्जीवच वाटते– ते तिच्यासारख्या मध्यमवर्गातल्या कौटुंबिक मनोवृत्तीच्या स्त्रीच्या लक्षात कसे यावे? पारतंत्र्याच्या पोटी जन्म घेणाऱ्या हजारो क्रूर अन्यायांची जाणीव झाल्यामुळे आजच्या तरुण पिढीचे मन बाहेरून हिरव्यागार दिसणाऱ्या पण आतून स्फोटाकडे धाव घेणाऱ्या ज्वालामुखीसारखे होत आहे; याची कल्पना समाजात नित्य वावरणाऱ्या प्रतिष्ठित पंडितांनासुद्धा जिथे अजून येत नाही, तिथे आपल्या घरकुलापलीकडे न पाहणाऱ्या बिचाऱ्या आक्काला अभयच्या अंतर्मनाचा थांग लागला नाही यात आश्चर्य कसले?

अभयच्या अंत:करणात खळबळ उडवून सोडणारा सामाजिक जाणिवेचा हा जो नवा खळखळणारा प्रवाह येतो त्यामुळे नरेंद्रासारख्या स्पेनमधला लोकशाहीचा लढा पाहून परत आलेल्या कार्यकर्त्याशी तो चोवीस तासांत समरस होऊ शकतो. आणि स्वत:ला नकळत आपल्याला अपत्यनिर्विशेष मायेने वाढविणाऱ्या आक्कापासून तो हळूहळू दूर जाऊ लागतो. एकमेकांवर उत्कट प्रेम करणाऱ्या दोन व्यक्तींमधील तात्त्विक कलह हा आजकालच्या मध्यमवर्गाच्या जीवनातला एक अनिवार्य असा भाग आहे. जुन्या पिढीची कौटुंबिक ध्येये नव्या पिढीला संकुचित वाटतात. नव्या पिढीचा ध्येयवाद जुन्या पिढीला क्वचित स्वप्नाळू, बहुधा बेजबाबदारपणाचा वाटतो.

इंग्रजी राज्याची स्थापना झाल्यानंतर पांढरपेशांना दोन-तीन पिढ्या मोठ्या सुखासीनपणाने घालविता आल्या. त्या सुखाची स्वप्ने जुन्या पिढीला अद्यापही पडत असतात. नवी पिढीही कदाचित त्या स्वप्नात गुंग होऊन गेली असती! पण स्वप्ने पडायला आधी झोप यावी लागते आणि उपाशीपोटी दिवस काढणाऱ्या माणसाचे डोळे मिटल्यासारखे दिसले, तरी ते लक्षण ग्लानीचे असते, प्रसंगी क्षोभाचेही असते, झोपेचे मात्र नक्कीच नसते. १९०० साली मामलेदार मुन्सफ असलेल्या लोकांच्या नातवांना आज कारकुन्या मिळायची पंचाईत पडत आहे. हाडाची काडे करून आणि डोक्यावर कर्जाचे डोंगर घेऊन वकील, डॉक्टर झालेल्या अनेक लोकांना आपल्या नावांच्या पाट्यांकडे पाहत माश्या मारीत बसावे लागत आहे. इंग्रजी अमदानीतली आबादानीची पहिली भुलभुलावणी ही घटोत्कचाची माया होती. त्या राक्षसी मायेच्या आड एक रक्तशोषक राज्यपद्धती आपले काम पद्धतशीरपणे करीत उभी आहे याची जाणीव सुशिक्षितांना तीव्रतेने व्हावी असा तो काळच नव्हता.

त्यावेळी सामाजिक वादळे होत ती चहाच्या पेल्यात! पुस्तकी पांडित्य आणि पांढरपेशा समाजाला आवश्यक असलेल्या वरवरच्या सुधारणा यांच्यापलीकडे विद्वानांची... टिळक, आगरकरांसारखे द्रष्टे सोडले तर– दृष्टी क्वचितच जात असे. पांढरपेशांचा जीवनक्रम त्यावेळी ठरलेला होता. कॉलेजचे शिक्षण घ्यायचे, पदव्या मिळवायच्या, मायबाप सरकारची इमानेइतबारे नोकरी करायची, अहंकार अथवा कीर्तिलालसा तृप्त करण्यासाठी चार लेख लिहायचे, पोराबाळांसाठी शक्य तेवढा पैसा मिळवायचा आणि हा आयुष्यक्रम अगदीच अळणी वाटला तर टिळकांचा 'केसरी' वाचायचा! पण तोसुद्धा चारचौघांत उघडपणाने नाही! हो, सी.आय.डी.तल्या कुणी माणसाने पाहिले नि सरकारात रिपोर्ट केला तर? उपरण्याखाली 'केसरी' लपवून घरी न्यायचा नि आपल्या खोलीला आतून कडी लावून तो मिटक्या मारीत वाचायचा!

मागच्या महायुद्धाबरोबर ही पिढी संपली. बालपणात टिळकांच्या आणि तारुण्यात गांधींच्या देशभक्तीचे संस्कार घेऊ शकलेली दुसरी पिढी सुरू झाली. मागच्या पिढीची सोन्याची कौले या पिढीत मंगलोरी मातीची झाली होती. महात्माजींच्या एकामागून एक येणाऱ्या चळवळींच्या लाटा कन्याकुमारीपासून हिमालयापर्यंत थाडथाड आपटत होत्या. जीवनकलहाचे चटके बसू लागल्यामुळे या पिढीतले मध्यमवर्गातले संसारी लोक डोळे उघडे ठेवून भोवताली पाहू लागले यांत संशय नाही. गांधीजींचे सर्व कर्तबगार अनुयायी याच पिढीतून पुढे आले. पण मध्यमवर्गाच्या या पिढीला देशाच्या पायांतल्या आणि आपल्या हातांतल्या शृंखलांची पूर्ण कल्पना आली तरी त्या तोडण्याकरिता निकराचा झगडा मात्र ती करू शकली नाही. एकीकडून गांधीवाद आणि दुसरीकडून समाजवाद बहुजन समाजाकडे तिला ओढून नेत होता. पण परंपरेच्या मोहाने असो, पांढरपेशेपणाच्या पोकळ अभिमानाने असो अथवा आपले लयाला जाऊ लागलेले मोठेपण पुन्हा उदयाला येईल, या खोट्या आशेला बळी पडल्यामुळे असो या पिढीने विचारक्रांतीच्या लाटांचा खळखळाट तेवढा केला. पण आचारात ती अगतिकच राहिली.

पहिल्या महायुद्धाच्या वेळी जन्माला आलेल्या आणि चालू महायुद्धाच्या वेळी तारुण्यात पदार्पण करणाऱ्या पिढीची मन:स्थिती मात्र अगदी निराळी झाली. अभय हा याच पिढीतल्या मध्यमवर्गातल्या ध्येयप्रवण तरुणांचा प्रतिनिधी आहे– या तरुणांची महत्त्वाकांक्षा परीक्षेतल्या यशाला तुच्छ लेखते, पदवीमुळे येणाऱ्या मोठेपणाचे तिला काडीइतकेही महत्त्व वाटत नाही आणि सुंदर बायको व टुमदार बंगला यांच्या गोड गोड स्वप्नात रंगून जाण्याइतकी तिची वृत्तीही क्षुद्र राहिली नाही. जगातल्या भयानक आणि स्फूर्तिदायक घडामोडींचे पडसाद तिला पदोपदी ऐकू येत आहेत, स्पेन आणि चीन यांच्यासारख्या देशांत जनतेने प्राण पणाला लावून केलेले लढे

तिला आकर्षित करीत आहेत, पंचवीस वर्षांपूर्वी रशियात जे झाले ते उद्या आपल्या प्रिय मातृभूमीत का होऊ नये, असा ती स्वत:ला प्रश्न विचारीत आहे. घरातून बाजार करायला गेलेल्या मनुष्याला एकदम भावना उचंबळून टाकणारी मिरवणूक दिसावी आणि आपण कुठे चाललो आहोत हे विसरून त्याने तिच्यात सामील व्हावे तसे या तरुणांचे झाले आहे. त्यांचे आपल्या कुटुंबावर प्रेम आहे. पण प्रेम म्हणजे मोह नव्हे ही जाणीव झाल्यामुळे वडील माणसांच्या समाधानासाठी किंवा कुटुंबाचा डोलारा संभाळण्यासाठी आपल्या नव्या ध्येयाचा चोळामोळा करायला ते तयार होत नाहीत. स्वातंत्र्याची पहिली लढाई घरातच लढावी लागते याचा अनुभव ही पिढी पदोपदी घेत आहे. जिने अभयला लहानाचे मोठे केलेले असते, प्रकृतीची पर्वा न करता त्याला शिक्षण दिलेले असते, त्या आक्काला— तिच्यापेक्षा अधिक प्रिय अशी दुसरी व्यक्ती जगात नसूनही— सोडून अभयला शेवटी दूर जावे लागते याचे कारण हेच आहे.

कौटुंबिक पाश ही आजच्या मध्यमवर्गातल्या जागृत तरुणाच्या पायांतली पहिली शृंखला आहे. सर्वसामान्य मातेला आणि पत्नीला आपल्या राजकीय कर्तव्याची जेव्हा जाणीव होईल— मूल आजारी असले म्हणजे तिची झोप जशी उडून जाते त्याप्रमाणे देशाची गुलामगिरी पाहून ती जेव्हा बेचैन होईल— तेव्हाच ही शृंखला गळून पडेल. अभयसारखे थोडे तरुण ती निर्धाराने सैल करून पुढे धावू लागतात. पण—

दुसरी शृंखला त्यांना धावू देत नाही. या शृंखलेचे स्वरूप आर्थिक आहे. मनुष्य एक वेळ आपले हृदय बांधून ठेवील; पण पोट बांधून त्याला जगता येत नाही. देशाच्या उद्धाराच्या विचारांनी मनात कितीही कोलाहल माजवला तरी पोटात कावळे ओरडू लागल्यावर या कोलाहलाकडे त्याला दुर्लक्ष करावेच लागते. अभय या नियमाला कुठून अपवाद होणार? सर्वसामान्य महाराष्ट्रीय पदवीधराला उपजीविकेचा जो एकच मार्ग मोकळा असतो त्याचाच तो आश्रय करतो. तो मार्ग म्हणजे शिक्षकाचा धंदा.

शिक्षक आणि धंदा! दाईचा धंदा आपण जाणू शकतो; पण आईचा धंदा— मातृत्व हा धंदा होऊ शकत नाही. आईचे प्रेम ही खरेदी-विक्रीची चीज नाही. आईचा धंदा हा शब्दप्रयोग ऐकताच आपल्याला हसू आल्यावाचून राहत नाही. पण आजची मुले— म्हणजे उद्याच्या तरुण-तरुणी— याच राष्ट्राच्या आशा, आकांक्षा आणि आधार असून त्यांच्या विकासाचे मातृपद ज्यांच्याकडे दिले जाते तो शिक्षक मात्र आपल्या व्यवसायाला धंदा मानतो— नव्हे त्याला तो तसा मानावाच लागतो. तो आपल्या धर्माला जागेल तर त्याच्या बायकापोरांना रस्त्यात भीक मागून पोट भरायची पाळी येईल.

यंत्रयुगाने– भांडवलशाहीने रूढ केलेल्या हृदयशून्य अर्थव्यवस्थेने– अनेक नवी कोडी मानवापुढे टाकली. पण त्यांतले अत्यंत बिकट कोडे म्हणजे तिने मनुष्याच्या धर्मबुद्धीला पदच्युत करून तिच्या जागी केलेली धंदेवाईक दृष्टीची स्थापना हे आहे. शिक्षक, वैद्य, साहित्यिक, कलावंत इत्यादी समाजाच्या सुजाण सहृदांना– पूर्वकाळी त्याच्या प्रगतीकरिता निरपेक्षपणाने झटणाऱ्या या गुणी लोकांना– यंत्रयुगाने बाजारात बसविले आहे.

नुकतीच घडलेली एक सत्यकथा! एक चांगले शिक्षक निघून गेल्यानंतर एका हायस्कूलचे सुपरिटेंडेंट उद्‌गारले, 'गेला तर गेला– आजकाल मास्तरडे काय हवे तेवढे मिळतात!'

टिळक-आगरकरांनी स्वार्थत्यागाच्या पायावर शिक्षणसंस्था उभारण्याची प्रथा पाडली. त्या पद्धतीचे पुढे महाराष्ट्रात सर्वत्र अनुकरण झाले. पहिल्या पिढीने त्यांच्या पावलावर पाऊल टाकून ज्ञानदानाचे पवित्र कार्यही केले. पण पुढे परिस्थिती बदलली तरी शिक्षणसंस्था बदलल्या नाहीत. सरकारी मदत हवी म्हणून राष्ट्रीय विचारांना मज्जाव, विशिष्ट लोकांना भरपूर पगार मिळावा म्हणून हंगामी शिक्षकांची नेमणूक, परीक्षांच्या निकालापलीकडे पाहण्याची दृष्टी नसल्यामुळे तरुण विद्यार्थ्यांच्या उत्साहाचा उपयोग करून घेण्याच्या बाबतीत नालायकी, एक ना दोन, असले अनेक अक्षम्य दोष गेली दोन-तीन तपे असल्या संस्थांत निर्माण झाले आहेत. प्रत्यही ते वाढत आहेत. जी देवालये म्हणून बांधली त्यांचा आज धर्मशाळा म्हणून उपयोग होत आहे. रूढी आणि कायदे यांच्याप्रमाणे संस्थांच्या आणि ध्येयांच्या बाबतीत मूर्तिपूजनाइतकीच मूर्तिभंजनाची आवश्यकता असते हे सर्वसामान्य मनुष्याला कळत नसल्यामुळे असल्या नि:सत्त्व संस्थांची दुकाने पिढ्यान् पिढ्या व्यवस्थित चालतात.

मात्र अभयसारखा नव्या पिढीचा आणि नव्या विचारांचा ध्येयप्रवण तरुण असल्या एखाद्या संस्थेत आला म्हणजे त्याची सर्व बाजूंनी कुचंबणा होऊ लागते. समोरच्या बालगोपाळांची हृदये फुलविण्याचे आणि त्यांची मने रसरशीत करण्याचे स्वातंत्र्यसुद्धा त्याला मिळू शकत नाही. शाळेच्या संकुचित जगातले स्वार्थ-मत्सरादी विकार पदोपदी त्याचे लचके तोडू लागतात. आज कुटुंब हा जसा नकळत तरुण पिढीचा तुरुंग होऊ शकतो, त्याचप्रमाणे आजच्या निर्जीव सामाजिक संस्था... त्यांच्या इमारतीवर उच्च ध्येयांची कितीही ब्रीदवाक्ये कोरलेली असोत– तरुणांच्या पायांतल्या दीड मणाच्या बेड्या होऊन बसतात, याचा अभयला लवकरच अनुभव येऊन चुकतो. या बेड्या तोडून तो बाहेर पडतो.

कौटुंबिक पाशाहून आर्थिक पाश अधिक चिवट असतात हे खरे; पण आर्थिक पाशाहूनही प्रेमपाश– विशेषत: यौवनसुलभ प्रीतीचे पाश प्रसंगी अधिक बंधनकारक होतात. ते जितके नाजूक तितकेच दृढ असतात. एखाद्या प्रेमवेड्या तरुणाने

'अच्छेद्योऽयं अदाह्योऽयं' असे प्रीतीपाशाचे वर्णन केले तर ते चूक आहे असे मी म्हणणार नाही.

पण अभय तरुण असला तरी तो प्रेमवेडा नाही. कॉलेजमध्ये असताना केवळ दृष्टिसुखाकरिता तो कधी व्हरांड्यात उभा राहिला नव्हता, आपल्या वर्गातल्या एखाद्या आकर्षक वेशभूषा करणाऱ्या मुलीला कुठल्या नटीची उपमा द्यावी याचाही त्याने कधी विचार केला नव्हता आणि त्याने थोड्याफार मराठी कादंबऱ्या वाचल्या असल्या तरी, मिटक्या मारीत त्यांतल्या प्रेमप्रसंगांचे घुटके घेण्याचीही त्याला सवय नव्हती. तथापि एखादा तरुण मुद्दाम प्रेमाच्या पाठीमागे लागला नाही तरी प्रेम या नाही त्या रूपाने त्यांच्या दृष्टिपथात येतेच येते. सहजच तो त्याचा विचार करू लागतो. मदन आपले धनुष्य सज्ज करून सर्वत्र उभा असतो. त्याचा बाण कुणीकडून येईल आणि कुणाला केव्हा लागेल याचा नेम नाही या उक्तीचे मर्म त्यालाही पटते.

माला, लता व प्रमिला या तीन तरुण मुली अशाच रीतीने अभयच्या आयुष्यात प्रवेश करतात. मालेचे सौंदर्य त्याला दर्शनीय वाटते. फक्त पण ते सौंदर्य शरीराचे असते. असल्या सौंदर्याच्या दर्शनाने डोळे वेडावतात; पण मन वेडे होत नाही. मुळीच सुगंध नसलेले एखादे रेखीव आकृतीचे फूल असावे, तशी माला अभयला वाटते. त्याच्या विचारांशी, भावनांशी ती क्षणभरसुद्धा समरस होऊ शकत नाही. उपभोगाने भरलेले उथळ जीवन हीच तिच्या आकांक्षांची परिसीमा असते.

त्यामुळे तिच्यापेक्षा बुद्धिमान असलेल्या लतेची ओळख होताच अभयला ती मालेपेक्षा अधिक जवळची वाटू लागते. माला ही नुसती कागदी फुलांची माला आहे. लता तशी निर्जीव नाही. तिच्या रूपककथा– जणू काही तिच्या बुद्धीचा आणि भावनांचा फुलोराच वाटतो तो अभयला. पण फुले कितीही सुंदर दिसली नि सुगंधी असली तरी ती एकाच दिवसात सुकून जातात. त्यांचे सौंदर्य, त्यांचा सुगंध सारे काही क्षणभंगुर असते. लतेशी अधिक परिचय होताच ती एक बुद्धिवान पण स्वप्नरंजनात गुंग होणारी मुलगी आहे हे अभयला कळून चुकते. ती गरिबांची दुःखे सुंदर सुंदर कल्पनांतून व्यक्त करू इच्छिते, पण ती दुःखे डोळ्यांनी पाहण्याचा धीर मात्र तिला होत नाही. मग ती नाहीशी करण्याकरिता लढण्याचा विचार– झगडण्याचा नि लढण्याचा प्रश्न आला की ती मालेइतकीच दुबळी ठरते.

माला निद्रित आणि लता स्वप्नाळू. आधुनिक मुलगी अजून स्वतःभोवती पिंगा घालीत आहे असा अभयचा स्वाभाविकच समज होतो. पण प्रमिलेशी परिचय होताच त्याला आपला हा समज एक गैरसमज होता हे कबूल करावे लागते. आजच्या तरुणाइतकीच आजची तरुणीही जागृत होत आहे, व्यक्तिजीवनाचे संकुचित ध्येय सोडून सामाजिक जीवनाच्या विशाल ध्येयामागे धावण्याकरिता तीही आतुर झाली आहे, हे प्रमिलेच्या शब्दांतून आणि कृतीतून त्याला पदोपदी प्रतीत होते.

एकोणीस

माला आणि लता यांच्यापेक्षा प्रमिला त्याला आवडू लागते, पण या आवडीचे रूपांतर प्रेमात करून अभय आणि प्रमिला यांच्या डोक्यावर मंगलाक्षता उधळण्याची घाई मात्र मी केलेली नाही. आवड आणि प्रीती यांत खूप अंतर असते एवढेच नव्हे तर प्रीती आणि विवाह यांच्यामध्येही अनेकदा खोल दऱ्या पसरलेल्या असतात. 'वर्षाकाला'त तरी अभय आणि प्रमिला यांचे लग्न होणार आहे का नाही कुणाला ठाऊक!

शाळेचा राजीनामा दिल्यावर अभय कोकणातील खेडोपाडी राहायला जातो. नरेंद्राच्या एका पत्रांतली काही वाक्ये एकसारखी त्याच्या मनात घुमत असतात...

'तत्त्वज्ञानाची सर्व पुस्तके तोंडपाठ करून मनुष्य चुका करीत राहतो याचे कारण एकच आहे– एक पुस्तक वाचायचे तो अजिबात विसरतो. त्या ग्रंथाचे नाव मानवी जीवन. हा ग्रंथ अगणित लोकांच्या हृदयांच्या रक्ताने लिहिलेला असतो. उघड्या डोळ्यांनी हा ग्रंथ वाचण्याचा प्रयत्न कर. मात्र तो तुला वाचायला आपल्या घराबाहेर पडलेच पाहिजे. कारखान्यात, शेतात, इमारतीच्या मजल्यावर मजले चढत असताना, खाणीत मुंग्यांसारखी माणसे उतरत असताना, चहाच्या मळ्यांत, दारूच्या गुत्त्यांत, भर दुपारी, ऐन मध्यरात्री, प्रत्येक ठिकाणी, प्रत्येक क्षणाला मानवी जीवनाची ही तडफड आणि धडपड चालली आहे–'

ही तडफड आणि धडधड अभयला कल्पनेने कळू शकते. पण कल्पना म्हणजे चतुर्थीचे रम्य पण मंद चांदणे. अनुभूतीच्या तीव्र सूर्यप्रकाशाची शक्ती या चांदण्यात कुठून येणार? कल्पना मनुष्याला सहृदय करते; पण असली स्वप्नाळू सहृदयता म्हणजे सक्रियता नव्हे. आपण घरी राहिलो तर आक्काच्या भिडेसाठी वकील होऊ, वकिलीत थोडेफार यश मिळाले की नकळत जीवनाच्या जुन्या चाकोरीतून जायला लागू आणि मग दलितांची दुःखे सांगणाऱ्या रूपककथा लिहिणारी निष्क्रिय कल्पकता आणि आपण यांच्यात काडीचाही फरक उरणार नाही, हे जाणूनच अभय घराबाहेर पडतो.

आणि अवघ्या सहा महिन्यांत खेड्यापाड्यांतील दैन्य, दारिद्र्य आणि दुःस्थिती दर्शविणारी जी अनेक दृश्ये तो बघतो, त्यांनी त्याच्या आधीच पेटलेल्या मनाचा भडका उडतो. उकिरड्यावर टाकलेल्या बेवारशी पोराप्रमाणे माणसासारखी माणसे अगतिक होऊन पडली आहेत, पशूंपेक्षाही वाईट अशा स्थितीत, ती जीवन कंठीत आहेत, टीचभर पोटासाठी जन्मभर धडपडूनसुद्धा ती अर्धपोटी राहत आहेत हे पाहून प्रक्षुब्ध झालेले त्याचे मन त्याला विचारते–

'हाच का सुख, संपत्ती आणि संस्कृती यांच्या संगमाने एकेकाळी जगाच्या

अग्रभागी मिरविणारा तुझा भारत? जनावराप्रमाणे जगणारी ही कोट्यवधी दीनदुबळी दलित जनता हेच का त्या वसिष्ठ-विश्वमित्रांचे आणि चंद्रगुप्त-विक्रमादित्यांचे वंशज? कैदखान्यावरल्या अधिकाऱ्यांच्या झोपेचा भंग होऊन नये म्हणून पायांतल्या बेड्यासुद्धा वाजणार नाहीत, अशी दक्षता घेणारे लाखो गुलाम हेच का त्या हर्षवर्धन आणि शिवछत्रपती यांचे वारस? धर्म, संस्कृती आणि इतिहास यांच्या जुन्या-पुराण्या गोड गोड गप्पांनी जगात कुणाचा उद्धार झाला आहे? त्याग आणि शास्त्रज्ञान यांच्या पायांवर रशियासारख्या मागासलेल्या देशात नवी सुंदर समाजमंदिरे बांधली जात असताना आपल्या जुन्या पडक्या देवळात राहण्याचा अट्टहास हे चाळीस कोटींचे राष्ट्र आणखी किती दिवस करणार? क्षयाने क्षीण होत असलेल्या मनुष्याला मलमपट्ट्या लावून कुणी बरे केले आहे का? भयंकर रोगावर तितकेच तीव्र उपचार करायला नकोत का? सरकारी नोकऱ्या दुर्मिळ झाल्यामुळे अर्धवट बेकार झालेल्या सुशिक्षितांनी खंडोगणती शाळा काढल्या, बौद्धिक कसरतीचे प्रयोग करणाऱ्या जहाल मवाळ राजकारणी पुढाऱ्यांनी कितीही परिषदा भरविल्या, धंदेवाईक लेखकांनी आपल्या निर्जीव साहित्याला कसलाही आधुनिक मुलामा दिला तरी त्यांतून क्रांतीला पोषक असे काय निष्पन्न होणार आहे?'

या प्रश्नांची उत्तरे ज्याला प्रामाणिकपणे द्यायची आहेत, त्या मध्यमवर्गातल्या सुशिक्षित तरुणाने आता कुटुंबसुखावर निखारे ठेवले पाहिजेत. आर्थिक स्वास्थ्याचा मोह झुगारून दिला पाहिजे आणि तारुण्यातल्या प्रीतीकडेसुद्धा हसतमुखाने पाठ फिरविली पाहिजे, हे अभयला कळून चुकते!

ज्या मध्यमवर्गात आपण जन्माला आलो, ज्या वर्गाच्या विशिष्ट संस्कारात आपण वाढलो, त्या वर्गाच्या जीवनविषयक आणि समाजविषयक सर्व कल्पना आता पांढऱ्या ढगासारख्या झाल्या आहेत, अशी मनाची पुरेपूर खात्री होऊन तो नव्या जीवनाकडे वळतो. त्या जीवनाचे स्वरूप अक्राळविक्राळ कृष्णमेघासारखे आहे, क्रांतीची विद्युल्लता त्यांच्यातून पदोपदी डोकावून पाहत आहे. ती कुठे पडेल आणि कुणा कुणाचा बळी घेईल याचा नेम नाही. पण तिच्याच प्रकाशात पुढचा मार्ग शोधण्याकरिता अभय निघाला आहे.

हा अभय महाराष्ट्रात कुणाच्याच ओळखीचा नाही का?

२० एप्रिल १९४४   वि. स. खांडेकर

पर्वतीच्या पायऱ्या

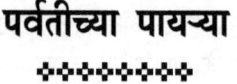

टक्-टक्-टक्-

आक्काचा डोळा लागला होता. पण तो आवाज तिला चटकन ऐकू गेला. कदाचित स्वप्नातही तिच्या दारावर कुणीतरी टकटक करीत असेल!

ती झटकन् चटईवरून उठली. उशीदाखल तिने मानेखाली घेतलेला उजवा हात जरासा अवघडला होता. तिने तो खालीवर केला. तिची नजर सहज आपल्या दंडाकडे गेली. चटईची नाजूक वीण त्याच्यावर उठली होती. जणू काही ऊन लाखेत उठविलेली अक्षरेच!

चटईवरल्या मोराकडे पाहून ती हसली. त्या हसण्यामागे दोन गोड आठवणी होत्या.

दुपारी जेवण झाल्यावर आक्का जमिनीवरच झोपते; हे उन्हाळ्यात जेव्हा अभयच्या लक्षात आले, तेव्हा तो म्हणाला होता, 'सतरंजी घेत जा की!'

'कशाला?' आपण उत्तर दिले होते, 'उन्हाळ्यात जमिनीवर पडलं म्हणजे कसं गार वाटतं!'

'धरणीला आई म्हणतात ते काही खोटं नाही!' त्याने हसत हसत उत्तर दिले होते. पण स्वारी त्याच दिवशी संध्याकाळी बाजारातून दोन लव्हाळ्याच्या चटया घेऊन आली. त्याने हातात दिलेली चटई आपण उलगडली आणि एकदम त्याला म्हटले, 'हे काय रे, बाबा?'

'काय?'

'वाघाची चटई कशाला दिलीस मला?'

ती चटई आपल्या हातून परत घेत अभयने उत्तर दिले, 'चुकून अदलाबदल झाली बघ!'

त्याने दिलेली दुसरी चटई आपण उलगडून पाहिली. तिच्यावर मोराचे चित्र होते.

दाराकडे जाता जाता ही आठवण वाऱ्याच्या झुळकेप्रमाणे आक्काच्या मनात येऊन गेली.

तिने उत्सुकतेने दार उघडले. अभय पास झाल्याची तार आली असावी अशी तिची कल्पना होती.

बाहेर पोस्टाचा शिपाई उभा होता खरा! पण त्याच्या हातात तार नव्हती. कुठल्यातरी मासिकाचा एक जाड अंक होता. अभयने दाराबाहेर लावलेल्या पत्राच्या पेटीत ते धूड काही केल्या जाईना, तेव्हा नाइलाज होऊन पोस्टमनने दार ठोठावले होते.

तो अंक घेऊन आक्का आत आली. तिला वाटले– असेल कुठल्यातरी मासिकाचा दिवाळीचा खास अंक! वरातीमागून येणाऱ्या घोड्यासारखा आता निघालाय! तिने तो अभयच्या टेबलावर टाकला. पुन्हा येऊन ती चटईवर आडवी झाली. पण आता काही केल्या तिचे डोळे मिटेनात.

बंद खिडक्यांतूनसुद्धा बाहेर रखरखीत ऊन पडले आहे याची कल्पना येत होती. मधूनच दोन पाखरांचा कर्कश आवाज ऐकू येई. ती आपापसात भांडत असावीत असा आक्काला भास झाला. रस्त्याने एक फेरीवाला कर्कश स्वराने ओरडत गेला. अगदी बेंबीच्या देठापासून ओरडत होता तो. पण कुठल्याही घरातून 'ए फेरीवाला' अशी हाक काही कुणी मारली नाही.

आक्का झोपली होती तिथून अभयचे टेबल दिसत होते. आक्काचे लक्ष मघाच्या त्या मासिकाकडे गेले. ते घेऊन वाचत पडले तर वेळ जाईल असे तिच्या मनात आले. ती उठून टेबलाकडे गेली. पण मासिक हातात घ्यायच्या आधीच तिची दृष्टी टेबलाच्या मागच्या भिंतीवर लावलेल्या एका फोटोकडे गेली. गांधी, जवाहरलाल, सुभाषबाबू, रॉय इत्यादिकांच्या फोटोमध्ये लावलेला तो वडिलांचा फोटो पाहून तिला आनंद झाला.

तिला वाटले– अभयचे आपल्या माणसांवरले प्रेम किती उत्कट आहे! तो लहान असतानाच वडील वारले. साधे मराठी शाळामास्तर होते ते! अभय मॅट्रिक झाला तेव्हा आपल्या वडिलांना कोणत्या कारणाने मरण आले याची अंधुक कल्पना त्याला आली! त्याने जंगजंग पछाडून कुठल्याशा बक्षीस समारंभातला त्यांचा एक लहान फोटो मिळविला, तो मोठा करून घेतला आणि आपल्या अभ्यासाच्या जागी लावला.

आक्काने अभिमानाने त्या फोटोकडे पाहिले, पण पाहता पाहता तिच्या मनावरून भीतीची छाया झर्रकन नाचून गेली. अंधारात पायांत काहीतरी वळवळले म्हणजे माणसाच्या मनाची जी स्थिती होते, तसेच काहीतरी तिला वाटले. ती जसजशी टक लावून त्या फोटोकडे पाहू लागली, तसतशी तिची भीती वाढू

लागली. तिचे मन म्हणत होते– अभयचे डोळे हल्ली दादांच्यासारखे का बरे दिसतात? अभय मातृमुखी आहे असे सारी माणसे म्हणत असत. आपणही तेच खरे मानीत आलो.

पण त्याचे डोळे– दादांचे डोळे... ती काळरात्र– छे!

काहीतरी चाळा करायचा म्हणून तिने खिडकी उघडली. वाऱ्याची रखरखीत झळ आत आली. खिडकी बंद करून ती खुर्चीत बसली.

हाताला चिकटलेला फणसाचा डिंक चोळून काढायला लागले की तो जसा अधिकच चिकटून बसतो, तसा मघाचा तो विचार तिच्या मनात अधिक गुंतागुंत निर्माण करीत होता.

अभय इंटरला पहिल्या वर्गात आला. सांगलीसारख्या ठिकाणी त्याचे पुढले शिक्षण झाले नसते असे नाही! पण बी.ए. झाल्यावर वकिलीच्या अभ्यासाला पुण्याला जायचे, त्यापेक्षा आताच तिथे गेलेले बरे असे त्याला वाटू लागले. पुण्याला अभ्यास झाला तर अभय बी.ए.लाही पहिल्या वर्गात येईल या आशेने आपण ते कबूल केले. पुण्याला आपल्या ओळखीचे कुणी डॉक्टर नाहीत, तिथे डॉक्टरिणी आणि नर्स यांनाही तोटा नाही, त्यामुळे तिथे आपल्या धंद्याचा सांगलीसारखा जम बसणार नाही, या गोष्टी उघड उघड दिसत असतानाही आपण पुण्याला आलो.

पुण्याची हवा आपल्याला मुळीच मानवली नाही. पण अभय बी.ए. होईपर्यंत आपण काम करीतच होतो. तो पहिल्या वर्गात बी.ए. झाला असता तर अंगात ताप असतानासुद्धा रात्री-अपरात्री बाळंतिणीजवळ बसून केलेल्या आपल्या जागरणांचे चीज झाले असते. पण अभय दुसऱ्या वर्गात आला. आपला हातखंडा असलेला गणित विषय सोडून त्याने मध्येच इतिहास आणि अर्थशास्त्र हा विषय घेतला. त्याचा परिणाम व्हायचा तोच झाला!

बी.ए. होऊन शिकवण्या करीत त्याने एल.एल.बी.ची पहिली परीक्षा दिली. पण गेल्या जूनमध्ये दुसऱ्या परीक्षेत मात्र तो नापास झाला. तो नापास झाला ती रात्र आपण अगदी रडून घालवली. पण तो खुशाल झोपला होता. दुसऱ्या दिवशी सकाळी तो आपल्याला म्हणाला, 'आक्का, अगदी वेडी आहेस तू!'

आपण त्याच्याकडे पाहिले. त्याचे डोळे थेट फोटोतल्या दादांच्यासारखे दिसत होते. तो पुढे म्हणाला, 'पास झाल्यावर पेढे वाटण्याचे दिवस कधीच संपले, आक्का! आता खरा आनंद नापास होण्यातच आहे! पास झालेल्याला पुढे काय करावे हेच कळत नाही! नापास झालेला म्हणत असतो– ठीक आहे. पुन्हा परीक्षेला बसू या!'

या आठवणीने आज अभयच्या परीक्षेचा निकाल आहे, ही आक्काची हुरहूर

पुन्हा जागृत झाली.

आज तरी अभय पास होईल का? मराठी शाळामास्तराचा मुलगा वकील झाला, हे पाहायला मिळण्याइतके तरी आपले भाग्य असेल का? इंटरमध्ये तो पहिल्या वर्गात आला, तेव्हा आपण किती मनोराज्ये केली होती! अभय असाच एल.एल.बी.तही पहिल्या वर्गात येईल, तीन वर्षे वकिली करून तो सबजज्ज होईल, सबजज्ज झाल्यावर मग–

मनुष्याला सुखस्वप्ने पडतात पुष्कळ, पण त्यातली फारच थोडी खरी व्हायची असतात! अभय बी.ए.ला दुसऱ्या वर्गात आला. एल.एल.बी.ची पहिली परीक्षा तो पहिल्याच खेपेला पास झाला खरा, पण तीही दुसऱ्या वर्गातच! दुसऱ्या एल.एल.बी.ला तर तो नापासच झाला.

अभय आयुष्यात पहिल्यांदा नापास झाला तो गेल्या जूनमध्ये. सहा महिने होत आले तरी आक्काच्या मनाची ती जखम अजून बुजली नव्हती. अभय नापास झाला त्या रात्री अनेकदा मनाचे समाधान करण्याकरिता ती स्वतःशीच म्हणाली होती, 'आपल्या धंद्यातसुद्धा हाच अनुभव येत नाही का? पहिलटकरीणच अडते असे नाही काही! चांगली चार मुलं झालेल्या बायकांनासुद्धा बाळंतपण जड जातं. झाला असेल अभय नापास! त्यात काय एवढं मोठं?'

क्षणभर तिला हे खरे वाटे. पण दुसऱ्याच क्षणी तिच्या मनात नाही नाही त्या कल्पनांची वावटळ उठे. गेल्या सहा महिन्यांत अशा कितीतरी शंका तिच्या मनात येऊन गेल्या होत्या.

अभयचे अभ्यासावरले लक्ष उडाले की काय?

अभ्यासात लक्ष लागू नये असे व्हायला त्याच्याभोवती काहीच विलक्षण घडले नव्हते. प्रकृती बरी नसूनसुद्धा आपण नर्सचा धंदा काही सोडला नव्हता! जूनमध्ये नापास झाल्यावर तो मास्तर झाला. त्याने विश्रांती घ्यायचा अगदी आग्रहच केला, तेव्हा कुठे आपण काम करायचे सोडून दिले.

अभय कसल्या मोहात तर पडला नाही ना?

तो आपल्याशी पूर्वीसारखा खूपखूप बोलत नाही. कविता करून त्या वाचून दाखवत नाही–

आक्का स्वतःलाच हसली. जणू काही ती आपल्या मनाला म्हणत होती, 'अभय लहानपणीसारखा लपंडाव खेळत नाही नि झोपताना गाणं म्हण म्हणून मागं लागत नाही, या तक्रारीसुद्धा तू करायला लागशील आता! वेडे, अभय आता कुक्कुलं बाळ नाही आता! उद्या त्याचं लग्न होईल–'

लग्नाची कल्पना मनात येताच आक्काला मालेची आठवण झाली. पुण्यात आल्यावर लवकरच बाळंतपणाच्या निमित्ताने तिच्या आईची नि आपली ओळख

झाली. माला मॅट्रिकच्या वर्गात होती तेव्हा. तिचे इंग्रजी चांगले नव्हते, गणित तर फारच कच्चे होते. अभय गणित घेऊन इंटरला पहिल्या वर्गात आला आहे हे कळल्याबरोबर दत्तोपंतांनी मालेची शिकवणी त्यालाच दिली. आज तीन साडेतीन वर्षे तरी अभय तिला शिकवतोय. अभय नापास झाला त्याच्या मुळाशी ही शिकवणी तर नसेल ना?

माला मोठी गोड मुलगी आहे. शंभर सुंदर मुलीत उठून दिसेल ती! अभयचे तिच्यावर प्रेम बसले असावे! आपले प्रेम सफल होणार नाही या कल्पनेने तर त्याचे अभ्यासावरले लक्ष उडाले नसेल?

ही कल्पना आक्काच्या मनात गेल्या चार-पाच महिन्यांत अनेकदा येऊन गेली होती. पण रस्त्याने जाता जाता मनुष्याने एखाद्या नव्या बंगल्याकडे जसे नुसत्या कुतूहलाने पाहावे, तसे तिने या कल्पनेकडे पाहिले होते.

आज अभय दुसऱ्यांदा नापास होण्याचा संभव तिच्या मनाला बोचत होता. त्यामुळेच की काय ती सूक्ष्म दृष्टीने या कल्पनेकडे पाहू लागली. राहायला जायचे असले म्हणजे मनुष्य एखाद्या घराचा आतला भागसुद्धा जसा निरखून पाहतो, त्याप्रमाणे ती या कल्पनेचा विचार करू लागली.

माला खूप सुस्वरूप आहे हे खरे! पण दत्तोपंत देशपांडे काही श्रीमंत नाहीत. सतरा-अठरा वर्षांपूर्वी वकिली सोडून असहकारितेच्या चळवळीत पडलेल्या माणसापाशी पैसा कोठून असणार? त्यांचे भाऊ कुठे पोलीस सुपरिटेंडेंट आहेत. ते पैसे पाठवितात म्हणून बिचाऱ्याचा संसार तरी चार-चौघांसारखा चालतो! आणि दैव काय कमी खट्याळ आहे? अगदी मोकळ्या मुठीने त्याला मुली देतेय ते!

आक्काला मालेला चवथी बहीण झाली तो प्रसंग आठवला.

बाळंतिणीने उत्सुकतेने विचारले,

'मूल बरं आहे ना?'

आपण होय म्हणून सांगितले.

'मुलगा की–'

पुढे ती बोलू शकली नाही, पण मुलगी हा शब्द आपल्या तोंडून ऐकताच तिने आपले डोळे मिटून घेतले.

क्षणभर आपल्याला तिचा राग आला. पण दुसऱ्याच क्षणी आपल्या मनात आले– ही पाचवी मुलगी. इतकी मुले होऊन आपल्याला मुलगा असू नये याचे त्या आईला वाईट वाटले यांत अस्वाभाविक असे काय आहे? मुलीचा मुका काही मुलाच्या पाप्यापेक्षा कमी गोड असत नाही. पण–

मनुष्य नुसत्या प्रेमावर जगू शकत नाही! मुलगा ही आईबापांची म्हातारपणीची

काठी! मुलाप्रमाणे मुलीला कुठे आपल्या आईबापाच्या उपयोगी पडता येते?

आक्काच्या मनात अभिमानाची एक लाट उसळली. सामान्य मुलीला जे करता येत नाही ते आपण करू शकलो. आपले वडील लहानपणीच वारले. गरिबांचा संसार म्हणजे एकखांबी तंबू. तो खांबच असा अकस्मात कोसळून पडला. दोन वर्षे अर्धांगवायूने अंथरुणात खितपत पडून दादा अभयला आणि आईला सोडून गेले.

घरातले किडूक-मिडूक दादांच्या दुखण्यापायी कधीच बाहेरची वाट चालू लागले होते. मुंबईला आईचे मामा होते. त्यांच्याकडे राहून, उणीदुणी सोसून आपण नर्सिंगचा अभ्यासक्रम पुरा केला. आपण नर्स झालो नसतो तर–

तर अभय आज कुठल्या तरी खेड्यात मराठी शाळामास्तर होऊन बसला असता. आज तो पास होईल– उद्या वकील होईल– खूप पैसा मिळवील– आपल्याला मालेसारखी वहिनी मिळेल– हे सारे पाहायला आई हवी होती.

आईची आठवण होताच आक्काचे मन गहिवरून आले. पापण्यांच्या कडा ओल्या झाल्या. लक्ष दुसरीकडे जावे म्हणून मघाशी टेबलावर टाकलेला अंक तिने उचलला.

हाताला येईल ते पान तिने उघडले.

'दोन मेघ'

कविता असावी असे वाटून ती ते पान उलटणार होती, पण ती कविता नाही असे तिला दिसले.

तिने लेखकाचे नाव पाहिले.

'कु. कल्पलता'

नाव मोठ्या गमतीचे वाटले तिला. ती वाचू लागली:

'दोघेही लगबगीने जात होते. धक्का लागताच त्यांनी एकमेकांकडे पाहिले. दोन ढग होते ते!

पांढरा ढग वरवर जात होता; काळा खाली खाली येत होता.

पांढऱ्या ढगाने काळ्या ढगाकडे तुच्छतेने पाहिले. क्षणभर थांबून तो उद्गारला, 'कुठं निघालास?'

'पृथ्वीवर. तू कुठं चाललास?'

'स्वर्गात!'

पांढरा ढग उड्डाण करणाऱ्या विमानाप्रमाणे वरवर जाऊ लागला.

काळा ढग मोडलेल्या विमानाप्रमाणे भरभर खाली येऊ लागला.

पांढऱ्या ढगाने अभिमानाने वळून पाहिले.

किती सुंदर दिसत होता तो काळा ढग! त्याच्यातून लख्खकन् चमकणारी ती वीज–

दिव्यत्वाचा साक्षात्कार होता तो! पांढऱ्या ढगाने स्वत:कडे निराशेने पाहिले. विजेचा पुसट चमत्कारसुद्धा तिथे दिसत नव्हता.

त्याने उत्सुकतेने वर पाहिले. लवकरच आपला स्वर्गात प्रवेश होणार या आनंदात त्याला काळ्या ढगांतल्या त्या दिव्य तेजाचा विसर पडला. थोड्या वेळाने त्याने वळून खाली पाहिले.

काळा ढग कुठेच दिसत नव्हता. धरणी मात्र स्नानमंदिरातून बाहेर पडणाऱ्या तरुणीसारखी दिसत होती, वृक्षलता गुदगुल्या झालेल्या बालकाप्रमाणे हसत होत्या आणि पाखरे झाडावर बसून आपली अंगे झाडीत होती.

पांढरा ढग स्वर्गाच्या दारात जाऊन पोचला. आपल्याला आत सहज प्रवेश मिळेल अशी त्याची कल्पना होती. पण दारावरला रक्षक त्याला आत जाऊ देईना. तो सांगू लागला, 'आत एकच जागा रिकामी होती. पण ती नुकतीच भरली!'

आपल्या मागून येणारे पुष्कळ पांढुरके ढग या पांढऱ्या ढगाने पाहिले होते. तो आठवू लागला. छे! आपल्यापुढे कुणीच नव्हते!

पांढरा ढग भांबावून गेला. त्याने विचारले, 'कुणाला मिळाली ती स्वर्गातली जागा?'

'एका काळ्या ढगाला!' रक्षक उत्तरला.

'काळ्या ढगाला?'

'हो. तापून गेलेल्या पृथ्वीला शांत करण्याकरिता त्याने आपले जीवन सर्वस्व दिलं!' आकाशवाणी झाली.

या गोष्टीत काही तरी गूढ अर्थ आहे असे आक्काला वाटले. पण त्या गूढतेबरोबर तिच्यात रम्यताही होती यात शंका नव्हती.

ती स्वत:शीच हसून म्हणाली, 'आयुष्यही असंच आहे. नाही का? ते गूढ आहे म्हणूनच रम्य आहे!'

झोपाळ्यावर बसून ती विचार करू लागली.

ही कल्पलता कोण बरे असावी?

एखादा पुरुष बाईचे नाव घेऊन लिहीत नसेल ना? विभावरी शिरूरकर प्रकरण मध्ये किती रंगले होते! ही कल्पलता त्या विभावरीसारखीच असेल कुणीतरी!

इतक्यात पलीकडच्या बिऱ्हाडातून रडे ऐकू येऊ लागले. आक्का चटकन्

उठली आणि पुढचे दार उघडून तिने हाक मारली, 'चारू, अरे चारू–'

रडणे अधिकच मोठ्याने ऐकू येऊ लागले.

आक्काने पुढे जाऊन त्या दुसऱ्या बिऱ्हाडाचे दार अर्धवट उघडले.

तिला शब्द ऐकू आले. 'अवलक्षणी कारटं कुठलं! म्हणे मोटार हवी मला! देऊ का आणखी एक रट्टा?'

आक्का हळूच आत गेली. एका चार वर्षांच्या रडून रडून लालेलाल झालेल्या मुलाला तिने चटकन् उचलले आणि रट्टा देण्याच्या पावित्र्यात उभ्या असलेल्या त्याच्या आईकडे न पाहताच ती परत आपल्या खोलीत आली.

मुसमुसणाऱ्या चारूला पोटाशी धरून ती म्हणाली, 'चालुचंद्र म्हणून एक शाना मुलगा आहे!'

हाताने नाक पुशीत चारुचंद्राने उत्तर दिले, 'आई म्हनते तो वेडा आहे!'

'मग चालु काय म्हणतो?'

'मी नाच्यायला लागतो!'

आक्काने आश्चर्याने चारूकडे पाहिले.

कुणी वेडे म्हटल्याबद्दल या चिमुरड्याला इतका आनंद का व्हावा? चारू सांगत होता, 'आज्योबा– नि अभयदादा बोलायला लागले किनई म्हनजे आज्योबा दादाला म्हनतात– तू वेडा आहेस. मला दादा व्हायचंय्, आक्का? म्हणून किनई–'

अभयला चारुचंद्राचे आजोबा वेडे म्हणतात काय?

आक्काने मानेनेच त्यांच्या या विधानाचा निषेध केला. आजोबांना टिळकांचा फार अभिमान! टिळक-आगरकरांबरोबर कोल्हापूर प्रकरणात ते होते म्हणे! त्यांना अभयसारख्या आजच्या तरुणांची मते कशी पटायची? आणि जे त्यांना पटत नाही ते त्यांना वेडेपणाचेच वाटते!

चारुचंद्राने झोपाळ्यावरून उडी मारून टेबलावरचा अंक उचलला, आत कुत्र्या मांजरांची चित्रे नाहीत म्हणून तो फेकून दिला. आक्काकडे चहाची मागणी केली आणि ती वसूल होताच स्वारी समोरच्या कलेशी खेळण्याकरिता निघूनही गेली.

त्याच्या नाचऱ्या पाठमोऱ्या आकृतीकडे पाहता पाहता आक्काला अभयची आठवण झाली. अभयही लहानपणी असाच अवखळ होता. असाच थोडासा बोबडा बोले! पण त्यावेळी तो आपल्याला कसा चिकटून असे! हल्लीचा अभय–

नवी नवी कलमे केल्यावाचून पुरुषांच्या जीवनवृक्षाचा विकास होतच नाही का?

तिने स्वयंपाकघरातल्या कोपऱ्यात ठेवलेल्या घड्याळाकडे पाहिले. साडेपाच वाजून गेले होते! अजून अभयचा पत्ता नव्हता!

आक्काने खिडकी उघडून खूप दूर–अगदी कोपऱ्यापर्यंत पाहिले. अभय कुठेच दिसत नव्हता.

'आज रजा घेतलीय मी' असे सांगून तो दुपारी गेला. तो पोस्टात जाईल आणि पास झाल्याची तार येताच धावत घरी येईल अशी आपली कल्पना होती.

पण तो अजून आला नाही! याचा अर्थ?

तो पुन्हा नापास झाला असेल? की–

बाहेरच्या उतरत्या उन्हात वृद्ध मनुष्याच्या दृष्टीतला उदासपणा दिसत होता. रस्त्यावर फिरायला चाललेले एक जोडपे आक्काला दिसले. त्यातल्या तरुणीने सहज मान वळवून पाहिले. आपला काळेपणा लपविण्याकरिता तिने तोंडाला खूप पावडर फासली आहे हे आक्काच्या चटकन् लक्षात आले. समोरच्या घरात 'प्रीतिविण वेडापिसा' हे गाणे लावले होते. त्यातले 'वेडापिसा वेडापिसा' हे निरनिराळ्या रीतीने आळविलेले शब्द आक्काच्या कानांना कसेसेच वाटले.

तिला वाटले– अभय केव्हा येईल याचा काय नेम आहे? तोपर्यंत त्याच्या निकालाची काळजी करीत बसायचे? त्यापेक्षा पर्वतीला जाऊन यावे, तितकाच वेळ मन दुसऱ्याच गोष्टीत रमेल!

वाटेच्या बाजूला असलेल्या चिंचांच्या झाडाखाली दोन-तीन मुले चिंचांची बोटके पाडून ती मोठ्या आवडीने खात होती आणि आंबट चेहरे करून मिटक्या मारीत होती, हे पाहून आक्काला हसू आल्यावाचून राहिले नाही. तिला वाटले, संसारातली सुखे अशीच आहेत.

पर्वतीच्या पायथ्याशी थोडासा विसावा घेण्याकरिता ती उभी राहिली. आज आपल्याला अगदी गळल्यासारखे का वाटतेय हे तिला कळेना. निम्म्या पायऱ्या चढून गेल्यावर तिला बसावेच लागले. तिच्या मागून चार-पाच मुलांचे एक टोळके येत होते. वानरांप्रमाणे उड्या मारीत येत होती ती सारी!

थोडा विसावा घेऊन ती पुन्हा चढू लागली. वर गेल्यावर देवदर्शन घेऊन ती तटाच्या बाजूला गेली.

रागावलेल्या आईने राग शांत झाल्यावर मुलाला पोटाशी धरून त्याचे पटापट मुके घ्यावेत, त्याप्रमाणे वायुलहरींचे आताचे वागणे वाटत होते. संध्याकाळच्या त्या किंचित पिवळसर उन्हांत पुण्याचा विविध विस्तार मोठा मौजेचा दिसत होता.

आक्का डोळे भरून तो पाहू लागली. तिच्या मनात आले– अभय यावेळी

कुठे बरे असेल?

पलीकडे मघाच्या त्या मुलांत पर्वतीला पायऱ्या किती आहेत याबद्दल कडाक्याचा वाद सुरू झाला होता. वादाचा शेवट पैजेत होणार असे दिसू लागले.

आक्काच्या कानावर मध्येच एक वाक्य पडले, 'मी सांगू किती पायऱ्या आहेत त्या? फार थोड्या आहेत. स्वर्गापर्यंत जाणाऱ्या पायऱ्या हव्या होत्या. म्हणजे-'

आक्काने विस्मयाने वळून त्या बोलणाऱ्या मुलाकडे पाहिले. फार तर अकरा-बारा वर्षांचा असेल तो! पण उजव्या हाताची मूठ पुढे धरून तो मोठ्या ऐटीने आणि वीरश्रीने बोलत होता.

आक्काच्या डोळ्यांपुढे अभय उभा राहिला! बोलण्याच्या रंगात आल्यावर त्यालाही उजव्या हाताची मूठ अशीच पुढे धरून नाचवण्याची सवय होती.

□

नेली कोणी झोप बाळा?

घर जवळ येईपर्यंत आक्काच्या मनात त्या मुलाचे शब्द राहून राहून घुमत होते–

'स्वर्गापर्यंत जाणाऱ्या पायऱ्या हव्या होत्या, म्हणजे–'

म्हणजे काय करणार होता तो?–

त्याचे पुढचे शब्द तिला ऐकू आले नव्हते. पण तो पुढे काय बोलला असावा याची ती पुन: पुन्हा कल्पना करीत होती. स्वर्गापर्यंत जाणाऱ्या पायऱ्या असत्या तर हा मुलगा भराभर त्या चढून गेला असता! नाही का?

पुढे?

स्वर्गाचे दार बंद आहे म्हणून तो परत आला असता? छे! असली मुले फार अवखळ असतात! अभय लहानपणी असेच काहीतरी विचित्र बोलत असे!

त्या मुलाने स्वर्गाचे दार जोराने ठोठावले असते.

मग काय झाले असते?

तिच्या कल्पनेचे पंख इथेच गळून पडले.

स्वत:च्या या स्वैर विचारांचे तिचे तिलाच हसू आले.

कवितेत काहीतरी विलक्षण कल्पना असतात ना? त्या मुलाचे बोलणेही तसेच होते की! ते मनात घोळवून फुलवत बसणे म्हणजे वेडेपणा नाही का?

आज आपल्या मनाला असे झाले आहे तरी काय? हं हं! मघाशी 'दोन मेघ' म्हणून त्या कल्पलतेची गोष्ट वाचली ना आपण? ती आपल्याला आवडली नि तिच्यासारखी आपल्यालाही कल्पना करता येते की काय हे आपण पाहायला लागलो. इतक्यात त्या मुलाचे विचित्र वाक्य आपल्या कानांवर पडले–

तो धागा मिळाला, मग काय? मनुष्य सुताने स्वर्गाला जातो तो असा.

कोपऱ्यावरून आपल्या बिऱ्हाडाकडे वळता वळता हे सारे विचार आक्काच्या मनातून भुर्रकन उडून गेले. तिच्या डोळ्यांपुढे दुसरेच चित्र उभे राहिले.

अभय घरी येऊन आपली वाट पाहत बसला असेल. पास झाल्याची बातमी कळताच तो धावत घरी आला असेल! आपण घरी नाही असे पाहून–

तिला वाटले– आपण पर्वतीला जायला नको होते, तार कोणत्या वेळी येईल याचा काही नेम आहे का?

ती लगबगीने चालू लागली. आपली घाई पाहून रस्त्याने जाणारे दोन म्हातारे आपल्याकडे टकमक पाहत आहेत हे तिच्या लक्षात आले. क्षणभर तिचे पाऊल मंदावले, पण दुसऱ्याच क्षणी ती झपाझप चालू लागली.

घर अगदी जवळ आले. बाहेरून 'अभय' म्हणून मोठ्याने हाक मारावी असे तिला वाटले. इतक्यात समोरच्या घरी बसायला गेलेली चारूची आई परत येत असलेली तिला दिसली.

ती मुकाट्याने आत गेली. तिने उत्सुकतेने दाराकडे पाहिले. दाराला लावलेले कुलूप जसेच्या तसे होते.

कुलूप उघडता उघडता अभय घरी येऊन थोडा वेळ आपली वाट पाहून कुणातरी मित्राकडे... किंवा बहुधा मालेकडे– गेला असेल अशी कल्पना तिच्या मनात येऊन गेली. कुलूप घाईघाईने टेबलावर ठेवून तिने मोठ्या आशेने इकडे तिकडे पाहिले. अभयची चिट्ठी कुठेच नव्हती. मघाचा मासिकाचा अंक तेवढा तिथे पडला होता.

ती खिडकीपाशी जाऊन उभी राहिली. कोपऱ्यापर्यंत दिसणारी माणसे ती न्याहाळीत होती. पण अभयचा भाससुद्धा तिला कोठे झाला नाही. हळूहळू अंधार पडू लागला. समोरच्या बंगल्यातले दिवे लागले. चार-पाच छोटी मुले क्रिकेटचे सामान घेऊन तावातावाने काहीतरी बोलत पलीकडच्या वाड्यात शिरली. आजोबांचे बोट धरून चारू परत येत होता. त्याने हाक मारली 'आक्का!'

अभयचा मात्र कुठेच पत्ता नव्हता! झोपाळ्यावर अंग टाकून तिने डोळे मिटून घेतले. दिवा लावावा अशीसुद्धा तिला इच्छा झाली नाही. तिच्या अंतर्मनातून दोन शब्द पुनः पुन्हा उसळून वर येत होते. पुरुषांची जात– पुरुषांची जात!

वाढत्या वयाबरोबर पुरुष कठोर होत जातो, असा जगाचा नियमच आहे का? लहानपणी आपले वडील आपल्यावर किती माया करीत असत! आदितवारी घरी मुले काही विचारायला आली आणि त्याचवेळी आपण घोडा... घोडा करण्याचा हट्ट धरला तरी ते तो पुरवीत. आपण त्यांच्या पाठीवर बसलो की मुले हसायला लागत. पण त्यांना त्याचे काहीच वाटत नसे. उलट 'चाबूक हवा का विमल?' असे ते हसत हसत विचारीत.

पण तेच दादा पुढे आपल्याला किती कठोरपणाने वागवायला लागले.

आईने सांगितलेले काम आपण केले नाही म्हणून त्यांनी एकदा आपल्याला मरेमरेतो चोप दिला, आपण नव्या नव्या पातळाचा हट्ट धरला की, 'विमलला वेड लागलंय!' असे म्हणून ते गप्प बसत. आणि अर्धांगवायूने अंथरुणाला खिळल्यावर आपण त्यांना भरवीत असू तेव्हा तर ते इतक्या विचित्र दृष्टीने आपल्याकडे पाहत की–

एके दिवशी रात्री आपणाला मध्येच जाग आली. आईचा हुंदका आपल्या कानांवर पडला. आपण कान टवकारून ऐकू लागलो. दादा लुबड्या शब्दांत म्हणाले, 'ही कारटी जन्माला आली नसती तर किती बरं झालं असतं! अभय काय मुलगा आहे! पण–'

दादा गेले. आईसाठी आणि अभयसाठी आपण मोठ्या कष्टाने नर्स झालो. परोपकाराच्या त्या कामात एक दोन वर्षे आपण किती रंगून गेलो होतो. पण चांगल्या गोष्टीचासुद्धा माणसाला लवकर वीट येतो. त्या रातपाळ्या, ते रोग्यांशी कृत्रिम मायेने वागणे, मनातले दुसरे विचार काढून टाकण्याकरिता तो गीतेचा अध्याय वाचणे– सारेच हळूहळू निर्जीव वाटू लागले आपल्याला. आपण लग्न केले तर अभयचे कसे होईल हा प्रश्न वारंवार आपल्या मनात येऊ लागला. पुरुषांशी बोलावे, हसावे, खेळावे असे आपल्याला वाटायला लागले आणि–

पुरुष?

जगातला सारा कठीणपणा एके ठिकाणी घालून देवाने पुरुषाचे मन घडविले असावे!

इस्पितळातली ती रात्र!

कुठेशी मोठी आग लागली होती. त्या आगीत एक लहान मूल सापडले होते. त्याला वाचवण्याकरिता एक तरुणाने आपला जीव धोक्यात घातला. मूल सुरक्षित बाहेर आले पण तो तरुण बराच भाजला होता. त्याला इस्पितळात आणले. सुदैवाने त्याच्या शुश्रूषेचे काम–

सुदैवाने की दुर्दैवाने?

क्षणभर आक्काचे मस्तक सुन्न झाले, मोटारीच्या चाकांतील हवा एकदम निघून जावी तशी तिच्या विचारांची स्थिती झाली. तिने डोळे उघडून पाहिले. खोलीत अंधार आहे असे पाहून तिला बरे वाटले. तिने डोळे मिटून घेतले. तिच्या डोळ्यांपुढे ते इस्पितळातले दृश्य नाचू लागले...

मध्यरात्र उलटून गेली आहे. एक तरुणी एकदम जागी होते. घड्याळाकडे दृष्टी जाताच ती दचकते. औषधाची वेळ तर केव्हाच होऊन गेली होती!

ती हळूच डोस घेऊन रोग्याच्या बिछान्याजवळ येते. भाजलेल्या जागी पट्ट्या बांधल्यामुळे त्याचे तोंड कुणालाही विद्रूप दिसले असते. पण त्यांतील

प्रत्येक पट्टी त्याच्या पराक्रमाची पताका आहे असे त्या तरुणीला वाटत होते. त्याला झोप लागली आहे असे तिला दिसते. औषध देण्याकरिता त्याला उठवावे की उठवू नये या विचारांत ती पडते.

ती परतणार इतक्यात त्याच्या मुद्रेवर हसू दिसू लागते. किती मधुर, किती मोहक! तिला वाटते– तो जागा असून आपली थट्टा करीत आहे. ती हळूच उद्गारते, 'बरं हं!'

त्याच्याकडून काहीच उत्तर येत नाही. आता तिला खरी कल्पना येते– तो स्वप्नात हसत असावा! तिच्या मनात विलक्षण हुरहूर उत्पन्न होते.

त्याला कसले बरे स्वप्न पडत असावे? त्याच्या स्वप्नात आपल्याला जागा मिळेल का?

ती खाली वाकून त्याच्याकडे निरखून पाहते. तो एकदम डोळे उघडतो. तिच्याकडे पाहतो. तो म्हणतो, 'स्वप्नं फार लवकर खरी होतात म्हणायची!'

त्याच्या डोळ्यांतील गोड ओढ तिला ओढू लागते.

मान उचलून दूर होण्याची शक्तीसुद्धा तिला राहत नाही.

किती विचित्र क्षण! जितका विचित्र तितकाच गोड!

आक्काची तंद्री एकदम भंग पावली. तिला वाटले– अभय दार ठोठावीत आहे. झटकन् उठून तिने दिवा लावला. पलीकडच्या बिऱ्हाडात चारू रडत होता! आक्का दार उघडून तिकडे गेली. तिला मायलेकरांचा संवाद ऐकू येऊ लागला.

चारूने गाणे म्हणून मला निजीव असा आईपाशी हट्ट धरला होता. गाणे म्हणायला मी काही सिनेमातली नटी नाही असे आई मुलाला उत्तर देत होती. आक्का दिसताच चारूने आपले रडे आवरते घेतले. त्याला कडेवर घेऊन ती आपल्या बिऱ्हाडी आली.

आक्काच्या मांडीवर डोके ठेवून चारू म्हणाला, 'गानं, गानं!'

'कुठलं गानं म्हणू?'

'लाघुमैना निदल्या–'

आक्का मधुर स्वराने गुणगुणू लागली–

> 'राघूमैना निजल्या वेल्हाळा बाळा
> चिमण्या मोराचा ग का वाजत वाळा?
> तारा या पेंगुळल्या, राईही झोपी जाई
> निजला वारा राजा...'

पुढे शब्द आठवेनात म्हणून आक्का मध्येच थांबली.

पण चारू काही कमी लबाड नव्हता. अर्धवट मिटलेले डोळे उघडून तो म्हणाला, 'शंपलं नाही ते!'

आक्का आठवून म्हणू लागली–

'का अजुनी निजेना मैना?
ही खुदकन् हासे कोणा
का लगबग माझी तारा
ही उघडुनि पाही दारा
झोपे बाई गगनी तारांचा राणा
नथनीं राजाच्या ग का नीज फुलेना?'

चारूच्या डोळ्यांची उघडझाप आक्काला मोठी गंमतीची वाटली. आक्का थांबली असे पाहून तो जड स्वराने म्हणाला, 'एक गम्मत शांगू का तुला?'

'हं!'

चारूला कळाले की माया करणाऱ्यांना आईच म्हणतात.

'तुझं नाव आक्का नाही!'

आक्का हसली.

तिला लडिवाळपणाने मिठी मारून चारू म्हणाला, 'तुझं नाव आई!'

'मग तुझ्या आईचं नाव काय?'

'तिचं नाव आक्का!'

आपल्या या नवीन गंमतीवर खूष होऊन चारूने डोळे मिटून घेतले. हां हां म्हणता त्याला झोप लागली.

चारूच्या या बोलण्याची आक्काला प्रथम मौज वाटली. पण तो निजल्यावर त्याच्या डोक्यावरले केस सारखे करीत आणि मधूनच हसणाऱ्या त्याच्या लाडक्या मुद्रेकडे पाहत ती त्या वाक्यांचा जसजसा विचार करू लागली, तसतसे तिला वाटू लागले...

लहान मुलांच्या विचित्र बोलण्याने आपल्याला हसू येते; पण त्या बोलण्यात कितीतरी खोल अर्थ भरलेला असतो!

चारू वर्षाचा होतो न होतो तोच त्याचा बाप वारला होता. त्याची आई वीस वर्षांचीसुद्धा नव्हती! जमिनीच्या तुटपुंज्या उत्पन्नावर चारूचे आजोबा आपली विधवा सून आणि नातू यांचा सांभाळ करीत होते. एकुलता एक मुलगा म्हणून चारूवर आईचे खूप खूप प्रेम असायला हवे होते, पण नवऱ्याच्या मुळावर आलेले मूल म्हणून तिच्या मनात त्याच्याविषयी विलक्षण अढी उत्पन्न झाली होती. शेजारपाजारच्या सुखवस्तू कुटुंबाकडे पाहून ती मनातून खिन्न होई. आपला

नवरा असता तर आपणही अशाच सुखी झालो असतो या विचाराने ती उद्विग्न होऊन जाई, आपण सुखी असूनही दु:खी आहो– याचा तिला राग येई आणि हा सारा राग ती चिमुकल्या चारूवर काढी.

चारूला जे आईचे प्रेम हवे आहे ते आपल्याकडून मिळत आहे! म्हणून गुलामाने आक्काचे नाव आई आणि आईचे नाव आक्का अशी अदलाबदल करायचे ठरविले असावे.

दार वाजले.

दुपारपासून अभयची वाट पाहून कंटाळून गेलेले आक्काचे मन स्वत:शी म्हणाले, 'चारूची आई आली असेल त्याला न्यायला!'

ती जागेवरून उठली नाही.

दार ढकलून बाहेरची व्यक्ती आत आली. अभयच होता तो!

आक्काने अभयच्या चेहऱ्याकडे पाहिले. फार उल्हसित दिसत होता तो!

ती धावतच पुढे आली.

'पास झालास ना रे?' तिने प्रश्न केला.

खुंटाळ्याच्या एका खुंटीला अभय कोट लावीत होता. हातातला कोट तसाच हातात धरून तो एकदम वळला आणि म्हणाला, 'म्हणजे? तुला कळलं नाही?'

'कोण सांगणार? तू तर आता येतोय्स घरी!'

'मालेला सांगितलं होतं मी! ती आलीच नाही इकडे?' अभयने आश्चर्याने विचारले.

आपण पर्वतीला गेलो होतो तेव्हा माला कदाचित येऊनही गेली असेल असे आक्काला वाटले.

ती म्हणाली, 'तिची माझी चुकामूक झाली असेल, मी पर्वतीला गेले होते.'

'भर दुपारी?'

'दुपारी नाही रे! संध्याकाळी.'

'पण ती तर मला दोन वाजता भेटली होती!' अभयच्या स्वरावरून तो मालेवर रागावला आहे हे उघड दिसत होते.

आक्काला एका गोष्टीचे नवल वाटले. मालेने आपला निरोप कळविला नाही म्हणून अभय तिच्यावर रागावला होता. पण ही आनंदाची गोष्ट सांगायला त्याने स्वत:च यायला नको होते का? आज त्याला शाळासुद्धा नव्हती!

आक्काच्या मनात हे सारे येऊन गेले. पण काही न बोलता तिने अभयच्या हातातला कोट घेऊन तो खुंटीला लावला.

अभयचे लक्ष झोपाळ्यावर निजलेल्या चारूकडे गेले. तो हसून म्हणाला,

'स्वारी इथंच निजली वाटतं?'

'त्याला पोचवून ये, बाबा! नाही तर ती आक्का–'

'आक्का?'

'चारूनं नावं बदलली आहेत आमची! माझं नाव 'आई' ठेवलं आहेन् गुलामानं! आणि आपल्या आईला 'आक्का' म्हणणार आहे स्वारी?'

हसत हसत अभयने चारूला उचलले आणि तो त्याला पोचवण्याकरिता गेला.

आजोबांच्याकडे अभय सहज गेला तरी अर्ध्या तासाच्या आत त्याची कधीच सुटका होत नसे! कुठलाही विषय निघाला तरी त्यात ते टिळकांचा उल्लेख करीत आणि अभयने, 'आता टिळकांचा काळ राहिला नाही!' असे काहीतरी म्हटले की त्याला एक लांबलचक व्याख्यान सुनावीत. आताही तसेच झाले.

आजोबांच्या पुढे कुठले तरी एक साप्ताहिक पडले होते. त्यात सात नोव्हेंबरला कामगारांवर झालेल्या गोळीबाराबद्दल बरीच टीका होती. ती टीका दाखवीत आजोबा म्हणाले, 'वर्तमानपत्रं काढण्यापेक्षा सलून काढावं या लोकांनी!'

अभयने त्या वर्तमानपत्राची बाजू घेतली. गांधींच्या अनुयायांनी तरी शांतता राखण्याकरिता गोळीबार करायला नको होता असे तो म्हणाला.

आजोबा एकदम उसळून म्हणाले, 'या गांधींचं तत्त्वच मुळात चूक आहे. लोकमान्यांनी गीतारहस्यात चक्क सांगितलंय की– शठं प्रति शाठ्यम् असं वागलं पाहिजे. दंगा-धोपा होऊ लागला तर गोळीबार केलाच पाहिजे. प्रत्यक्ष भगवंतांनी अर्जुनाला लढण्याचा सल्ला दिला होता तो काय उगीच? पण अर्जुनाला दुष्ट कौरवांच्या विरुद्ध लढायचं होतं! इथं बिचाऱ्या गरीब मजुरांवर–'

मजुरांना चार शिव्या हासडून आजोबांनी, टिळक असते तर ते या संपाच्या वेळी कसे वागले असते याची अभयला पूर्ण कल्पना आणून दिली.

अभयने त्यांचे भाषण मुकाट्याने ऐकून घेतले. आजोबांच्या तडाख्यातून लवकर सुटका करून घेण्याचा हाच एक मार्ग होता! मात्र आजोबांच्या बिऱ्हाडातून बाहेर पडल्यावर एकदम आपल्या घरात न जाता तो बाहेर आला.

अंधारात चमकणाऱ्या तारका पाहून त्याच्या मनाला जरा बरे वाटले. इतक्यात वाऱ्याच्या झुळकाही समोरच्या बागेत फुललेल्या फुलांचा सुगंध घेऊन आल्या.

तारका आणि फुलं!

तारकांना सुगंध नाही; पण तेज आहे!

फुलांना सुगंध आहे; पण तेज नाही.

अभयला लगेच स्वतःच्या या कल्पनांचे हसू आले. दुपारच्या संभाषणातले

एक वाक्य त्याला तत्काळ आठवले– 'आता कविता नको; क्रांती हवी!'

तो घरात परत आला. आक्काचा भात शिजत आला होता. अभयने दोन पाट घेऊन ते जवळ जवळ मांडले. भिंतीला लावलेल्या ताटांना त्याने हात लावला. इतक्यात आक्काचे लक्ष त्याच्याकडे गेले. तिने उठून त्याचा हात धरला.

'ताटं-बिटं काढायची नाहीत हं आता!'

'का?'

'आता मोठा वकील होणार आहेस तू! असली कामं करायला वेळ तरी मिळेल का तुला?'

अभय नुसता हसला. अभयचा पहिला भात काही केल्या लवकर संपेना.

आक्काने विचारले, 'आज मेजवानी होती वाटतं कुठं?'

'हं!'

'कुणाकडे?'

'एका स्नेह्यांकडे!'

अभयने आक्काकडे पाहिले. तिच्या दृष्टीचा अर्थ त्याला पुरेपूर कळला. ती म्हणत होती– परीक्षा पास झाल्याच्या आनंदात, स्नेह्यांच्या सहवासाच्या आनंदात तू बहिणीला विसरलास.

अभय मुद्दाम म्हणाला, 'इथं नव्हती ती मेजवानी, आक्का!'

'मग कुठं? मुंबईला?'

'अं हं! खडकीला!'

'खडकीला कोण आहे तुझ्या ओळखीचं?'

'एक हॉटेलवाला!'

अभय हसला म्हणून आक्काही हसली. पण अभयच्या बोलण्यामागे काहीतरी रहस्य लपले आहे अशी तिची खात्री झाली. आक्काच्या मनाचा गोंधळ अभयला जाणवला. त्याने दुपारची सारी हकीकत तिला सांगितली.

आज त्याने रजा घेतली होती ती परीक्षेचा निकाल होता म्हणून नव्हे! तर त्याने आणि त्याच्या आठ-दहा स्नेह्यांनी मिळून जे मित्रमंडळ गतवर्षी काढले होते, त्याचा वाढदिवस साजरा करायचा होता म्हणून!

या वाढदिवसासाठी पाहुणा म्हणून एक संयुक्त प्रांतातला युवक कुणाच्या तरी ओळखीने आला होता. तो स्पेनच्या रणभूमीवर लढला होता. रशियात काही महिने राहिला होता. जर्मनी आणि इटली यांच्या अंतरंगाविषयीही त्याला प्रत्यक्ष माहिती होती. बैठक कुणाच्या घरी भरवली तरी हवा तितका वेळ हव्या त्या विषयांची चर्चा करता येणार नाही म्हणून सर्वांनी ती खडकीला भरवायचे ठरविले.

आपल्यासाठी सर्वांचा खोळंबा होऊ नये म्हणून अभय निकालाची अधिक वाट न पाहताच पोस्ट ऑफिसातून परस्पर जायला निघाला होता. इतक्यात त्याची तार आली. ती घरी आक्काकडे पाठवायचा विचार करीत असतानाच त्याला माला भेटली. मालेकडे निरोप देऊन तो खडकीला गेला होता.

अभयची हकीकत संपल्यावर आक्का म्हणाली, 'आत्ता माझ्या जिवात जीव आला, बाबा!'

'म्हणजे? मी कुठं पळून-बिळून तर गेलो असं वाटलं की काय तुला?'

'तसं नाही रे! मला वाटलं– तार आली नाही म्हणून तू एकटाच कुठंतरी दूर फिरायला गेला असशील–'

'आणि पोटभर हवा खाऊन परत येशील!'

'पुरुष साऱ्याच गोष्टी थट्टेवारी नेतात! पण बायकांना–'

आक्काला काय सांगायचे हे काही केल्या अभयच्या लक्षात येईना.

शेवटी तीच म्हणाली, 'अपरात्री एकट्यानं फिरणं सुरक्षित नाही हल्ली. मागं पर्वतीच्या पायथ्याशी एकावर हल्ला झाला होता, परवा लॉ कॉलेजकडं–'

अभयच्या चेहऱ्यावर हास्याची रेषा चमकून गेली.

आक्का त्याला म्हणाली, 'खूप उशीर झालाय! नीज जा आता!'

पाठमोऱ्या अभयला आक्काचे शब्द ऐकू आले– 'आज आई असायला हवी होती!'

स्वयंपाकघरात खणकन् काहीतरी आवाज झाला म्हणून आक्का उठली. आत जाऊन तिने पाहिले. एका चोरट्या मांजराने लोखंडी घडवंचीवरला डबा खाली पाडला होता.

मांजराला हाकून आक्काने खिडकी लावली. मात्र खोलीत आल्याबरोबर तिला आश्चर्य वाटले. अभयच्या खोलीत दिवा नव्हता. पण या खोलीतला प्रकाश त्याच्या अंथरुणाच्या मधल्या भागावर पडला होता. अभय काही अंथरुणावर नव्हता!

कुठे गेला हा?

आक्का हळूच त्याच्या खोलीत गेली. चांदण्याच्या मंद प्रकाशात असलेली ती आकृती–

अभयच होता तो! त्याच्याजवळ जाऊन त्याच्या खांद्यावर प्रेमळपणाने तिने आपला हात ठेवला. अभयने मागे वळून पाहिले. तो हसत होता.

'का रे हसलास?'

'उगीच!'

'उगीच? अशी फसायला मी काही चारू नाही! खरं सांग! माझ्या गळ्याची शपथ–'

खो खो करून हसत अभय म्हणाला, 'गळ्याची शपथ घेतल्याबरोबर घाबरून जायला मीही काही चारू नाही!'

दोघेही मनापासून हसली. हसण्याचा भर ओसरल्यावर आक्का म्हणाली, 'सांग ना काय झालं हसायला ते?'

अभय स्तब्धच राहिला.

आक्का हसत हसत म्हणाली, 'म्हातारीनं कोंबडं झाकून ठेवलं तरी– मी सांगू आज तुला झोप का आली नाही ती?'

'का?'

'पास झाल्याच्या आनंदानं!'

अभयने नकारार्थी मान हलविली.

'मालेच्या नावाचा जप करीत बसला असशील!'

'आता खरं सांगायलाच हवं तुला! नाही तर वाटेल ते तर्क करीत बसशील तूच!'

आक्का उत्सुकतेने अभयकडे पाहू लागली.

अभय सांगू लागला– 'आज बोलून बोलून तोंड दुखायला लागलं होतं बघ. केव्हा एकदा अंथरुणावर पडतो असं झालं होतं. स्वयंपाकघरातून आलो तो सुपारीचं खांड तोंडात टाकण्याकरिता टेबलाकडे गेलो. तिथं मासिकाचा अंक पडला होता. सहज तो उघडला. एक लहान गोष्ट दिसली, गमतीनं ती वाचली–'

' 'दोन मेघ' ही ना?

'हो. तूही वाचलीस का ती? चांगली आहे, नाही? याच मासिकाच्या कुठल्या तरी मागल्या अंकात या कल्पलतेची गोष्ट आली होती. त्या वेळी वाचली नव्हती ती मी. पण ही गोष्ट वाचल्यावर मोठी चुटपूट लागली मनाला. तो अंक शोधून काढला, ती गोष्ट वाचली नि मग दिवा मालवून अंथरुणावर पडलो; पण ती दुसरी गोष्ट एकसारखी मनात घोळू लागली. ती गोष्ट, दुपारी त्या परदेशी जाऊन आलेल्या माणसाशी झालेला वादविवाद–'

दिवा लावून आक्का टेबलाकडे गेली. दुपारी आलेल्या मासिकाचा एक जुना अंक तिथे पडला होता. उत्सुकतेने तिने तो अंक उचलला, लेखाची अनुक्रमणिका चाळली, 'कल्पलता' या नावावर नजर जाताच त्याच्या पुढले पृष्ठ पाहिले आणि घाईघाईने ते उघडून ती वाचू लागली...

'घरटे आणि धरणीकंप'

आक्काला मोठे विचित्र नाव वाटले हे! पण जी गोष्ट अभयला आवडली, ज्या गोष्टीने त्याची झोप नाहीशी केली, तिच्यात काहीतरी विशेष असले पाहिजे या समजुतीने ती वाचू लागली...

फार जुने झाड होते ते!

नुकत्याच उडू लागलेल्या त्या चिमण्या पाखरांच्या कित्येक पिढ्या त्याच झाडावर आपले घरटे बांधीत आल्या होत्या. त्या झाडाने अनेक वावटळींना तोंड दिले होते, कितीतरी वादळे पाहिली होती. पण त्याच्यावरले एकसुद्धा घरटे कधी मोडून पडले नव्हते.

एके दिवशी ते झाड थरथर कापू लागले. त्या चिमण्या पाखरांच्या आईला वाटले– बाहेर वादळ सुरू झाले आहे.

आई पिलाला आत ओढीत म्हणाली, 'कुठली तरी वावटळ असेल, झोप तू!'

आईच्या स्पर्शाचा मधुर आनंद आज त्याला नकोसा झाला!

पुन्हा त्याने बाहेर डोकावून पाहिले.

झाड अधिकच हलू लागले होते. जणू काही धरणीमातेवर कुणीतरी एक प्रचंड चवरी फिरवीत होते. चिमणे पाखरू पाहू लागले– वावटळीचे एकही लक्षण दिसत नव्हते.

हां हां म्हणता भोवतालची मंदिरे कोसळू लागली– देवालये, राजवाडे– धाड-धाड-धाड-

'आई-आई-आई ग-'

ते भयंकर आवाज कानांवर पडताच ते पाखरू आईला घरट्याबाहेर ओढू लागले.

आई त्याला परत घरट्यात ओढू लागली.

पिलू म्हणत होते– 'आई, ही वावटळ नाही, हे वादळ नाही– हा धरणीकंप आहे!'

आई सांगत होती– 'बाळ, आपलं झाड फार जुनं आहे. असले खूप धरणीकंप पाहिले आहेत त्याने!'

घरट्याच्या तोंडावर एकमेकांवर प्राणापेक्षाही प्रेम करणारे ते दोन जीव भांडू लागले.

आई म्हणे– 'बाळ कसला धरणीकंप घेऊन बसलास? बाहेर प्रलय सुरू झाला आहे. घरट्याला चिकटून राहिलो तरच आपले प्राण वाचतील. हे जुनं झाड मोठं खंबीर आहे!'

पिलू म्हणे– 'आई, धरणीकंपाची कल्पना नाही तुला! घरट्याबाहेर पडलो तरच आपले प्राण वाचतील. या जुन्या झाडाचा काही नेम नाही आता!'

पिलाने आईला जवळ जवळ घरट्याबाहेर ढकलले. इतक्यात त्याला दूर लोटून ती रागाने आत आली.

तिच्या धक्क्याने ते पिलू घरट्याबाहेर पडले.

कानठाळ्या बसविणारा एक प्रचंड आवाज झाला–

कड-कड-कड- काड-काड-काड-

तो जुना वृक्ष मुळासकट उन्मळून पडला होता!

ते चिमणे पाखरू आईला शोधण्याकरिता त्या वृक्षाभोवती घिरट्या घालू लागले.

'दोन मेघां'प्रमाणे याही गोष्टीत काहीतरी विचित्र गूढरम्यता आहे असे आक्काला वाटले.

ती अभयला म्हणाली, 'ही गोष्ट वाचून हसत होतास तू?'

'गोष्ट वाचून नाही; चांदणं पाहून! मी खिडकीपाशी जाऊन उभा राहिलो तेव्हा जिकडे तिकडे अंधार पसरला होता. त्या अंधाराकडे पाहून मन कसे गुदमरायला लागले. पृथ्वीच्या हृदयावर कुणीतरी काळ्या फत्तरांच्या राशीच्या राशी ठेवल्या आहेत असं वाटायला लागलं मला! पण लगेच चंद्र उगवला. अर्ध्या घटकेत साऱ्या फत्तरांची फुलं झाली!'

'खूप दिवसांनी तुझी कविता मिळणार म्हणायची वाचायला!'

अभय हसून म्हणाला, 'तीन-चार वर्षांपूर्वी असं काही सुंदर पाहिलं की मला कवितेच्या ओळी सुचू लागत. पण मघाशी मात्र–'

'मघाशी काय सुचलं?'

'मला वाटलं– आजच्या आपल्या समाजात अंधाराचं असंच राज्य आहे! पण उद्या क्रांती झाल्यावर–'

अभयने आपल्या अंथरुणापर्यंत येऊन पोचलेल्या सुंदर चांदण्याकडे मोठ्या कौतुकाने पाहिले.

क्रांती ही वणव्यासारखी असते असे आक्काने अनेकदा वाचले होते!

तिला अभयच्या बोलण्याचा, पाहण्याचा, कशाचाच अर्थ कळेना.

ती त्याच्याजवळ जाऊन म्हणाली, 'आजपर्यंत अभ्यासासाठी दोन दोन वाजेपर्यंत जागत होतास. आता– चल, पड पाहू अंथरुणावर!'

अभय मुकाट्याने अंथरुणावर जाऊन बसला.

'ऊं हूं! बसायचं नाही!'

अभय आडवा झाला.

'डोळे मिटून घ्यायचे!'

'आता तू अंगाई गीत म्हणायचंच काय ते राहिलंय!' अभय डोळे मिटून घेत म्हणाला.

आक्का त्याच्याजवळ येऊन बसली. तिच्या मनात आले– अभय कितीही मोठा झाला तरी आपला धाकटा भाऊच आहे! रात्री चारूला आपण गाणे म्हणून निजवले नाही का? अभयला झोप येईपर्यंत त्याच्याजवळ बसून आपण एखादे गाणे म्हणायला काय हरकत आहे?

कुठले बरे गाणे म्हणावे?

'*राघू मैना निजल्या–*'

छे! ते ऐकून चारू झोपी जातो. पण अभय?

राघूमैना निजल्या–

कल्पलतेची ती दुसरी गोष्ट आक्काला आठवली. त्या गोष्टीतले ते लहान पाखरू– त्याची ती आई– राघूमैना निजल्या! धरणीकंपात त्या कशा निजणार?

तिचे मन म्हणाले– 'किती भयंकर गोष्ट आहे ती! एखादा पुरुषच आपल्या बायकोच्या नावाने त्या गोष्टी लिहीत असेल.'

तिने अभयच्या डोक्यावर सहज हात ठेवला.

अगदी कढत झाले होते त्याचे कपाळ!

आक्काला दुसरेच अंगाईगीत आठवले–

> *अंगाई– पुरे चाळा!*
> *नेली कोणी झोप बाळा?*
> *लाविता तीट ना*
> *झोपला चंद्रमा*
> *अंगाई– पुरे चाळा!*

□

दोन नावे

❖❖❖❖❖❖❖❖

सात वाजले तरी अभय जागा झाला नाही हे पाहून आक्काला आश्चर्य वाटले. अभय कितीही उशिरा झोपला तरी दिवस उजाडल्यावर त्याला सहसा झोप येत नसे. स्टोव्ह पेटवून चहा करावा, तोपर्यंत अभय जागा होईल, असे तिच्या मनात आले; पण काकडा स्पिरिटमध्ये बुडवता बुडवता तिला वाटले– अभयची झोप अगदी हलकी आहे. स्टोव्हच्या आवाजानेसुद्धा तो जागा होईल–

भिजलेला काकडा स्टोव्हला तसाच अडकवून ठेवून ती परत अभय निजला होता तिथे आली. झोपलेल्या अभयकडे पाहता पाहता तिचे हृदय भरून आले.

त्याची मुद्रा एखाद्या लहान मुलासारखी दिसत होती. त्याने पहाटे अंगावर पांघरूण ओढले असावे. पण पांघरुणातही निजलेली व्यक्ती चांगली उंच आहे आणि तिचे हाडपेर मजबूत आहे हे कोणाच्याही लक्षात आले असते. आक्काच्या मनातही तेच आले. तिला लहानपणचा नाजूक अभय आठवला.

लहानपणी अभय वरचेवर आजारी पडल्यामुळे त्याचा नंबर खाली जाई. आडदांड मुले त्याला धाकदपटशा देत आणि मग रडता रडता अगदी पुरेवाट होई त्याची!

शेवटी अभयने शरीर कमवायचे ठरविले.

त्याचे ते पहाटेचे उठणे– ते नमस्कार– ती आसने– सारे सारे आक्काला आठवले. प्रकृती सुधारल्यावर तो म्हणाला होता– 'नाजूक माणसांना या जगात जागा नाही! त्यांच्याकरिता जागा रिझर्व्ह करून ठेवलेल्या असतात! पण त्या परलोकांत!'

वाऱ्याबरोबर भुरुभुरू उडणाऱ्या अभयच्या केसांकडे आक्काचे लक्ष गेले. लहानपणी कुणा वात्रट मुलाने हळूच कात्रीने शेंडी कापली तेव्हा अभय अगदी ओक्साबोक्सी रडला होता! आणि परवा तोच अभय केस कापून घेणाऱ्या कॉलेजातल्या एका मुलीचे वकीलपत्र घेऊन चारूच्या आजोबांशी भांडत होता.

अभयचे केस विपुल आणि काळेकुळकुळीत होते. पण केसांना तेल लावणे मात्र त्याच्या अगदी जिवावर येई. मग भांग पाडणे तर दूरच राहिले.

आक्का आपल्या या विचारतंद्रीत गुंग असतानाच अभय एकदम ओरडला, 'अरे बाप रे!'

'काय रे?'

अभयने टेबलाकडे बोट दाखवले. आक्काने तिकडे पाहिले. पण टेबलावरची कुठली वस्तू पाहून अभय एवढा दचकला हे काही केल्या तिच्या लक्षात येईना. तिने अभयकडे वळून पाहिले. अभय उद्‌गारला, 'तो-तो डोंगर बघून माझी छातीच हबकली!'

टेबलावरल्या एक्झरसाईज बुकांच्या राशीकडे अभय पाहत होता. एखाद्या लहान मुलाने हत्तीसारखा प्रचंड प्राणी पाहिला की त्याच्या मुद्रेवर जो आश्चर्याचा भाव दिसतो, तोच अभयच्या चर्येवरही प्रतिबिंबित झाला होता.

अंगावरले पांघरूण झटकून उठता उठता अभय म्हणाला, 'आमच्या सासूबाई येणार आहेत पुढल्या आठवड्यात!'

'सासूबाई?'

'हो सासूबाई! हेडमास्तरांनी इन्स्पेक्टराला ठेवलेलं नाव आहे ते! हा ढीग तपासून व्हायला हवा तोपर्यंत!'

अभय वळकटी गुंडाळण्याकरिता खाली वाकला, तोच आक्का पुढे होऊन ती गुंडाळू लागली.

अभय म्हणाला, 'असले लाड बरे नव्हेत हं, आक्का!'

'उद्या वकील झाल्यावर काय तूच आपलं अंथरुण गुंडाळीत बसणार?'

'वकिलांना हल्ली कोर्टात कामं मिळताहेत कुठं? तेव्हा असलं काही तरी करायलाच हवं त्यांना! काही काही ठिकाणी वकील मोटारएजंट व्हायला लागले आहेत! आहेस कुठं तू आक्का!'

'बरं बरं! तोंड धू जा आधी.'

आपल्या बुद्धिमान भावाने, थट्टेने का होईना, स्वतःला मोटार-एजंटांच्या पंक्तीत बसवावे, हे आक्काला मुळीच रुचले नाही.

चहा पिता पिता अभय आक्काला म्हणाला, 'मालेची शिकवणी सोडावी म्हणतो आता!'

'बराच लबाड आहेस की रे!'

'लबाड?'

'नाही तर काय? आता मी वकील होणार आणि मालेशी लग्न करणार, असं सरळ सांगायचं सोडून–'

'तुम्हा बायकांना लग्नाखेरीज दुसरं काही सुचत नाही का ग?'

अभयच्या तोंडून ते शब्द बाहेर पडेपर्यंत तो हसत आक्काकडे पाहत होता. पण लगेच तो गंभीर झाला. मान वळवून तो दुसरीकडे पाहू लागला, आपल्या तोंडातून हे शब्द जायला नको होते असे त्याला वाटले.

लग्नाशिवाय बायकांना काही सुचतच नाही असे आपण म्हटले, पण आक्का अविवाहित राहिली म्हणूनच आपले संरक्षण झाले नि शिक्षण होऊ शकले. आक्का नसती किंवा लग्न होऊन दूर गेली असती तर आयुष्याच्या प्रात:काळात जे कोवळे ऊबदार ऊन आपल्याला मिळाले ते कधीही मिळाले नसते. पायाला चटके बसत असतानाच आपल्या आयुष्याच्या प्रवासाचा आरंभ करावा लागला असता!

'काहीतरीच बोललो हं मी!' असे दृष्टीने म्हणत अभय बाहेर गेला. टेबलावरच्या वह्यांचा गठ्ठा त्याने अलीकडे ओढला.

पण हेडमास्तरांच्या सासूबाईच्या भीतीने जे काम तो झटपट संपवून टाकणार होता, त्याला त्याचा हातच लागू नये असा विधिसंकेत होता.

तांबड्या शाईची दौत जवळ घेऊन अभयने मान खाली केली न केली तोच बाहेरून हाक आली, 'अभय, ए अभय–'

अभयने स्वर ओळखला– मोतीराम मणेरीकर! स्वारी बहुधा पेढे मागायला आली असावी! कुणी ओळखीचा मनुष्य पास झाला की त्याच्याकडे पेढे मागायचे आणि पाठीवर शेपटा सोडलेली जराशी बरी पोरगी दिसली की तिची ओळख करून घ्यायची, हाच धंदा मोतीराम गेली दोन वर्षे करीत होता.

क्षणमात्र त्या हाकेला ओ देऊ नये असे अभयला वाटले. पण लगेच त्याच्या मनात आले– ही पीडा काही सुखासुखी परत जाणार नाही. एक वेळ सी.आय.डी.च्या माणसाला चुकवता येईल! पण मोतीराम मणेरीकराच्या हातावर तुरी देणे ब्रह्मदेवाच्या बापालासुद्धा साधणार नाही.

एका मुलीची ओळख करून घेण्याकरिता तो दहा वेळा तिच्या बंगल्यावर गेला होता. बिचारी घरात असूनही नसल्याचे सोंग करी! 'तिच्या घरी जायचा अजून कसा रे तुला कंटाळा आला नाही?' असे कुणीतरी विचारताच वीर मोतीराम उत्तरला होता, 'महंमद गझनीनं हिंदुस्थानावर सतरा स्वाऱ्या केल्या होत्या. मी तिच्या बंगल्यावर अठरा स्वाऱ्या करणार आहे!'

या एकपूर्णांक एकसतरांश महंमद गझनीला केव्हा तरी चहा दिल्यावाचून सुटका नाही हे उघड होते. अभय उठला आणि दरवाजा उघडण्याकरिता गेला.

दरवाजा उघडता उघडता त्याच्या डोळ्यांपुढे मोतीरामची मूर्ती उभी राहिली. डाव्या खाकेत चार पाच वर्तमानपत्रे, उजव्या हातात दोन-तीन जाड पुस्तके

आणि बरोबर एखादी पोरगी, असा त्याचा नेहमीचा सरंजाम असे.

दरवाजा उघडताच अभयला जे हसू आले ते आपल्या कल्पनेतील मूर्ती जशीच्या तशी समोर उभी असलेली पाहून! सकाळ-संध्याकाळ खरवडून दाढी केल्यामुळे काळसर हिरवट दिसणारे ते मोतीरामचे जाड ओठ, जुन्या बाजारात विकत घेतल्यामुळे असो अथवा पेशवाईतल्या शिंप्याकडून शिवून घेतल्यामुळे असो, अगदी गबाळ दिसणारा तो त्याचा सूट–

बी.ए.च्या वर्गात हाच मोतीराम आपला प्रतिस्पर्धी होता, हे आठवून अभयच्या मनात त्याच्याविषयी एक प्रकारची कीव उत्पन्न झाली. मोतीरामने पुढे केलेला हात त्याने हस्तांदोलनाकरिता हातात घेतला, तेव्हा अगदी सकाळी त्याच्या हाताचे तळवे घामाने ओले का व्हावेत, हे काही केल्या त्याच्या लक्षात येईना.

अभयच्या खोलीत दोनच खुर्च्या होत्या. मोतीरामने आपल्या बरोबरीच्या मुलीपुढे एक खुर्ची केली आणि दुसरी स्वत:च पटकावली! खुर्चीवर बसता बसता तो म्हणाला, 'अगदीच सनातनी आहेस तू, अभय! सोशॅलिझमची एवढी पुस्तकं वाचतोस आणि घरात चार खुर्च्यासुद्धा ठेवीत नाहीस! संस्कृतीसंरक्षक मंडळाचा सभासद झालाय्स की काय हल्ली?'

आपण मोठा विनोद केला या कल्पनेने मोतीरामाने हसत त्या मुलीकडे पाहिले. ती एखाद्या पुतळीप्रमाणे स्तब्ध बसली होती.

झोपाळ्यावर बसता बसता अभय म्हणाला, 'मोतीराम, माझ्यापेक्षा तूच सनातनी आहेस!'

'मी नि सनातनी? गृहस्था, एखाद्या आजीबाईचं देवदर्शन चुकेल, पण माझी 'लकी'तली हजेरी चुकणार नाही कधी! तिथं काही भेंड्याची भाजी खायला जात नाही कुणी!' मोतीरामने स्वत:च्या विनोदाचे कौतुक करण्याकरिता पुन्हा हास्य केले. पण त्या मुलीच्या मुद्रेवर स्मिताची रेषासुद्धा उमटली नाही.

अभयला आश्चर्य वाटले. मोतीराम आपल्या मैत्रिणी म्हणून ज्या मुलींची वारंवार ओळख करून देत असे, त्यापैकी बहुतेक असल्या विनोदावर निहायत खूष असलेल्या दिसत!

लहानसा झोका घेत अभय म्हणाला, 'हे पाहा मोतीराम, सुधारणा खाण्यापिण्यात, पोशाखात, बैठकीत नि असल्याच गोष्टींत असली तर मीसुद्धा तुझ्यापेक्षा मोठा सुधारक आहे!'

नेकटायचे टोक दातांनी कुरतडीत मोतीरामने प्रश्न केला, 'ते कसं काय बुवा?'

जोराचा झोका घेत अभय म्हणाला, 'तुझी खुर्ची काय जागच्याजागी बसली आहे. पण माझा झोपाळा– हा पाहा कसा पुढं जातोय तो!'

आता मात्र ती मुलगी हसली.

थोडेसे हसताच तिच्या उजव्या गालाला खळी पडते हे अभयच्या लक्षात आले. त्या खळीची त्याला मोठी मौज वाटली. लहानपणी पाण्यातले लहान लहान भोवरे पाहताना त्याला असाच आनंद होत असे.

अभयच्या बोलण्याला मोतीराम काहीतरी उत्तर देईल अशी त्या मुलीची कल्पना असावी! तिने त्याच्याकडे मोठ्या उत्सुकतेने पाहिले. पण त्याने आपल्या जवळचा एक जाडाजुडा ग्रंथ चाळायला सुरुवात केली होती. अभयच्या तोंडावर तो त्यातला एखादा लांबलचक उतारा फेकणार होता की काय कुणाला ठाऊक!

हातांच्या बोटांची चाळवाचाळव करीत ती मुलगी अभयकडे वळून म्हणाली, 'खुर्चीवर बसलेल्या माणसाइतकीच झोपाळ्यावर बसलेली माणसंही सनातनी असतात!'

तिच्या धिटाईचे कौतुक वाटून अभयने हसत विचारले, 'ती कशी?'

'झोपाळा हालचाल करतो हे खरं! पण तो जितका पुढं जातो, तितकाच मागं येतो. त्याच्यावर बसलेल्या माणसांची काही खरी प्रगती होत नाही!'

बोलताना ती मुलगी बिलकूल अडखळली नाही! मात्र बोलणे संपताच अभयवरली आपली दृष्टी टेबलामागे असलेल्या महात्मा गांधींच्या फोटोकडे तिने वळविली.

'प्रगती म्हणजे काय?' हा प्रश्न विचारून तिला अडवून पाहावे, असा विचार अभयच्या मनात येऊन गेला. पण स्वत:च्या शाब्दिक पराजयापेक्षा त्या मुलीच्या चतुर उत्तराचे कौतुक त्याला अधिक वाटले. तो तिच्याकडे निरखून पाहू लागला.

तिचा वर्ण काळा सावळाच होता, पण आपला काळेपणा लपविण्याकरिता पुष्कळ मुली चेहऱ्याची जी रंगरंगोटी करतात ती तिने मुळीच केली नव्हती. उन्हाने, वाऱ्याने आणि घामाने असल्या गिलाव्यांतला काही भाग उडून गेल्यावर मुलींचे चेहरे चुना निखळलेल्या भिंतीसारखे विद्रूप दिसतात हे अभयने पाहिले होते. मालेसारखी सुंदर मुलगीसुद्धा नुसते फिरायला जायचे असले तरी रंगपटातल्या नटीप्रमाणे किती तरी वेळ नटत बसते, हाही अनुभव त्याला होता. त्यामुळे आपल्या स्वरूपाला मुलामा देण्याच्या फंदात न पडणाऱ्या या मुलीत काहीतरी असामान्य असले पाहिजे असे त्याला वाटले.

अभय स्तब्ध बसलेला दिसताच ती परत त्याच्याकडे पाहू लागली. अभयला वाटले– गालातल्या गालात ती हसतही असावी! तिच्या उजव्या गालावर पुन्हा खळी दिसू लागली होती. तिचे नाक थोडेसे नकटे आहे, कपाळही किंचित पुरुषी थाटाचे आहे, हे अभयच्या लक्षात यायला वेळ लागला नाही. मात्र तिच्या केसांतली पिंगट झाक त्याला मोहक वाटली नि तिचे डोळे–

अभय मनात म्हणाला, 'She is all eyes' कुठल्या तरी इंग्लिश कादंबरीतल्या नायिकेचे वर्णन वाचताना हे वाक्य त्याला मौजेचे वाटले होते. त्या वेळी नायिकेची मूर्ती मात्र त्याच्या डोळ्यांपुढे मुळीच उभी राहिली नव्हती. ती नायिका

आता आपल्यापुढे मूर्तिमंत बसली आहे असा त्याला भास झाला. त्याचे मन त्या कादंबरीतल्या नायिकेचा स्वभाव कसा आहे याबद्दल विचारसुद्धा करू लागले असते–

पण मोतीराम हातातला जाड ग्रंथ दाखवीत म्हणाला, 'काय सुंदर पुस्तक आहे!'

पुस्तक न वाचताच त्याला सुंदर म्हणण्याची मोतीरामची हातोटी अभयला अपरिचित नव्हती. त्याने त्या पुस्तकाच्या नावाचीसुद्धा चौकशी केली नाही. तो टेबलावरल्या चोपड्यांच्या ढिगाकडे पाहू लागला.

मोतीरामने आपले वक्तव्य सुरू केले– 'अभय, परीक्षेची फीस्ट मिळायला हवी हं!'

'अलबत! आमची आक्का इतका सुंदर स्वयंपाक करते की–'

'परीक्षेची फीस्ट म्हणजे काही श्राद्धपक्ष आहे वाटतं? आपण नाही बुवा घरी जेवायला तयार! इराणी लोक आपली मातृभूमी सोडून या पवित्र देशात आले आहेत, कोपऱ्या कोपऱ्यावर आपल्याकरिता त्यांनी दुकानं थाटली आहेत! त्यांच्या स्वार्थत्यागाचं चीज आपण अवश्य केले पाहिजे. फीस्ट कँपातच झाली पाहिजे!'

अभय मध्येच म्हणाला, 'माझ्या घरचं जेवण ज्यांना आवडेल त्यांनी यावं, ज्यांना आवडणार नाही त्यांना काही मी आग्रहानं ओढून आणणार नाही!'

हे उत्तर ऐकून मोतीराम जरा सरकलाच. विषय बदलण्याच्या हेतूने तो म्हणाला, 'फीस्टचं मग ठरवू! आधी यांचं काम तर करून टाक!'

अभयने त्या मुलीकडे पाहिले.

'मी तिकिटं खपवायला आले आहे!' ती म्हणाली.

'कसली?'

'नाटकाची! आमच्या शाळेच्या मदतीसाठी नाटक करतोय आम्ही!'

'कुठलं?'

'सोन्याचा कळस!'

'त्या नाटकात 'बिजली'चं काम या स्वत: करणार आहेत!' मोतीराम मध्येच म्हणाला.

अभय स्तब्ध राहिलेला पाहून मोतीरामने प्रश्न केला, 'नायकाचं काम कोण करणार आहे, ठाऊक आहे का?'

'कोण? तू करणार असलास तर आपण एकसुद्धा तिकीट विकत घ्यायला तयार नाही!'

अभयची थट्टा मोतीरामला चांगलीच झोंबली! पण त्या चिमट्याने आपल्याला जणू काही गुदगुल्या झाल्या असे दाखवीत तो म्हणाला, 'यांचा थोरला भाऊ विठू 'कृष्णा' होणार आहे.'

'काय करतात ते?'

'महिन्यापूर्वी विलायतेहून आले आहेत! फोटोसुद्धा आला होता त्यांचा वर्तमानपत्रांत– कांचन कुलकर्णी!'

आपल्यासमोर बसलेली मुलगी श्रीमंत असून तिचे आडनाव कुलकर्णी आहे हे आता अभयला कळले!

त्याचे जागृत कुतूहल म्हणत होते– या मुलीचे नाव काय बरे असावे? हा मोतीराम सूट घालून मिरवतो! पण एखाद्याच्या घरी कुणाला घेऊन गेले तर आधी पाहुण्यांची ओळख करून द्यायला हवी, ही साधी गोष्टसुद्धा बिचाऱ्याला कळत नाही.

अभय त्या मुलीला म्हणाला, 'खुर्चीची दोन तिकिटं द्या!'

'एक तुझं नि एक मालेचं वाटतं?' मोतीरामने हसत विचारले.

'अं हं? एक माझं नि दुसरं आक्काचं!'

ती मुलगी तिकिटे फाडू लागली.

इतक्यात आक्का एका लाकडी ट्रेमध्ये चहाचे तीन पेले घेऊन बाहेर आली. तिच्या हातातून ट्रे घेत अभय म्हणाला, 'बैस ना आक्का!'

आक्का झोपाळ्यावर बसली. अभयने एक पेला त्या मुलीच्या हातात दिला. दुसरा मोतीरामला देऊन झोपाळ्यावर बसण्याकरिता वळला–

पण आपल्याला झोपाळ्यावर बसणे शक्य नाही असे त्याला आढळून आले. त्याची पाठ वळली असताना ती मुलगी हळूच खुर्चीवरून उठून झोपाळ्यावर आक्कापाशी जाऊन बसली होती. अर्थात् अभयला तिच्या खुर्चीवर बसावे लागले.

त्या मुलीच्या लाघवीपणाचे आक्कालाही कौतुक वाटले असावे. सकाळी दुसऱ्यांदा चहा घ्यायचा नाही असा नेम असूनही तिचे मन मोडू नये म्हणून तिने बशीत ओतून दिलेला चहा आक्काने घेतला.

रंगीबेरंगी हातरुमालाने आपले तोंड पुशीत मोतीराम म्हणाला, 'आक्का, या लता कुलकर्णी!'

'लता!' चहाचा घोट घेण्याकरिता अभयने ओठांपाशी नेलेला पेला हातातल्या हातातच राहिला.

अभयच्या स्वरांतले आश्चर्य लतेलाही जाणवले असावे!

मोतीराम अभयला म्हणाला, 'यांचं खरं नाव निराळंच आहे!'

'म्हणजे हे आपलं सिनेमानटीसारखं जाहिरातीसाठी घेतलेलं नाव आहे की काय?'

'तसं नाही रे! पण यांना लता म्हणणे म्हणजे यांची योग्यता कमी करण्यासारखं आहे! साधी लता नाही ही!' खो खो करून मोतीराम हसला.

आक्का म्हणाली, 'हेमलता, पुष्पलता असं काहीतरी नाव असेल!'

आपण एखादे विलक्षण रहस्य सांगत आहोत असा चेहरा करून मोतीराम उत्तरला, 'छे! यांचं नाव 'कल्पलता' आहे!'

अभयच्या मुद्रेवर मघापेक्षाही अधिक आश्चर्य प्रगट झाले. बहीण-भावंडामध्ये थोडेसे डोळ्यांचे संभाषण झाले असाही लतेला भास झाला. ती क्षणभर गोंधळली. पण लगेच अभयकडे वळून ती म्हणाली, 'माझ्या नावाचं इतकं काही नवल वाटायला नको तुम्हाला!'

'का?'

'तुमचं नावही तसंच आहे की!'

अभय हसून म्हणाला, 'माझे वडील खेड्यात शाळामास्तर होते. तिथं मासिक मनोरंजनाखेरीज दुसरं काही वाचायला मिळत नसे त्यांना! आणि मनोरंजनात त्या वेळी बंगाली कादंबऱ्यांची भाषांतरं येत असत! त्यातलं कुठलं तरी नाव त्यांना आवडलं होतं तेच त्यांनी मला ठेवलं झालं!'

'असं नाही काही!' आक्का अभयला थांबवून म्हणाली, 'दादांना भित्रेपणाची मोठी चीड होती. मामलेदाराला भिणारे व्यापारी, इन्स्पेक्टरला भिणारे मास्तर आणि पोलिसाला भिणारे शेतकरी पाहिले की ते अगदी संतापून जात. ते नेहमी म्हणायचे, 'आमच्यातला भित्रेपणा नाहीसा होईपर्यंत आम्ही गुलामच राहणार!' अभय हे नाव काही उगीच ठेवलं नाही याला!'

अभयच्या नावाचा हा उगम लतेला मोठा मनोरंजक वाटला असावा! ती हसत हसत अभयला म्हणाली, 'तुमच्या वडिलांनी अगदी बरोबर नाव ठेवलं तुमचं!'

'कशावरनं?'

'सावरकरांच्या त्या सभेत मोठी दंगल झाली होती ना! तिथं एक लहान मुलगी अगदी चेंगरून जाऊ लागली. त्या गर्दीत घुसून तिला कुणी उचललं ते–'

'तुम्ही होता त्या सभेला!'

'हो! नि त्या सभेला नसते तरी वडिलांनी तुम्हाला अगदी योग्य नाव ठेवलंय असंच म्हटलं असतं मी!'

'मी बऱ्याच लढाया मारल्या आहेत असा तुमचा समज म्हणजे गैरसमज झालेला दिसतो!'

लता हसत म्हणाली, 'आमच्या शेजारचा एक मुलगा शाळेत जातो. परवयाची निबंधाची वही पाहिली मी. त्यातले विषय फार फार आवडले मला– 'झाशीची लक्ष्मीबाई', 'गरिबाच्या घरातल्या भाकरीचे आत्मवृत्त', 'शर्यतीचा घोडा आणि टांग्याचा घोडा यांचा संवाद–' सारे विषय कसे छान आहेत! हे विषय पाहून माझ्या मनात आलं, आपण उगीच लवकर मॅट्रिक झालो! आमचा ड्रायव्हरही तुमच्या गोष्टी सांगत होता. दिवाळीच्या सुट्टीत तुम्ही त्याच्या खेड्यात गेला होता म्हणे.'

लतेने फाडून ठेवलेली तिकिटे अभयने आक्काच्या हातात दिली. आक्का पैसे

आणण्याकरिता उठून आत गेली.

लतेकडे रोखून पाहत अभय म्हणाला, 'माझं नाव अगदी सार्थ आहे असं सिद्ध करण्याचा तुम्ही चंगच बांधलेला दिसतो. पण मला वाटतं– तुमचं नाव माझ्यापेक्षाही अधिक अन्वर्थक आहे!'

'ते कसं?'

टेबलावर पडलेले मासिकाचे दोन अंक उचलून ते अभयने उघडले आणि लतेच्या हातात दिले. लतेच्या मुखावर आनंदाची एक विलक्षण लाट उचंबळली, पण लगेच त्या लाटेवर लाजेची लाली चमकू लागली. झोपाळ्याच्या कडीला धरून ती झोके घेऊ लागली.

मोतीराम आपल्या जागेवरून उठला आणि त्याने लतेजवळचा एक अंक उचलून तो उघडला. खो खो हसत तो म्हणाला, 'काय पण तुमच्या गोष्टीचं नाव आहे, लताताई! 'दोन मेघ!' त्या खांडेकरांचे मोठे वेड आहे यांना, अभय! पण मी म्हणतो– चार कोट्यांखेरीज आहे काय खांडेकरांच्या लिहिण्यात? आणि काय एक एक नावं आहेत पुस्तकांची! 'दोन ध्रुव' 'दोन मने' छानसं विडंबन करणार आहे मी याचं. 'दोन गाढव' हे आपलं आमच्या कादंबरीचं नावं!'

'कसं बरोबर नाव शोधून काढलंत! एक लिहिणार आणि दुसरा ती छापणार! मिळून...' गंभीरपणे लता उद्‌गारली.

लतेचा हा टोमणा अभयला मनातून आवडला. पण जणू काही आपण लतेचे बोलणे ऐकलेच नाही असे दाखवीत तो मोतीरामला म्हणाला, 'आलोच हं मी!'

अभय आत जाऊन पाहतो तो स्वयंपाकघराच्या मागच्या खिडकीतून आक्का चारूला काहीतरी सांगत होती. तो आक्कापाशी गेला तेव्हा चारू आपल्या घराच्या मागच्या खिडकीतून अदृश्य झाला होता.

'ती तिकिटं आहेत हं आक्का. पास नव्हेत!' अभय थट्टेने उद्‌गारला.

'म्हणूनच चारूला हाक मारली मी!'

'का?'

'आजोबांच्याकडून दोन रुपये घेऊन यायला सांगितलं त्याला!'

'म्हणजे?'

'घरात एकच रुपया शिल्लक आहे!'

'पण या महिन्याचा पगार–'

अभय मध्येच थांबला. हंगामी शिक्षक म्हणून आपल्याला ऑक्टोबरचा पगारच मिळालेला नाही हे आता त्याच्या लक्षात आले. दिवाळीच्या सुट्टीत आपण खेडोपाडी राहायला गेलो. परत आलो तो शाळा– परीक्षेचा निकाल– आपल्याला बँकबुकातून पैसे काढून आणण्याची आठवणही राहिली नाही.

तो हसत म्हणाला, 'आजोबांचा शेजार आहे म्हणून बरं! नाही तर–'

'आक्का-आक्का–' अशी हाक मारीत चारू धावतच आला. त्याने आपल्या उजव्या हाताची मूठ आक्काच्या मुठीत हळूच दिली. त्याला उचलून घेत अभय म्हणाला, 'मोठा लबाड आहेस हं तू, चारू!'

चारू गंभीर मुद्रेने म्हणाला, 'आजोबा म्हणतात– लबाडी करू नये, खोटं बोलू नये–'

'चॉकोलेटचा हट्ट धरू नये– होय ना?'

आक्काने बाहेर जाऊन लतेच्या हातात पैसे ठेवले.

अभय आणि आक्का तिला पोचविण्याकरिता दारापर्यंत गेली. मोतीराम पुढे चालला होता.

'येते हं...' म्हणून लतेने मागे वळून दोघांना नमस्कार केला.

अभयच्या डाव्या खांद्यावर बसलेला चारू उजवा हात खालीवर करीत 'बाय बाय' म्हणून तिला निरोप देऊ लागला.

लतेला त्याचे कौतुक वाटून ती म्हणाली, 'येतोस का माझ्याबरोबर मोटारीतून फिरायला?' चारूने अभयच्या अंगावरून लतेकडे झेप घेतली. त्याला घेण्याकरिता दोन्ही हात पसरून ती पुढे आली.

झाडावरची खार वाटेने जाणाऱ्या माणसाकडे टकमक पाहत असते, पण चाहूल जराशी जवळ आली की अंग मुरडून नि शेपटी फुलवून ती लपायला धावू लागते.

चारूने तसेच केले आता. लता हात पसरून पुढे आलेली पाहताच एकदम अंग चोरून तो अभयला चिकटून बसला. लतेच्या हातात चारूच्या ऐवजी अभयच आला. त्याच्या अंगाचा स्पर्श होताच ती क्षणभर गोंधळली. झटकन् तिने आपले हात मागे घेतले.

'कशी झाली एका माणसाची गम्मत!' म्हणून चारू टाळ्या पिटत होता. लतेने हळूच आक्काकडे पाहिले. आक्काही हसत होती.

तिने अभयकडे पाहिले. तो शांतपणाने म्हणाला, 'एक गोष्ट विसरूनच गेलो होतो मी. तुमची ती 'घरटे आणि धरणीकंप' फार आवडली मला!'

मोतीराम थोडा पुढे जाऊन वर्तमानपत्र वाचीत उभा राहिला होता. एकदम मान वर करून तो म्हणाला, 'कोण आवडली रे तुला? ती माला असेल! मोठा भाग्यवान आहेस, बुवा!'

दुसऱ्याच क्षणी मोतीरामला आपण अभयपेक्षाही भाग्यवान आहोत असे वाटले. बोलता बोलता तो थांबला.

शेजारच्या बिऱ्हाडाच्या दारात एक तरुण विधवा येऊन उभी राहिली होती!

□

देवांच्या मदतीस चला तर

❖❖❖❖❖❖❖❖

अभय घाईघाईने वह्या तपासू लागला. पण त्याचे लक्ष काही नेहमीप्रमाणे आपल्या कामात लागेना. त्याला वाटले– आपण रात्री फार जागे राहिलो होतो. जागरणामुळे आपले शरीर आळसावले आहे. थोडा चहा घेतला की हुशारी येईल.

स्वयंपाकघरात आक्का भाजी चिरीत बसली होती.

अभय दारात दिसताच ती म्हणाली, 'अगदी लवकर करते हं जेवायला!'

'थोडा चहा दे आधी मला!'

'आता पुन्हा चहा घेतलास तर संध्याकाळी दूध प्यावं लागेल हं! दिवसांतून तीनच वेळा चहा प्यायचं कबूल केलं आहेस तू! आहे ना ध्यानात?'

अभयला बी.ए. च्या वर्गातले ते दिवस आठवले. गणित घेऊन पहिल्या वर्गात येण्याची खात्री असतानासुद्धा आपण तो विषय सोडून दिला. इतिहास आणि अर्थशास्त्र हाच आजच्या समाजाच्या जिव्हाळ्याचा विषय आहे असे आपल्याला वाटू लागले होते. नवा विषय घेऊनही पहिल्या वर्गात यायची आपली महत्त्वाकांक्षा होती. रात्री तीन-तीनदा चहा पिऊन आपण जागरणे केली. आपली तयारी उत्तम झाली होती. पण अर्थशास्त्रातल्या प्रश्नांची निव्वळ पुस्तकी उत्तरे आपण लिहिली नाहीत. याचा परिणाम आपला पहिला वर्ग जाण्यात झाला!

बी.ए. च्या निकालानंतर आपल्याला निद्रानाशाचा विकार जडल्यासारखे झाले. तो चहाचा अतिरेक– ती जागरणे– पथ्यपाण्याने पुढे बरे वाटू लागले खरे! पण डॉक्टरांनी चहा पिऊन जागरणे करण्याबद्दल आपली सडकून हजेरी घेतली. एल.एल.बी.च्या परीक्षेच्या वेळी आपण जागरणे करून पुन्हा प्रकृती बिघडवून घेऊ म्हणून आक्काने आपल्याकडून आधी कबुली करून घेतली. आपणही दिवसांतून तीन वेळांपेक्षा जास्ती चहा पिणार नाही असे तिला सांगितले. तो नियम मोडण्याची आपल्यावर पाळीही आली नाही कधी!

अभय पुन्हा टेबलापाशी येऊन बसला. एक वही काढून त्याने ती तपासली.

तांबड्या शाईने रंगलेले ते पान उघडे टाकून तो खुर्चीत मागे रेलला. अंगाला आळेपिळे देऊन गठ्ठ्यातली अगदी वरची वही उचलण्याचा त्याने प्रयत्न केला. पण त्याची दृष्टी टेबलावर पडलेल्या वहीवरच खिळली.

त्या वहीत तांबड्या शाईने केलेली खाडाखोड किती ठळकपणाने नजरेत भरत होती! त्याच्या मनात आले, एका विद्यार्थ्याला शुद्धलेखन शिकवण्याकरिता इतक्या चुका कराव्या लागतात. मग समाजातले दोष नाहीसे करण्याकरिता–

रक्ताने खोडल्याशिवाय समाजाला स्वत:च्या भयंकर चुका कधीच कळत नाहीत!

रक्त? कुणाचे रक्त?

भिंतीवरल्या गांधींच्या फोटोकडे पाहून तो हसला. आपल्या मनात आलेली कल्पना या फोटोला कळली असती तर त्याला वाचा फुटून तत्काळ त्याने आपला धिक्कार केला असता असे त्याला वाटले.

हसता हसता त्याच्या डोळ्यांपुढे काही स्मृतिचित्रांच्या रेषा स्पष्ट होऊ लागल्या. दिवाळीच्या सुट्टीत खेड्यापाड्यांतून फिरताना भर सुगीच्या दिवसांतसुद्धा शेतकऱ्यांची कुटुंबे किती कष्टाने दिवस काढीत असतात हे त्याने पाहिले होते!

शेतकरी कितीही कष्ट करो, त्याला बायकोला नवे लुगडे घेण्याचे त्राण असत नाही, मुलाला चार अक्षरे शिकवण्याची हिंमत होत नाही, घरात कुणी मरायला लागले तरी डॉक्टर आणण्याची ताकद उरत नाही. एखाद दुसरा खेडेगावात चालणारा धंदा निर्माण करून किंवा सूत काढण्याचा यज्ञ करून हा प्रश्न आता सुटणार नाही, हे गेल्या सुट्टीत त्याला प्रतिक्षणी पटले होते.

या प्रवासात रात्री कुठल्या तरी झोपडीत घोंगडीवर अंग टाकून अभय पडत असे. उद्याची भ्रांत असणारा त्याच्या शेजारी निजलेला झोपडीचा मालक हां हां म्हणता झोपी जाई. पण डोळे मिटून घेतले, आक्काच्या किंवा मालेच्या सहवासातल्या गोड क्षणांची आठवण केली, उद्या वकील झाल्यावर करायच्या समाजसेवेची रम्य चित्रे रेखाटली, काही काही केले तरी अभयला झोप येत नसे.

त्याच्या डोळ्यांपुढे गांधी उभे राहत. तो तीन वर्षांचा असताना असहकारितेची चळवळ सुरू झाली. तिची त्याला पुसटसुद्धा आठवण नव्हती. पण पुढे घरोघर चरखे फिरू लागले, तेव्हा छोट्या अभयनेही चरख्याचा हट्ट धरला होता. तो इंग्रजी पाचवीत असताना मिठाचा सत्याग्रह झाला. त्यात सामील होण्याकरिता अभयने आक्कापाशी अगदी हट्ट धरला होता. त्याच्या सर्व आवडत्या मास्तरांनी आपले वजन खर्च केले नसते, तर त्या वेळी आक्काचे मन मोडून तो घरातून निघूनही गेला असता!

आयुष्यातल्या या जुन्या भावना जाग्या होऊन त्या झोपडीत अभयच्या कानात कुजबुजू लागत.

'गांधींच्या मार्गाने जाऊनच आपल्या मातृभूमीचं कल्याण होणार आहे अशी पूर्वी तुझी श्रद्धा होती ना? रशियाविषयीची पाच-पन्नास पुस्तकं वाचून, मूठभर समाजवादी लोकांची भाषणे ऐकून, तुझ्या डोक्यात विचारांचं काहूर उठायला लागलंय! पण लक्षात ठेव... पस्तीस कोटी लोकांच्या या देशांत अनेक धर्म आहेत, शेकडो जाती आहेत, भयंकर अज्ञान आहे, कल्पनातीत दारिद्र्य आहे. बंदुकी घेतलेले चार पोलीस दिसले की लोक मेंढराप्रमाणे मुकाट्याने खाली मान घालून चालू लागतात. गांधींचा सत्य... अहिंसेचा मार्गच इथं नि:शस्त्र क्रांती घडवून आणू शकेल!'

या भावनांना उत्तर देणारे विचार उसळून म्हणत– 'गांधी या व्यक्तीचा देशाला फार मोठा उपयोग झाला यात शंका नाही. गांधींनी पंचा नेसून पोशाखी मोठेपणाचे बंड मोडून टाकले, सत्ताधारी संगिनींना नि:शस्त्र प्रजा किती निर्भयपणाने तोंड देऊ शकते हे कायदेभंगाच्या मोहिमेत सिद्ध केले. हरिजनांच्या चळवळीला चालना देऊन समाजातल्या खालच्या थरांकडे जनतेची दृष्टी वळवली.'

हे सारे खरे आहे, पण–

पण एवढ्याने आजचे बिकट सामाजिक प्रश्न कसे सुटणार? इकडे बेकारीचा वणवा पेटला आहे आणि तिकडे गांधी खादीवर जोर देत आहेत. खादीच्या पांढऱ्या ढगांत हा वणवा विझवण्याचे सामर्थ्य आहे असे गांधींना वाटते! मोठ्या मनुष्याचे भ्रमही मोठेच असतात! गांधी समाजाचा रोग होमिओपॅथीच्या गोळ्या देऊन बरा करू पाहत आहेत! पण शस्त्रक्रियेवाचून या रोगाचे निर्मूलन होणार नाही!

अभयची तंद्री समोर दिसणाऱ्या वहीतल्या तांबड्या शाईतल्या खोडाखोडीने भंग पावली. तो मनात म्हणाला, 'गांधींना रक्ताचा थेंबसुद्धा जमिनीवर पडायला नकोय. लाखो लोकांचे रक्त आतल्या आत जळते आहे हे मात्र त्यांना–'

डोळे मिटून घेऊन तो स्वस्थ बसला.

'रात्री फार जागलं म्हणजे असं होतं हं!'

आक्काचे शब्द ऐकताच अभयने दचकून मागे पाहिले.

ती चहा घेऊन आली होती.

तिच्या हातातून चहाचा पेला घेत अभय म्हणाला, 'आता काही संध्याकाळी चहा मिळणार नाही आम्हाला!'

'इथं नाही तर नाही! मालेच्या घरी मिळेल की!'

आक्का निघून गेल्यावर अभयचे विचारचक्र सुरू झाले...

आपली आक्का किती प्रेमळ आहे. मानवजातीच्या मनातल्या या प्रेमभावनेलाच आवाहन देण्याचा गांधी प्रयत्न करीत आहेत.

पण प्रेमाची ही भावना प्रत्येकात असली तरी ती काही व्यक्तीपुरतीच

मर्यादित! आणि एका व्यक्तीचे दुसऱ्या व्यक्तीवरले उत्कट प्रेम तरी नि:स्वार्थी असते का? छे! आपल्या आक्कासारखी माणसे फार विरळा. प्रेम नि:स्वार्थी नाही हेच खरे! नाहीतर काल माला आपल्याशी अशी वागली असती का?

गेली तीन वर्षे आपली नि मालेची ओळख आहे. एखाद्या तोंडओळखीच्या मनुष्याला आपण कालचा निरोप सांगितला असता तर त्यानेसुद्धा अगदी धावत जाऊन तो आक्काला सांगितला असता! आनंदाची बातमी सांगण्यातसुद्धा विलक्षण आनंद असतो. नाही का?

मालेने अगदी नाचत येऊन आपण पास झाल्याचे आक्काला सांगायला हवे होते. आपला निकाल ऐकायला आक्का किती उत्सुक झाली असेल याची काय तिला कल्पना नव्हती? शिक्षक म्हणून, स्नेही म्हणून–

छे! आता आपले मालेशी त्याहूनही जवळचे नाते आहे. दत्तोपंतांचे नि आपले प्रत्यक्ष बोलणे झाले नसले तरी त्यांच्या घरातली सारी माणसे भावी जावई म्हणून आपल्याकडे पाहतात हे काय सिद्ध करायला हवे?

चहा न घेता चुकून आपण निघून आलो तर मालेच्या आईचा जीव कसा कासावीस होतो! 'अभय, तुम्ही पास झालात की मालाही पास होणार आहे' असे तिची धाकटी बहीण अलीकडे पुन:पुन्हा म्हणते! त्याचा अर्थ काय उघड करून सांगायला हवा?

आणि दिवाळीची सुट्टी सुरू झाली तो दिवस!

आपण सारी सुट्टी जवळची खेडीपाडी पाहण्यात घालवायचे ठरवले. दुसरे दिवशी पहाटे आपण निघणार होतो. माला आणि आपण खूप लांब फिरायला गेलो. अंधार पडला तरी टेकडीवरल्या एका बाजूला खडकावर आपण दोघे तसेच बसलो होतो.

'खूप उशीर झाला. चल उठ!' असे आपण म्हटले तरी माला जागची हलेना.

'रात्रभर इथंच बसणार आहेस की काय?' आपण थट्टेने विचारले.

ती 'हुं' म्हणाली.

आपण म्हटले, 'इथं शपथेलासुद्धा प्रकाश नाही कुठं!'

'आहे ना?' ती उत्तरली.

'कशाचा?'

'चांदण्यांचा!'

'चांदण्यांना फारसा प्रकाश नसतो!'

'आकाशातल्या चांदण्यांना नसतो. पण पृथ्वीवरल्या दोन चांदण्यांना मात्र–'

लाजेने ती पुढे बोलू शकली नाही. पण थोड्या वेळाने, 'तुला भीती नाही

वाटत इथं?' असे आपण विचारले तेव्हा तिने आपल्या नावावर मोठी गंमतीदार कोटी केली– 'अभय जवळ असल्यावर कुणाला भय वाटेल का?'

खूप वेळाने आपण टेकडी उतरू लागलो. अंधारात नीट काहीच दिसत नव्हते. एका खडकावरून तिचा पाय लटकन् घसरला असे वाटून आपण झटकन तिचा हात धरला. आपण जोराने ओढल्यामुळे तिचा तोल गेला. ती खाली पडू नये म्हणून आपण तिला चटकन् घट्ट धरले. घाबरून गेल्यामुळे तिने आपले डोके आपल्या खांद्यावर ठेवले. तिच्या केसांचा तो मृदुस्पर्श! जणू काही जाईजुईची वृष्टीच आपल्या स्कंधावर होत होती. त्या पुष्पराशींचा तो मधुर पण किंचित उन्मादक सुगंध! त्या एका क्षणात युगायुगातला आनंद सामावला होता.

या मधुर स्मृतीत रंगून गेलेल्या अभयच्या मनाला मालेचे कालचे वर्तन पुन:पुन्हा बोचू लागले. नकळत कल्पलतेची मूर्ती त्याच्यापुढे उभी राहिली. त्याला वाटले– माला ही नुसती संगमरवरी पुतळी आहे. पण लता? लता मालेइतकी सुंदर नसली तरी ती मालापेक्षा अधिक बुद्धिवान आहे, अधिक सहृदय आहे. तिच्या गोष्टी किती सुंदर आहेत!

वावटळीत उडणाऱ्या एखाद्या पानासारखी आपल्या मनाची स्थिती झाली आहे असे अभयला वाटले. त्याला स्वत:चाच राग आला. तो निश्चयाने वह्या तपासू लागला. इतक्यात आक्काची हाक आली, 'पाणी उपसलंय रे तुझं.'

मधल्या सुट्टीत पोस्टांतून पैसे आणण्याकरिता अभयने बँक-बुक बरोबर आणले होते. सुट्टी होताच तो बाहेर जायला निघाला तेव्हा एक शिक्षक म्हणाले, 'अहो अभय, चहा घेऊन जा ना!'

दुसरे उद्गारले, 'पाच मिनिटं उशीर झाला म्हणून काही बँक बुडत नाही! अहो, सरकारी बँक आहे ती!'

'मला चहा नकोय आज' असे उत्तर देऊन अभय निघून गेला, तेव्हा सर्वांनाच थोडेफार आश्चर्य वाटले. सकाळी घरी, दुपारी शाळेत आणि संध्याकाळी मालेच्या घरी अभयचा चहा होत असतो ही गोष्ट अगदी जगजाहीर झाली होती. अर्थात अभय पोस्टाकडे गेला नसून दुसरीकडे कुठे तरी गेला असावा अशी कित्येकांना शंका आली.

पुढचे दात पडलेले एक पन्नाशीच्या घरातले शिक्षक म्हणाले, 'दुसरीकडे कुठं जाणार स्वारी! पहिलीकडेच गेली असेल! दत्तोपंत देशपांड्यांचं घर पोस्टापाशीच आहे की!'

एका तरुण शिक्षकांनी त्यांना दुजोरा दिला, 'नि ती बँक कुठली ठाऊक आहे का? दत्तोपंतांची ती कॉलेजात जाणारी मुलगी– माला?'

'या बँकेतून अभय काय घेऊन येणार आहे बुवा?' तिसऱ्या सद्गृहस्थांनी प्रश्न केला.

'काय? अहो, या बँकेतून कितीही रक्कम उचलली तरी मूळ भांडवलाला काही धक्का लागत नाही!'

या बोलण्याने उत्पन्न झालेला हशा चहा तयार होईपर्यंत चालूच राहिला होता.

आपल्या पाठीमागे आपल्या सहकारी शिक्षकांत काय काय बोलणी चालली असतील याची अभयला कल्पना नव्हती असे नाही. पण मन एकसारखे मालेविषयी विचार करीत होते.

आज संध्याकाळी आपण तिच्या घरी जावे की जाऊ नये?

पायात मोडलेले काट्याचे टोक सलत राहावे तसे मालेचे कालचे वर्तन अभयच्या मनात बोचत होते.

पोस्ट ऑफिसपाशी सायकलवरून उतरून तो सेव्हिंग्ज बँकेच्या खिडकीपाशी गेला. पैसे काढण्याचा एक फॉर्म घेऊन तो भरला. मास्तरांनी दिलेल्या पन्नास रुपयांच्या नोटा मोजून त्याने पुस्तकातल्या रकमेकडे पाहिले–

सातशेपाच रुपये, आठ आणे, नऊ पै!

त्या आकड्याच्या मागे रात्री अपरात्री बाळंतिणीच्या उशाशी जागणारी आक्काची मूर्ती उभी आहे असा त्याला भास झाला. सायकलकडे जाण्याकरिता तो वळला, तेव्हा त्याचा आपल्या डोळ्यांवर विश्वासच बसेना.

माला!

मालेचे पोस्टात काय बरे काम असावे? कालही ती इथेच भेटली होती आपल्याला! वाटले होते– आपली तार आली की नाही हे पाहायला ती आली होती!

तिच्याकडे न पाहता अभय पुढे जाऊ लागला.

मधुर स्वरातली हाक आली– 'अभय, अभय–'

अभय थांबला.

माला जवळ येऊन म्हणाली, 'एक माणूस खूप खूप रागावलंय! होय ना?'

मालेचा खेळकरपणा पाहताच अभयचा निम्मा राग नाहीसा झाला. तो तिच्याकडे वळून म्हणाला, 'रागवायचं कशाबद्दल? कुणाला कुठलं काम सांगायचं हे मला कळायला हवं होतं!'

मालेच्या मुद्रेवर एक करुण छटा येऊन गेली. तिचे डोळे भरून आले.

आपण उगीच तिला टाकून बोललो असे अभयला वाटले.

त्याने मालेकडे पाहिले. तिचे डोळे एखाद्या भ्यालेल्या सशासारखे दिसत होते. दोघेही बाजूला गेली.

अभयने विचारले, 'पोस्टात कशाला आलीस? तुझा रिझल्ट-बिझल्ट आहे की काय आज!'

'हं!'

'तार आली का?'

'अजून नाही!'

'नापास झाली असशील!'

'तर तर– मी कुणाच्या हाताखाली शिकतेय ठाऊक आहे का?'

'कुणाच्या?'

'अभय कोल्हटकर, बी.ए.एल.एल.बी., मोठ्ठे वकील आहेत हं ते! त्यांची महिन्याची प्रॅक्टिस किती आहे याची कुणाला कल्पनासुद्धा यायची नाही!'

'मला आहे पूर्ण कल्पना! सांगू?'

'हं!' पाठीवरला वेणीचा शेपटा उजव्या खांद्यावरून पुढे घेऊन तो हाताने चाळवीत माला लाडिकपणाने म्हणाली.

'महिना ४० रुपये प्रॅक्टिस आहे तुझ्या या वकिलाची! ऑक्टोबरची प्रॅक्टिस शून्य. म्हणून तर पोस्टातले पैसे काढायला आला तो!'

'इश्श! आज फारच रुक्ष झालाय् तुम्ही! मी माझं स्वप्न सांगत होते तुम्हाला!'

'मनुष्य स्वप्नांवर जगत नाही, माला!'

'तुम्ही नेहमी असंच काही तरी बोलता!' असे मालेने मानेला गोड मुरड देऊन सुचवले.

अभयला तिचा तो अभिनय मोठा मोहक वाटला. सत्यापेक्षा मालेच्या सौंदर्यात स्वप्नाचाच भाग अधिक आहे असे अनेकदा त्याच्या मनात आले होते; आताही त्याला तोच भास झाला.

अभय काही बोलला नाही असे पाहून माला म्हणाली, 'काल रात्रभर झोप आली नाही मला!'

'ढेकूण फार झालेत वाटतं?'

अभयकडे रागाने पाहत मालेने खालचा ओठ चावला. दोन्ही हाताची बोटे एकमेकांत गुंतवून ती सारखी चाळवीत ती हळूच म्हणाली, 'चुकले हं मी काल!'

अभय काहीतरी उत्तर देणार होता इतक्यात मागून आवाज आला– 'ओहो! मी तर फरासखान्यात जायला निघालो होतो. मला वाटलं कुणी पळवली तुला!'

मालेबरोबर अभयनेही मागे वळून पाहिले.

अगदी अद्ययावत पोशाखात एक तरुण धूम्रवलये सोडीत त्यांच्याकडे येत होता. गौरवर्ण आणि भरदार अंगयष्टी यांच्यामुळे त्याच्याविषयी कुणाचाही अनुकूल

ग्रह झाला असता! पण त्याच्या दृष्टीत एक प्रकारचा मिस्कीलपणा होता. आणि त्याचा तो खालचा ओठ– तो ओठ पाहताच अभयला आठवण झाली ती संभाजीच्या एका छायाचित्राची! त्या चित्रातला ओठही असाच.

माला म्हणत होती, 'हे अभय–'

'ओहोहो! गेले तीन आठवडे ही दररोज तुमच्याविषयी बोलत असते माझ्यापाशी!' अभयचा हात हातात घेऊन तो जोराने दाबीत तो तरुण गृहस्थ उद्गारला, 'तुम्ही मोठे भाग्यवान आहात, अभय!'

अभय आताच्या हस्तांदोलनाविषयी विचार करीत होता. त्या स्पर्शात सौजन्य नव्हते, स्नेहही नव्हता, सत्तेचा भास मात्र होत होता. अभय नुसता हसला. तो तरुण म्हणाला, 'जॉन्सनला जसा बॉस्वेल मिळाला तशी तुम्हाला ही शिष्या मिळाली आहे!'

अभयने मालाकडे पाहून सहेतुक हास्य केले.

ती एकदम म्हणाली, 'अय्या! यांचं नाव सांगायचं विसरलेच की! हे कांचन कुलकर्णी– विलायतेहून नुकतेच आलेत. यांचे मामा किनई बाबांचे मोठे स्नेही आहेत!'

'नि ते आज संध्याकाळी इथं येत आहेत. आताच तार आली!' मालेला हातातला पिवळा लिफाफा दाखवीत कांचन म्हणाला.

तार हातात घेऊन माला वाचू लागली. ती वाचीत असताना कांचन अभयकडे पाहून म्हणाला, 'आमचे मामा म्हणजे एक वल्ली आहे! गृहस्थ मुंबईच्या गिरणीत हजार रुपयांच्या जागेवर आहे. पण तारेचं उत्तर पाठवायला दीड दिवस लागला त्यांना. काल दुपारपासनं आम्ही आपले हेलपाटे घालतोय!'

कांचनच्या हातात तार परत देत माला अभयला म्हणाली, 'आज जेवायला यायचं हं रात्री आमच्याकडं. यांचे मामा येणार आहेत. मोठे गृहस्थ आहेत ते! त्यांची नि तुमची ओळखही होईल–'

अभय स्तब्ध राहिलेला पाहून माला त्याच्याजवळ येऊन लडिवाळपणे म्हणाली, 'विसरायचं नाही हं!'

'मी काही तुझ्यासारखा विसराळू नाही!'

'बरं बरं! कोण विसराळू आहे ते संध्याकाळी ठरवू! अगदी न विसरता लवकर या हं!'

माला धावतच गेली आणि बाहेर उभ्या असलेल्या मोटारचे दार उघडून पुढच्या जागेवर बसली. तिच्या मागून कांचन शांतपणाने गेला. चाक हाती घेऊन त्याने गाडी सुरू केली.

लगेच त्याचे लक्ष अभयकडे गेले. अभयने उजवा हात वर करून नमस्कार केलेला दिसताच कांचनने चाकावरचा हात सोडून प्रतिनमस्कार केला आणि पुन्हा

चाक हाती घेऊन गाडी लीलेने कोपऱ्यावरून वळवली. गाडीलासुद्धा आपली सत्ता जाणवण्याची त्याची ही वृत्ती अभयच्या लक्षात आल्यावाचून राहिली नाही.

आज अभयला शेवटचा तास नव्हता. तेव्हा हेडमास्तरांना सांगून साडेचार वाजताच मालेच्या घरी जावे आणि तिला चकित करावे असा बेत तो मनात करीत होता.

त्याला वाटले– आपल्याला पाहताच माला म्हणेल, 'इतक्या लवकर नव्हतं बोलावलं तुम्हाला! भूक फार लागलीय वाटतं!'

'भूक लागलीय– पण पक्वान्नांची नाही!'

'मग?'

सहावीचे मराठी शिक्षक दुपारी आले नव्हते. त्यांचा शेवटचा तास घेण्याविषयी अभयला हेडमास्तरांची चिठ्ठी आली. मालेच्या 'मग' या प्रश्नाला द्यायचे उत्तर जिथल्या तिथेच राहिले. मधल्या महिन्याचा पगार न देता भरपूर काम करून घेणाऱ्या हेडमास्तरांचा त्याला खूप राग आला!

मात्र हा राग शेवटचा मराठीचा तास घेताना कुठल्या कुठे नाहीसा झाला. केशवसुतांची 'तुतारी' वर्गात निम्मी झाली होती. तिचा पुढचा भाग शिकवताना अभय अगदी रंगून गेला. मात्र एकीकडून मुलांना मंत्रमुग्ध करणारा त्याच्या वक्तृत्वाचा ओघ वाहत असताना दुसरीकडे त्याचे अंतर्मन निराळ्याच गोष्टींचा विचार करीत होते.

मॅट्रिकच्या वर्गात असताना त्याने ही कविता पहिल्यांदा वाचली, तेव्हा त्यातले एक कडवे त्याला अतिशय आवडले होते. त्याने ते आपल्या सुभाषितांच्या संग्रहात टिपूनही ठेवले होते! एवढेच नव्हे, तर एखाद्या वेळी अभ्यासाचा कंटाळा आला तर ते कडवे म्हटले की सारा शीण नाहीसा होतो असाही अनुभव आला होता त्याला!

प्राप्तकाल हा विशाल भूधर
सुंदर लेणी तयांत खोदा
निजनामे त्यावरती नोंदा
बसुनी कां वाढवितां मेदा
विक्रम काही करा चला तर!

या त्या स्फूर्तिदायक ओळी!

या कडव्यातली कल्पना मोठी आकर्षक वाटली असावी! त्यांच्या मुद्रेवर आनंद नाचत होता! पण अभय मात्र या कडव्यावर मनातून रुष्ट झाला होता.

त्याच्या डोक्यात जणू काही एक वावटळ उठली होती. तिच्यात अनेक प्रश्न भिरभिरत होते–

डोंगरात कुणी लेणी खोदली तर ती पाहणाऱ्यांना आनंद होईल हे खरे! पण तो आनंद सर्वांना मिळेल का? एखाद्या उपाशी मनुष्याला ही लेणी दाखवली तर तो आपली तहानभूक विसरून जाईल का? डोंगरात खोदण्यापेक्षा डोंगर फोडून त्यातल्या दगडांनी घरे बांधणे, डोंगरांतून वाहणाऱ्या ओढ्याचे पाणी अडवून शेते पिकवणे, या गोष्टींना अधिक किंमत आहे की नाही?

या लेण्यांवर आपली नावे कोरून ठेवा असे कवी म्हणतो. आपले नाव मागे ठेवणे हेच का मनुष्याचे सर्वांत मोठे ध्येय आहे? तसे पाहिले तर रानटी काळात मानवी जातीची प्रगती व्हावी म्हणून ज्यांनी धडपड केली त्यांच्यापैकी कितीकांची नावे आपल्याला ठाऊक आहेत? रक्ताने नाहलेल्या रणभूमीवर एकही समाधी असत नाही. म्हणून सैनिकांचा त्याग वाया गेला असे मानायचे का?

एके काळी आपल्याला स्फूर्ती देणारे हे सुंदर कडवे आज आपल्याला निर्जीव वाटावे, ह्या अनुभवाचे अभयलासुद्धा आश्चर्य वाटले.

थोड्या वेळाने आश्चर्याचा याहीपेक्षा मोठा धक्का त्याला बसला.

तो खालील कडवे शिकवू लागला होता–

धार धरिलिया प्यार जिवावर
रडोत रडतील रांडा पोरे
गतशतकांची पापें घोरें
क्षालायाला तुमची रुधिरें
पाहिजेत रे स्त्रैण न व्हा तर!

विद्यार्थी असताना त्याला या कडव्यातला 'रांडापोरें' हा शब्द कसासाच वाटला होता! 'केशवसुतां'सारख्या कवीने असला ग्राम्य शब्द वापरावा याचा रागसुद्धा आला होता त्याला! कविता करण्याचा नाद असल्यामुळे त्याने ही ओळ 'रडोत रडतील बाया पोरें' अशी दुरुस्तीही केली होती.

आज मात्र 'रडोत रडतील रांडा पोरें' ही ओळ त्याला अत्यंत समर्पक वाटली. रांडापोरे म्हणजे नुसती बायका-पोरे नव्हेत! आयुष्याच्या लढाईला भिऊन पळणारी सगळी माणसे रांडा-पोरांतच जमा होतात ही कल्पना एका क्षणात त्याच्या मनात चमकून गेली. त्याला वाटले– व्यक्तीच्या सुखापलीकडे नजर न टाकणारी, घराच्या चार भिंतीत आपले जग आहे असे मानून राहणारी, साहसापेक्षा सुखवस्तूपणाकडे लक्ष देणारी सारी माणसे एका दृष्टीने बायका-पोरांइतकीच दुबळी असतात!

गत शतकांची पापें घोरें
क्षालायाला तुमची रुधिरें
पाहिजेत रे स्त्रैण न व्हा तर!

अभय पंधरा-सोळा वर्षांचा होता तेव्हा गत शतकांच्या पापांत त्याने जातिभेद, स्त्रियांची गुलामगिरी, अस्पृश्यता, इत्यादी गोष्टींची गणना केली होती.

आता त्याला वाटले– मानव जातीच्या पापांचा कळस शोधणारे महापाप निराळेच आहे! जाती मोडल्या, स्त्रिया शिकू लागल्या, अस्पृश्यांना समाजात मिसळता येऊ लागले, तरी या भयंकर पापाची तीव्रता रतिभरसुद्धा कमी झालेली नाही. उलट ती वाढतच आहे! गुलामगिरी हे ते महापाप! एका वर्गाने दुसऱ्या वर्गावर पिढ्यान् पिढ्या स्वामित्व मिरवावे, एका नालायक पशूच्या चैनीसाठी हजारो लायक माणसांनी जन्मभर घाण्याला जुंपून घ्यावे–

छे! एका वर्गाला हिंस्त्र पशू आणि दुसऱ्या वर्गाला त्याच्या भक्ष्यस्थानी पडणारा दुसरा पशू करणारी आजची समाजरचना नाहीशी व्हायलाच हवी!

बाहेर शाळा सुटायची घंटा वाजली.

अभयला ती अगदी अस्पष्ट ऐकू आली.

'नियमन मनुजासाठी जाणा
नसे नियमनासाठी मानव'

या ओळींत तो पुन्हा रंगून गेला.

तास होऊन पाच मिनिटे झाली, दहा मिनिटे झाली.

एकही मुलगा जागचा हलला नाही. अभय आता शेवटचे कडवे शिकवू लागला होता.

पूर्वीपासुनि अजुनि सुरासुर
तुंबळ संग्रामाला करिती
संप्रति दानव फार माजती
देवांवर झेंडा मिरविती
देवांच्या मदतीस चला तर!

सात वर्षांपर्वी जगात माजलेल्या दैत्यांत अभय नुसत्या दुष्ट लोकांची गणना करीत होता! आज त्याला वाटले– हरतऱ्हेच्या विषमतेची पूजा करणारी समाजव्यवस्था ही सर्वांत मोठी राक्षसीण आहे!

वर्गातली मुले एकदम उभी राहिली. क्षणभर काय झाले ते अभयला कळलेच नाही.

लगेच त्याच्या लक्षात आले. वर्गात हेडमास्तर आले आहेत. टेबलाजवळ येऊन ते रुक्ष स्वराने म्हणाले, 'शाळा सुटून पंधरा मिनिटे झाली. युवराजांची मोटार खोळंबली आहे!'

आपल्या वर्गात कुठले तरी युवराज आहेत याचा अभयला आता पत्ता लागला!

तो म्हणाला, 'सारी मुलं आनंदानं बसली आहेत!'

'मुलांना काय? कसल्याही गप्पा चालतात!'

'गप्पा?' अभयने रागाने प्रश्न केला.

'गप्पा नाहीतर काय? परवाच्या वादविवादाच्या सभेत मुंबईच्या संपाचा काहीतरी संबंध होता का? पण सहज मघाशी सभेचा अहवाल पाहिला तो तुम्ही अगदी काँग्रेस मंत्रिमंडळावर झोड उठवली आहे!'

'मुलं जाऊ देत घरी; मग सावकाश बोलूया आपण या विषयावर!'

'तुमचं व्याख्यान तर त्यांनी ऐकलंय! मग पुढच्या चर्चेची चोरी कशाला हवी आता?'

'तसं नाही. शब्दावरनं शब्द वाढतो!'

'वाढेना? शाळेला काय भीती आहे कुणाची?'

'हो, आहे!'

'भीती आहे? कुणाची?'

'आमच्यासारख्या मास्तरांची!'

'मास्तरांची?' उपहासाने हेडमास्तर उद्गारले.

अभयच्या कानात मघाची ओळ घुमत होती...

संप्रति दानव फार माजती

तो एकदम बोलून गेला, 'चार-चार वर्षं काम करणाऱ्या मास्तरांनासुद्धा शाळा मे महिन्याचा आणि ऑक्टोबरचा पगार देत नाही! हे जर साऱ्या मुलांना कळलं तर–'

हेडमास्तर रागाने पाय आपटीत निघून गेले हे अभयला दिसले, पण ते दृश्य अगदी पुसट होते.

त्याच्या डोळ्यांपुढे तीन ओळी ठळकपणाने नाचत होत्या...

संप्रति दानव फार माजती
देवांवर झेंडा मिरविती
देवांच्या मदतीस चला तर!

□

कालवा आणि कारंजे

❖❖❖❖❖❖❖❖

मुले निघून गेल्यावर अभय वर्गाबाहेर पडला. शाळेचा शिपाई तिथे उभा असेल अशी त्याची कल्पना होती. 'साहेबांनी बोलावलंय तुम्हाला' हे त्याचे शब्द दरवाजाबाहेर पाऊल टाकताच आपल्या कानावर पडणार या अपेक्षेने अभयने इकडेतिकडे पाहिले.

वर्गातून बाहेर पडलेली मुले सर्वत्र रेंगाळत होती. पण शिपाई कुठेच नव्हता!

अभय मालेच्या घरी जायला निघाला. मघाशी वर्गात आपला आणि हेडमास्तरांचा खटका उडायला नको होता असे त्याला राहून राहून वाटत होते! पण झाल्या गोष्टीत आपला दोष नाही असेही त्याच वेळी त्याच्या मनात येत होते.

कुठल्या तरी युवराजाच्या मोटारीचा खोळंबा झाला म्हणून काय हेडमास्तरांनी तावातावाने वर्गात यायचे? बरे, वर्गात आल्यावर तरी सभ्यपणाने वागायचे की नाही? हाताखालचा शिक्षक म्हणजे काही मुका गुलाम नव्हे! वादविवाद मंडळातल्या आपल्या भाषणासंबंधाने त्यांना काही सांगायचे होते, तर ते स्वतःच्या खोलीत बोलावून नेऊन सांगता आले नसते का?

अभय मालेच्या घरी पोचला तेव्हा साडेपाच होऊन गेले होते. मालेच्या धाकट्या बहिणीने ती बाहेर गेली असल्याचे सांगितले. अभयच्या मनात आले— सव्वापाच वाजेपर्यंत आपली वाट पाहून ती कंटाळली असेल. कालच्या रागाने आपण आज आलो नाही अशी रुखरुख तिच्या मनाला लागली असेल. ती बहुधा आपल्या घरी जाऊन तिथे आपली वाट बघत बसली असावी!

अभयने मालेच्या बहिणीला विचारले, 'चालतच गेली आहे ना माला?'

'अं हं!'

'मग?'

'मोटारीतनं!'

'कुणाच्या' हा शब्द त्याच्या ओठावर आला होता. पण 'कांचनच्या' हे उत्तर ऐकण्याची त्याच्या कानांना उत्सुकता नव्हती. तो सायकलवरून निघाला. बुधवारातल्या गर्दीतून नेहमीच्या चपळपणानेच तो सायकल चालवीत होता. मध्येच एक मूल धावत आडवे आले, तेव्हा त्याने ज्या कौशल्याने अपघात चुकवला ते तर सर्कसमधल्या एखाद्या नामांकित खेळाडूला शोभण्यासारखे होते. पण असे असूनही त्याचे मन काही जाग्यावर नव्हते.

आज नेहमीप्रमाणे फुलांच्या दुकानातल्या सुंदर दृश्याने तो प्रसन्न झाला नाही किंवा रिकामे टांगे पाहून त्याच्या डोळ्यांपुढे टांगेवाल्यांच्या घरातली जी चित्रे उभी राहत तीही राहिली नाहीत! मघाशी त्याला हेडमास्तरांचा राग आला होता. आता त्याला त्यांची कीव वाटू लागली. मालेच्या वडिलांच्या ओळखीने जूनमध्ये या शाळेतली जागा त्याला मिळाली होती. अभय शाळेत रुजू झाल्यानंतर चार-पाच दिवसांनी दत्तोपंतांनी त्याला विचारले होते, 'कसे आहेत तुमचे हेडमास्तर?'

अभयने उत्तर दिले होते, 'ठीक आहेत!'

नाहीतरी दुसरे काय उत्तर द्यायचे? पन्नास पावसाळे पाहिलेल्या मनुष्यालासुद्धा जिथे स्वतःच्या स्वभावाची पुरी कल्पना येत नाही, तिथे चार-आठ दिवसांच्या सहवासावरून एकाने दुसऱ्याच्या स्वभावाची परीक्षा करणे चुकीचेच नाही का?

दत्तोपंतांनी त्या वेळी हेडमास्तरांची जी माहिती सांगितली होती तिच्यातले अक्षर नि अक्षर त्याला आता आठवू लागले...

एका भिक्षुकाचा मुलगा!

पोटाला चिमटा घेऊन त्याने अभ्यास केला. प्रोफेसर होण्याची त्याची महत्त्वाकांक्षाही सफल झाली. असहकारितेच्या चळवळीच्या वेळी हा ज्या कॉलेजात होता त्यातल्या प्रोफेसरांत दोन तट पडले होते. बहुमत विरुद्ध पक्षाचे होते म्हणून याने कॉलेज सोडले आणि हा चळवळीत सामील झाला.

आपल्या वक्तृत्वाने कॉलेज ओस पाडण्याची महत्त्वाकांक्षा त्याने अंशतः सिद्धीला नेली. सूडाचे हे समाधान लाभताच स्वारी चळवळीविषयी उदासीन झाली. बालपण दारिद्र्यात गेल्यामुळे खाणेपिणे, कपडालत्ता इत्यादी गोष्टींत त्याचे मन वखवखल्यासारखे झाले होते. खादी पेहरून आणि कुठल्यातरी राष्ट्रीय शाळेत मास्तर होऊन त्याची ही उपभोगाची वृत्ती तृप्त होणे अगदी अशक्य होते.

हळूहळू तो चळवळीपासून दूर गेला. एका इंग्रजी वर्तमानपत्रांत टोपणनावाने राष्ट्रीय चळवळीविरुद्ध लेख लिहून पैसे मिळवायला त्याने सुरुवात केली. हे रहस्य उघडकीला येताच देशभक्तांतून त्याची हकालपट्टी झाली.

पण गृहस्थ काही स्वस्थ बसणारा नव्हता. लोकप्रियता मिळविण्याकरिता

'मातृपद हा स्त्रीचा जन्मसिद्ध हक्क आहे! मग ती स्त्री विवाहित असो वा नसो!' या तत्त्वाचे प्रतिपादन करणारे लेख त्याने लिहिले! प्रत्येक अविवाहित स्त्री जणू काही याचे लेख प्रसिद्ध होण्याची वाटच पाहत होती अशा समजुतीने सनातनी लोक त्याच्यावर तुटून पडले! सनातन्यांच्या आरडाओरडीमुळे लोकांचे लक्ष त्याच्याकडे वेधले. काहीतरी नवीन हवे असणाऱ्या तरुणांचा हा पुढारी बनला.

पण असल्या पोकळ प्रतिष्ठेने काही कुणाचे पोट भरत नाही!

एका नव्या संस्थेला हुशार हेडमास्तरांची जरूरी होती. याला ही जागा मिळाली. पाच-पंचवीस शिक्षकांवर हुकूमत गाजविण्यातच त्याला आनंद वाटू लागला. हा स्वत: उत्कृष्ट शिक्षक असल्यामुळे शाळेचा मॅट्रिकचा निकाल चांगला लागे. चालक त्याच्यावर खूष झाले. शाळेचे चिमण्या जगातले सत्तेचे कण त्याच्या मुठीत एकवटले.

मोठेपणाच्या कल्पनेला बळी पडून एका श्रीमंत घराण्यातल्या मुलीशी त्याने लग्न केले होते. तिची बडदास्त ठेवायला याला शाळेतला पगार अपुरा पडू लागला. आपला पगार वाढावा म्हणून हंगामी शिक्षकांच्या नेमणुकीला त्याने प्रोत्साहन दिले. विश्वविद्यालयाच्या परीक्षकांत आपली वर्णी लागावी, सरकारदरबारी आपले वजन राहावे म्हणून तो हजार खटपटी करू लागला. मोतीलाल नेहरूंच्या निधनादिवशी गैरहजर राहिलेल्या मुलांना शाळेच्या चौकात छडीने फोडायला काही कमी केले नाही! त्या वेळी गांधी सरकारचे शत्रू होते. पण कॉंग्रेस मंत्रिमंडळ येताच सर्व शाळांनी खादीचा गणवेश धारण करावा, अशी सूचना जाहीर रीतीने करण्यात त्याने पुढाकार घेतला!

दत्तोपंतांच्या तोंडून ही हकीगत ऐकत असताना अभयला जी शंका आली होती, तीच तिचे स्मृतिदर्पणात पडलेले प्रतिबिंब पाहताना आताही आली. असल्या मनुष्याशी दत्तोपंतांचा स्नेहभाव कायम कसा राहिला? दत्तोपंत तर असहकारितेच्या काळापासून गांधींचे कट्टर भक्त आहेत. त्यांची भक्तीही काही तकलुपी नाही. प्रपंचाचा भार अंगावर असूनही त्यांनी पुन्हा वकिली केली नाही. विषम तापानंतर डॉक्टरांनी आग्रह केला तरी ते अंड्याला शिवले नाहीत!

अभय आता टेकडीपर्यंत आला होता. पण नेहमीच्या जागी जाऊन बसावे असे त्याला वाटेना. एकांत शोधण्याकरिता परतून तो कालव्याच्या वाटेने जाऊ लागला. बाभळीच्या रानाजवळील एक निवांत जागा त्याने पसंत केली. गजबजलेल्या घरात छोटे तळघर असावे तसे ते स्थळ वाटले त्याला.

पलीकडे हाकेच्या अंतरावर रस्ता होता. सहा वाजायला आल्यामुळे त्याच्यावरली वर्दळ बरीच वाढली होती. पण जवळून भांडल्याप्रमाणे वाटणारी तरुणांची बोलणी इथे पक्ष्यांच्या किलबिलाटाइतकी अस्पष्ट ऐकू येत होती. मावळत्या

सूर्याच्या पिवळसर उन्हाने रंगलेल्या भोवतालच्या बाभळीच्या झाडांकडे पाहता पाहता अभयला वाटले– आपण एखाद्या सुंदर आंबराईत बसलो आहोत. कालव्यांतील पाणी हळूहळू वाढत होते. वाढत्या पाण्याबरोबर त्याचे सौंदर्यही वृद्धिंगत होत होते.

अभयने अनेकदा कोरडा झालेला हा कालवा पाहिला होता. त्यातला तो तळाचा गाळ– त्या काटक्या– त्या गवताच्या काड्या– काठाला वाढलेले ते शेवाळे– हे सारे पाहिले की त्याला कसेसेच वाटे! तो आता निरखून पाहू लागला. कालव्यांतल्या पाण्यावर लहान लहान तरंग उठत होते.

अलीकडे मालेच्या सहवासात आपल्या हृदयात मुग्ध भावनांचा जो नाजूक नाच चालतो, त्याच्यासारखेच त्या तरंगांचे नर्तन आहे असे त्याला वाटले. गाळ, काटक्या, गवताच्या काड्या, शेवाळे, सर्व काही आताही कालव्यात होते. पण एरवी ओंगळ दिसणाऱ्या या गोष्टी पाण्याच्या वाहत्या प्रवाहात कुठल्या कुठे लोप पावल्या होत्या. अभयच्या मनात आले– पाण्याला जीवन हे नाव काही उगीच नाही दिले कुणी?

जीवन! समाजातली वैगुण्ये अशीच जीवनाच्या वाहत्या प्रवाहात लोपून जायला हवीत! पण आपल्या समाजात जीवनाचा वाहता प्रवाह आहे कुठे? कुठे या प्रवाहाच्या आड जात येते, कुठे अठराविश्वे दारिद्र्याची भयंकर भिंत मध्ये उभी राहते! आपला धर्म, संस्कृती, आपले तत्त्वज्ञान– सारी शुष्क होऊन गेली आहेत. त्यांच्यापासून जीवनाचा लाभ तर समाजाला होतच नाही! उलट त्यांच्यातला गाळ मात्र–

विचारांनी मन पुन्हा अस्वस्थ होऊ नये म्हणून अभय आसपास पडलेले खडे उचलून ते एकामागून एक कालव्यात टाकू लागला.

प्रथम हळूच एक खडा टाकला.

एक लहान वलय निर्माण झाले. नाचत नाचत ते पुन्हा पाण्यात अदृश्य झाले. त्याला एकदम सकाळी पाहिलेल्या लतेच्या गालावरच्या खळीची आठवण झाली.

दुसरा खडा– थोडे मोठे वर्तुळ!

तिसरा खडा– त्याहून मोठे वलय!

चवथा खडा– पाचवा खडा– सहावा खडा–

अभय एकदम दचकला. सातवा खडा त्याच्या हातातच होता. पण पाण्यात मात्र मागून कुणी तरी मोठा खडा टाकला होता आणि त्याने निर्माण झालेले वर्तुळ कालव्याच्या दोन्ही बाजूंना नाचत नाचत स्पर्श करीत होते.

त्याने मागे वळून पाहिले– लता! आश्चर्यचकित होऊन तो तिच्याकडे पाहू लागला.

'भ्यालात वाटतं?'

'हं!'

'प्रेमसंन्यासां'त गोकुळच्या मागं त्याची कुरूप बायको गुपचूप येऊन उभी राहते. नि तिच्या एका तोंडाची दोन तोंडे करण्याकरिता तो जेव्हा मागं पाहतो तेव्हा अशीच गम्मत होते!'

अभयला वाटले– भलताच दाखला दिला हिनं, 'या पाण्यात आधी आपलं रूप पाहा नि मग–' असे काहीतरी बोलायचे त्याच्या मनात आले– पण त्याच्या तोंडातून शब्द आले– 'बसा ना!'

'तुम्हीच उठा की!'

'का? माझ्या जागेवर बसायचा बेत आहे वाटतं? सकाळी ते साधलं! पण आता–'

'ही जागा म्हणजे काही सिंहासन नव्हे! आमच्या घरी घेऊन जाणार आहे मी तुम्हाला!'

'कशाला?'

'माझ्या गोष्टी दाखवायला. सकाळपासनं एकसारखी तुमची आठवण येतेय मला.'

'स्तुती करणारा मनुष्य कुणाला आवडत नाही!'

लता हसली.

'का हसलात?' अभयने प्रश्न केला.

'मोतीरामची आठवण झाली मला! तो भेटेल त्या मुलीची स्तुती करीत असतो! पण प्रत्येक मुलगी भेटेल त्या माणसापाशी त्याची निंदाच करते!'

लता पुन्हा हसली. तिच्या गालावरची खळी अभयला सकाळपेक्षाही अधिक मोहक वाटली.

लतेच्या बंगल्यावर फाटकापाशी अभय क्षणभर थबकला. फिरायला जाताना अगर फिरून येताना तो अनेकदा या बंगल्यावरून गेला होता. बागेच्या कोपऱ्या कोपऱ्यावर फुलणारी गुलमोहराची झाडे, त्यातल्या एका झाडाच्या पुढे बांधलेला सुंदर झोपाळा, त्या झोपाळ्याच्या पुढले गुलाबदाणीची आठवण करून देणारे ते कारंजे, रात्री जणू काही पौर्णिमेचे दोन चंद्रच आहेत असा भास उत्पन्न करणारे गच्चीच्या दोन्ही बाजूचे भव्य विद्युतदीप इत्यादी गोष्टी गेल्या उन्हाळ्यात त्याने जेव्हा पाहिल्या तेव्हाच या नव्या बंगल्यात कुणीतरी राहायला आले हे त्याने ओळखले. गच्चीवर एकदा त्याने एक बाईही पाहिली होती. ती बाई गुजराथी असावी असा त्याच्याबरोबर असलेल्या मालेने तर्कही केला. अभयने उत्तर दिले

होते, 'कुणी का असेना, आपल्याला काही तिच्याशी लग्न करायचं नाही!'

सायकल ठेवून अभय लतेच्या मागून बागेत गेला.

झोपाळ्यापाशी गेल्यावर ती म्हणाली, 'आलेच हं मी!'

ती बहुधा चहा सांगायला गेली असावी असे अभयला वाटले. तिला हाक मारून 'चहा नको' असे म्हणावे असेही त्याच्या मनात आले. पण एखाद्या अल्लड पोरीप्रमाणे नाचत बागडत ती क्षणार्धात अदृश्य झाली. बंगल्यात जाता जाता तिने पाठीवरला वेणीचा शेपटा सहज उचलून मोठ्या गंमतीने गरगर फिरविला. लहानपणी एका गारुड्याने हातात घेऊन फिरविलेल्या नागाचे दृश्य अभयने मोठ्या कौतुकाने पाहिले होते. त्याची त्याला आता आठवण झाली.

बंगला अगदी शांत होता.

अभयला वाटले... जणू काही दगडांचा एक सुंदर कुंजच कुणी निर्माण केला आहे! मागच्या बाजूला तो वाटोळा जिना– त्याची घडण अगदी वेलीच्या नाजूक वेटोळ्यासारखी दिसत होती.

लता धावतच परत आली. त्याच्या हातात एक वही देऊन ती पुन्हा म्हणाली, 'आलेच हं मी!'

'डॉक्टरांनी पळण्याचा व्यायाम करायला सांगितलाय की काय तुम्हाला?'

परत जायला निघालेल्या लतेने मान मागे वळवून पाहिले. शकुंतला सासरी जायला निघते त्या वेळी तिची लाडकी हरिणी तिच्याकडे ज्या दृष्टीने पाहते, तीच नजर लतेच्या डोळ्यांत नाचत होती.

अभयने ती वही उघडली. तो थोडासा निराश झाला. लतेचे अक्षर सुंदर असेल अशी त्याची कल्पना होती. पण ते तर अगदीच सामान्य दिसले. मात्र ते मालेच्याप्रमाणे किरटे, नटवे, कोरून काढलेले असे नव्हते. एका ओळीत फार तर पाच-सहा शब्द आणि प्रत्येक अक्षर असे अगदी मोठे! जणु काही धनिणीच्या डोळ्यांकडे पाहूनच त्या अक्षरांनी आपले रूप धारण केले होते!

सूर्य मावळला असला तरी बागेत वाचण्याइतका प्रकाश होता.

अभयने वही उघडून पहिलीच गोष्ट वाचायला सुरुवात केली...

'कारंजे आणि कालवा'

नगराबाहेरच्या सुंदर उद्यानात एक पुतळा ठेवावा असे श्रीमंत नागरिकांनी ठरविले.

शहराबाहेरची शेते वर्षांतून काही महिनेच हिरवीगार असत. पण ती बाग मात्र बाराही महिने फुललेली असे! त्यामुळे ती अधिक सुंदर दिसावी असे संध्याकाळी गावाबाहेर फिरायला जाणाऱ्या प्रत्येकाला वाटू लागले होते.

बागेत पुतळा ठेवावा याबद्दल कुणाचेच मतभेद नव्हते! पण तो पुतळा कुणाचा असावा याबद्दल मात्र मोठी खडाजंगी उडाली. म्हाताऱ्या माणसांनी तो शुक मुनीचा असावा अशी सूचना केली. प्रौढ माणसांनी रामकृष्णाच्या मूर्तीची उपसूचना आणली. असा जोड-पुतळा करण्यात शिल्पकाराला आपले कौशल्य दाखवायला अवसर मिळेल असे त्यांचे म्हणणे होते!

तरुणांनी रतीच्या मूर्तीचा पुरस्कार केला.

आपल्याशिवाय तरुणांचे हट्ट कुणी पुरविणार नाही, असा पोक्त विचार करून वडील मंडळींनी आपापल्या सूचना मागे घेतल्या.

बागेत रतीच्या सुंदर मूर्तीसमोर एक सोनेरी कारंजे अहोरात्र थुईथुई नाचू लागले. कारंज्यातून वर उसळून खाली येणाऱ्या जलधारांकडे पाहताना कुशल नर्तकीचे नृत्यच आपण पाहत आहोत असा प्रेक्षकांना भास होई. बागेपलीकडून वाहणाऱ्या दरिद्री कालव्याशी गप्पागोष्टी करायची या कारंज्याला लहर येऊ लागली. आपल्या जातीचे दुसरे कुणीच त्याला जवळ दिसेना!

एकदा कारंजे कालव्याला म्हणाले, 'काय करतोयस रे!'

'नमस्कार!'

'कुणाला?'

'काळ्या ढगांना!'

कारंजे हसत सुटले.

त्याचे नृत्य अधिक मनोहर दिसू लागले.

ते कालव्याला म्हणाले, 'अरे मूर्खा, या काळ्या ढगांना ना रंग ना रूप! माझ्याकडे बघ– सूर्यकिरणात माझं नृत्य सुरू झालं की इंद्रधनुष्याची वृष्टी होऊ लागते माझ्यावर! मला नमस्कार कर!'

'तुला? नद्या आणि समुद्र सोडून–'

'नद्या आणि समुद्र? त्या खारट पाण्याच्या अगडबंब तळ्याला कोण किंमत देणार? आणि नदी–? त्याच सागराची बायको!'

दुसरे दिवशी आकाशात काळे ढग दिसेनासे झाले. हळूहळू नदीचे पाणी आटू लागले. लोकांच्या तोंडचे पाणी पळाले. कालव्यांचे पाणी शेतांना पुरेनासे झाले. बाग सुकली तर सुकली, शेते पिकली पाहिजेत असे सर्वांनी ठरविले. कालव्यांतून बागेला दिले जाणारे पाणी बंद करण्यात आले.

कारंज्याच्या मोत्यांच्या माळा क्षणार्धात नाहीशा झाल्या. इंद्रधनुष्ये हां हां म्हणता लोप पावली. एखाद्या प्राचीन मूर्तीच्या भग्न अवशेषाप्रमाणे ते दिसू लागले.

कालव्याने त्याला विचारले, 'काय रे करतोयस?'

'नमस्कार'

'कुणाला?'

'न दिसणाऱ्या काळ्या ढगांना!'

गोष्ट वाचून होताच अभयने वर पाहिले.

दिवस आणि रात्र यांचे मधुर मीलन गंगा-यमुनेच्या संगमासारखे भासत होते. एखाद्या रंगीबेरंगी पानांच्या वेलीवर मध्येच एक दोन कळ्या दिसू लागाव्यात, त्याप्रमाणे पश्चिमेकडच्या मेघांच्या मालिकेमध्ये दोन-तीन चांदण्या अस्पष्ट दिसू लागल्या होत्या. अभयच्या डोक्यावरून एक एकटचे पाखरू चिवचिवत गेले. अभयला वाटले– बिचारी चिमण्या पिलाची आई असावी! चारा शोधता शोधता उशीर झाला असेल! केव्हा एकदा आपण आपले घरटे गाठतो असे तिला झाले असावे.

त्याला एकदम आक्काची आठवण झाली. आपण शाळेतून परस्पर इकडे आलो. आक्का घरी एकसारखी वाट पाहत बसली असेल? लतेचा निरोप घेऊन जावे असे त्याच्या मनात आले न आले, तो लताच एका चांदीच्या ट्रेमध्ये चार बशा आणि दोन पेले घेऊन आली.

ट्रे मध्ये ठेवून ती झोपाळ्यावर बसली.

बशी उचलून पोहे तोंडात टाकीत अभय म्हणाला, 'आज उगीच आलो मी इथं!'

लतेने त्याच्याकडे आश्चर्याने पाहिले.

'मला जेवायला जायचंय रात्री! आता हे खाल्ल्यावर जेवण कसलं जाणार!'

'धावण्याचा व्यायाम करावा जरा! म्हणजे–'

फिक्या हिरव्या रंगाच्या सोनरी कडा असलेल्या सरबताकडे पाहत अभय म्हणाला, 'तुमच्यापाशी काही जादूबिदू आहे वाटतं?'

'हं! यावेळी तुम्हाला चहा नकोय हे मी बरोबर ओळखलं की नाहीय्?'

'ओळखलं खरं! पण ते कसं?'

'जादूगार काही आपला मंत्र सांगत नाही.'

अभय काहीतरी उत्तर देणार होता, इतक्यात घरातला गडी एक चिठ्ठी घेऊन आला.

लता झोपाळ्यावरून उठली. पलीकडे जाऊन तिने दिवा लावला आणि चिठ्ठीवरून नजर फिरवीत ती गड्याला म्हणाली, 'उद्या सकाळी यायला सांग त्यांना!'

अभय सरबत संपवून उठत उठत म्हणाला, 'जातो मी! खूप उशीर झालाय!'

परत झोपाळ्यावर येऊन बसत लता म्हणाली, 'एवीतेवी उशीर झालाच आहे. तेव्हा आणखी थोडा वेळ बसायला काही हरकत नाही!'

'वा:! थोडंसं कर्ज असलेल्या माणसानं कर्ज काढीत सुटावं असं तुमचं मत दिसतं!'

लता हसली.

अभयला बसावे लागले.

ती हळूच म्हणाली, 'त्या गृहस्थांना आता भेटायची इच्छा नाही माझी!'

'मोतीराम आलाय की काय?'

'अं हं! सिनेमा कंपनीतले एक गृहस्थ!'

अभयचे कुतूहल जागृत झाले होते. पण त्याने एकही प्रश्न विचारला नाही.

लता म्हणाली, 'मी सिनेमात एकदा तरी काम करावं म्हणून फार मागं लागलेत ते माझ्या!'

'नि तुम्ही तर दूर दूर पळताय! होय ना? मघाशी तुम्ही एकसारख्या धावत का होता, हे आता लक्षात आलं माझ्या!'

हे बोलल्यावर अभयच्या मनात आले– आपण गप्प बसलो असतो तर बरे झाले असते. पण कोटीचा– त्यांतून प्रतिकोटीचा मोह मनुष्याला आवरता येत नाही हेच खरे!

सिनेमात काम करायची आपल्याला भीती वाटते असे अभयने, थट्टेने का होईना, सुचवावे हे लतेला आवडले नाही. लगेच ती म्हणाली, 'मी एका पायावर तयार आहे जायला. पण आई नको म्हणतेय. मॅट्रिक झाल्यावर कॉलेजात जाण्यापेक्षा काहीतरी नवीन करावं असं माझ्या मनानं घेतलं! आईनं नर्सिंगच्या कोर्सला पाठविलं. पण तो मध्येच सोडून मी पळून आले!'

आपण हे बोलयला नको होते असे वाटूनच की काय जीभ चावून लता मध्येच थांबली.

अभय म्हणाला, 'बराय, येतो मी.'

'केव्हा?'

'येतो म्हणजे जातो!'

'असेच का शब्दाचे अर्थ सांगता शाळेत मुलांना?'

हा प्रश्न करून मनमोकळेपणाने हसणारी लतेची मूर्ती अभय सायकलवर बसून खूप दूर गेला तरी त्याला दिसत होती. लतेविषयीच्या विचारांनी त्याच्या मनात जणू काही खो-खोचा खेळच मांडला होता...

मालेपेक्षा ही मुलगी बुद्धिमान आहे हे उघड आहे.

पण 'कारंजे आणि कालवा' या गोष्टीतली कल्पना एखाद्या तरुण श्रीमंत

मुलीला सुचावी हे मोठे आश्चर्यच नाही का?

लता आपल्या कुटुंबाविषयी एक अक्षरही बोलली नाही. तिने आपल्याला बंगला पाहायला आत बोलावले नाही. इंग्लंडहून नुकत्याच आलेल्या भावाच्या गोष्टी सांगितल्या नाहीत, काही नाही?

काय विचित्र मुलगी आहे!

हिच्या गोष्टीत गरिबांविषयी कळवळा नि:संशय आहे.

मग नर्स व्हायचा कंटाळा का यावा हिला?

आपल्या आईच्या इच्छेविरुद्ध ती नटी होईल का? होईना!

पण नटी होऊन तिचे जीवन सफल होईल का?

अभय कोपऱ्यावरून वळत होता. त्याने आपली सायकल एकदम चपळाईने वळवली. दुसऱ्या बाजूने आलेली मोटार झर्रकन निघून गेली. कांचन मोटार चालवीत आहे हे अभयला अस्पष्ट दिसले. गाडीत त्याच्यापलीकडे कुणीतरी मुलगी बसली होती. कुणीतरी नव्हे! माला.

हो. मालाच असावी ती!

छे! इतका वेळ माला कांचनबरोबर कशाला फिरत राहील? त्यातून आज तर तिच्या घरी पाहुणे येणार आहेत! पण मालेचा काय नेम आहे? काल आपला निरोप कुठे पोचवला तिने!

काल दुपारी दोन वाजल्यापासून तिला घटकाभरसुद्धा सवड मिळाली नाही हे चारूलासुद्धा खरे वाटणार नाही. आपण दुपारी तिच्यावर खूप रागवायला हवे होते.

आपण का बरे रागावलो नाही? माला आपल्यापुढे उभी राहिली की सौंदर्याचे तुषार आपल्याभोवती उडू लागतात, तिने आपल्याकडे पाहिले की शेकडो इंद्रधनुष्ये नाचू लागल्याचा आपल्याला भास होतो, म्हणूनच आपण तिच्यावर रागावलो नाही. हो, हेच खरे!

मालेपेक्षा स्वत:चाच अधिक राग आला अभयला!

◻

चित्रे– दोन की तीन?

❖❖❖❖❖❖❖❖

अभय घरी आला तेव्हा आक्का झोपाळ्यावर बसून चारूच्या एका गहन शंकेचे समाधान करण्यात गुंतली होती! चारूपुढे एक मोठा बिकट प्रश्न उभा राहिला होता– 'आपल्याला पाय आहेत, आजोबांना पाय आहेत, आक्काला पाय आहेत, खुर्चीला तर चार पाय आहेत! पण झोपाळ्याला मात्र पाय नाहीत! ही काय भानगड आहे?'

आक्का समजूत घालण्याकरिता त्याला सांगत होती– 'झोपाळ्याच्या कड्या हेच त्याचे पाय!'

क्षणभर चारूला ते खरे वाटले. पण लगेच त्याने प्रश्न केला, 'त्याचे पाय वर कसे गेले?'

'त्याला उलटा टांगून ठेवलाय!.'

'का?'

झोपाळ्याच्या कुठल्या चुकीबद्दल ही शिक्षा त्याला भोगावी लागत आहे हे जाणण्यासाठी चारू अतिशय उत्सुक झाला होता. पण आक्काला काहीच उत्तर सुचेना.

अभय पुढे होऊन त्याला उचलून दोन्ही हातांनी वर नाचवीत म्हणाला, 'हा झोपाळा किनई आपल्या आईचं मुळीच ऐकत नाही! म्हणून त्याला असा उलटा टांगून ठेवलाय!'

'कुठं आहे त्याची आई?' चारूने प्रश्न केला.

पुण्याला येईपर्यंत अभयला कविता करण्याचा मनस्वी नाद होता. पण त्याच्या कल्पनेला काही झोपाळ्याची आई शोधून काढता येईना. चारूचे असले प्रश्न ऐकून अभयला नेहमी वाटे– जीवनाविषयीची जिज्ञासा मोठ्या माणसात का बरे आढळत नाही?

आतासुद्धा तोच विचार त्याच्या मनात आला. झोपाळ्याचे पाय कुठे आहेत, हा प्रश्न चारूच्या मनात उत्पन्न होतो! टेबलाला पाय आहेत तसे झोपाळ्यालाही

असलेच पाहिजेत हा त्याचा तर्क बालिश असेल! पण–

चारूला जर एखाद्या भिकाऱ्याच्या घरात नेले तर तो लगेच प्रश्न विचारायला सुरू करील...

'या घरात पितळेची भांडी का नाहीत?'

'हे बाळ रडतंय. त्याला चॉकलेट का देत नाहीत?'

'माझ्यासारखी निळी विजार याला का केली नाही?'

'माझी आई कसं छान पातळ नेसते. याची आई तसलं पातळ का नेसत नाही?'

अगदी भंडावून सोडील तो असले प्रश्न विचारून!

पण हे प्रश्न आपल्या समाजात कितीशा सुबुद्ध लोकांना सुचतात? आणि ज्यांना सुचतात ते तरी मनाचे समाधान होईपर्यंत त्यांचा पिच्छा कुठे पुरवितात?

चारूने हळूच अभयच्या खांद्यावर पाय ठेवले. आपण खूप उंच झालो म्हणून तो नाचू लागला. त्या नादात झोपाळ्याच्या आईविषयीचा आपला प्रश्न तो कुठल्या कुठे विसरून गेला.

आपण इतक्या उशीरा घरी परत आलो. पण आक्का त्याविषयी अवाक्षरही बोलली नाही हे अभयच्या लक्षात आल्यावाचून राहिले नाही. जखमेपेक्षा मुका मारच अधिक असह्य असतो. अभयला वाटले– या असल्या अबोल्यापेक्षा आपण उशिरा घरी आलो म्हणून आक्का आपल्यावर रागावली असती तर फार बरे झाले असते.

संध्याकाळच्या शाळेतल्या प्रकाराची आठवण होऊन त्याने विचारले, 'कुणी आलं होतं का माझ्याकडं?'

'सासूबाई आल्या होत्या!' आक्का हसत उत्तरली.

अभय गोंधळलेला पाहून ती म्हणाली, 'मालेची आई मला जेवायला बोलवायला आली होती!'

'येणार ना तू?'

'आज उपवास आहे माझा!'

चारू अभयच्या पाठीवरून उतरून त्याच्या गळ्याला विळखा घालीत म्हणाला, 'अभयदादा, आणखी एक माणूस आलं होतं!'

'माणूस?'

'हं! मोटीराम काका!'

'मोतीराम आला होता?' अभयने आक्काला विचारले.

'हो! खूप वाट पाहिली तुझी त्यांनी! मुलांचा मोठा लळा दिसतोय स्वारीला! चारूकरिता चॉकलेटचा पुडा आणला होता त्यानं!'

चारूला खाली उतरवून अभय म्हणाला, 'अरे लबाडा, सारा पुडा तूच

खाल्लास वाटतं?'

'आईनं ठेवलाय तो! तुम्हाला आणून देतो हं एक-दोन-आठ-पाच-तीन.'

चारू वाऱ्यासारखा धावत गेला. झोपाळ्यावर आक्काजवळ एक पुस्तक पडले होते. आक्का काय वाचीत होती हे पाहण्याकरिता अभयने ते उचलून पाहिले– 'श्री तुकारामाची गाथा!' सहा महिन्यापूर्वी आक्काने 'शिवलीलामृत' आणायला सांगितले तेव्हा हे पुस्तक अभयने मुद्दाम विकत घेतले होते.

लहानशी काडीची खूण असलेले एक पान त्याने सहज उघडले. पेन्सिलीने खूण केलेल्या एका अभंगाकडे त्याचे लक्ष गेले–

बळे बाह्यात्कारें संपादिले सोंग
नाहि झाला त्याग अंतरीचा।।
ऐसें येतें नित्य माझ्या अनुभवा
मनासी हा ठावा समाचार।।
प्रपंचाबाहेरी नाही आले चित्त
केले करी नित्य व्यवसाय।।
तुका म्हणे मज भोरप्याची परी
झाले सोंग वरी आंत तैसे।।

अभय दाराबाहेर आला तो चारूची आई व आजोबा मोठमोठ्याने भांडत आहेत असे त्याला वाटले. तो क्षणभर थांबला. त्याला कुठलेच शब्द नीट ऐकू आले नाहीत. पण स्वरावरून आजोबा खूप संतापले असावेत असे वाटत होते. अभय बाहेर पडला. आजोबा व त्यांची सून यांना भांडायला काही मोठे कारण लागत नाही हे त्याला अनुभवाने ठाऊक झाले होते.

कोल्हापूर-प्रकरणात आपण टिळक-आगरकरांबरोबर होतो या गोष्टीचा आजोबांना मोठा अभिमान होता. त्या प्रकारणानंतर त्यांनी सरकारी नोकरी केली खरी! पण १९०८ मध्ये टिळकांना शिक्षा होताच आपले पेन्शन, म्हातारपण वगैरे काही लक्षात न घेता हा करारी म्हातारा नोकरीवर लाथ मारून बाहेर पडला होता. जमिनीचे उत्पन्न, कथाकीर्तने यांच्यावर त्यांचा योगक्षेम चांगला चाले. त्यांना एकच मुलगा झाला होता. तोही फार उशिरा. मुलगा फार शिकला तर नाहीच; उलट लोकांना तो अर्धवट वाटे! त्याचे पहिले लग्न कसेबसे कष्टाने झाले. पण एकही मूल न होता आजोबांची ती सून वारली.

पुढे कोकणात जाऊन कुळिथाची पिठी नि नाचणीची भाकरी खाणाऱ्या एका ब्राह्मणाची आईबाप नसलेली पुतणी त्यांनी पैदा केली. आजोबांना म्हातारपणी नातू पाहायला मिळाला. त्यांचा आनंद गगनात मावेना. पण दैवाला हे त्यांचे

सुख पाहवले नाही. नवज्वराने आजोबांचा मुलगा वारला. म्हातारे आजोबा, लहानगा चारू आणि विशीच्या आत विधवा झालेली कावेरी ही तिघे संसारात उरली. दुबळेपणाची नि दैन्याची सावली त्यांच्या आयुष्यावर पसरली.

कावेरीला शहरात राहायची मोठी आवड होती. तिने पुण्यात राहायचा हट्टच धरला. आजोबांचा नाइलाज झाला. वयोमानामुळे कथाकीर्तने करणे काही त्यांना आता शक्य नव्हते! जमिनीच्या तुटपुंज्या उत्पन्नावर ते कसाबसा संसार चालवीत. पण आपण अगदी पिकले पान झालो आहोत, आपल्या मागे सुनेचे व नातवाचे कसे होईल, ही काळजी त्यांच्या मनाला अगदी सतावून सोडीत असावी! ते ही गोष्ट बोलून दाखवीत नसत हे निराळे, पण चारूला डोळे भरून पाहता पाहता त्यांचे डोळे पाण्याने कसे भरून जातात हे अभयने अनेकदा पाहिले होते.

अशा परिस्थितीत कावेरीच्या स्वभावातला कडवटपणा वाढला नसता तरच नवल! आपल्या गरिबीचा फायदा घेऊन या थेरड्याने आपणाला एका अर्धवटाच्या गळ्यात बांधले, आपल्या वयात मुली नाचत बागडत असताना आपल्यावर कोपऱ्यात बसण्याची पाळी आणली. रूपात आपल्या पासंगालासुद्धा न लागणाऱ्या पोरी नटून थटून फिरत असताना आपल्याला मात्र घराबाहेर पडायची चोरी झाली आहे, याच गोष्टी ती मनातल्या मनात उगाळीत बसे. सासऱ्याच्या मनाविरुद्ध वर्तन करण्यात तिला जणू काही सूड घेतल्याचे समाधान लाभत असावे! समोरच्या बंगल्यात 'प्रीतीविण वेडापिसा' हे गाणे सुरू झाले की कावेरी दाराबाहेर येऊन ते ऐकत राही. ते पाहिले की म्हाताऱ्याची आग मस्तकाला जाई. एकदा तिने आपल्या केसात फुले खोवली. ती पाहून आजोबा आपल्या काठीने तिचा कपाळमोक्षच करायला उठले!

आक्काशी तिचे कधीच सख्य झाले नाही. तिच्या डोळ्यांत भरण्याइतकी आक्का कुठे श्रीमंत होती? कावेरी समोरच्या बंगल्यात जाऊन बसे. श्रीमंती उपभोगायला नाही तर नाही, निदान डोळ्यांनी पाहायला तरी मिळावी म्हणून ती आयुष्य कंठीत होती की काय कुणास ठाऊक!

हे सारे ठाऊक असल्यामुळे अभयला आजोबांप्रमाणे कावेरीचीही कीव येई. आजोबांना बाहेरचे जग पाहायला मिळत असूनही ते मनाने टिळकांच्याच काळात वावरत होते! मग कावेरीला दोष देण्यात काय अर्थ होता? तिला फारसे लिहिता वाचतासुद्धा येत नव्हते! बिचारी कुठल्या तरी खेड्यात दरिद्री नातेवाईक हिडीस-फिडीस करीत असताना भुकेल्या डोळ्यांनी, भुकेल्या शरीराने, भुकेल्या मनाने लहानाची मोठी झाली होती. त्या मनाला उपभोगापेक्षा, श्रीमंतीपेक्षा, अधिक उच्च असे जगात काही असू शकते याची कल्पना तरी कशी यावी?

आजोबा आणि कावेरी यांच्याविषयी विचार करता करता एकदम अभय

दचकला. आजपर्यंत कधीही त्याच्या मनात न आलेली कल्पना एकदम त्याच्या डोळ्यांपुढे उभी राहिली.

आजोबा आणि कावेरी!

आक्का आणि आपण?

चित्रपटातल्या एखाद्या चमत्कृतीपूर्ण दृश्याप्रमाणे ही कल्पना त्याला वाटली.

मालेच्या घराच्या दारातच तिची धाकटी बहीण प्रमिला उभी होती. ती हसत हसत म्हणाली, 'साऱ्या गोष्टीत तुमचा पहिला नंबर असतो हं, अभय!'

'म्हणजे? कुणीच आलं नाही अजून?'

'अं हं! कुणाचंसं बोलावणं आलं म्हणून बाबा तिन्हीसांजा गेले ते अजून परत आले नाहीत. मग पाहुण्यांचा कुठून पत्ता असणार?'

'माला कुठं आहे?'

'तीही पाहुणीच झाली आहे हल्ली!'

तिच्या या बोलण्याचे अभयला मुळीच आश्चर्य वाटले नाही. मालेविषयी तिला अधून मधून वाटणारा सूक्ष्म मत्सर त्याच्या कधीच लक्षात येऊन चुकला होता. मात्र या मत्सराबद्दल दोष द्यायला त्याचे मन तयार होत नसे. मालेच्या मानाने तिचे रूप सामान्य होते. पण एवढ्या एका कारणामुळे कळत नकळत तिचा किती पाणउतारा होई! परक्या माणसांसमोरसुद्धा तिची आई नेहमी म्हणे, 'मालेची नाही मला काळजी वाटत! बंदा रुपया कुठंही चालतो! मला भीती वाटतेय ती हिची! असला बद्द रुपया कोण घेणार?' आईच्या या उद्‌गारात थट्टेचाही थोडासा भाग असे! पण सोळा-सतराव्या वर्षी मुला-मुलींचा अहंकार इतका नाजूक असतो की गुलाबाच्या काट्याच्या ओरखड्यांनीही त्याला तीव्र वेदना होतात!

अभय काहीतरी बोलेल अशी प्रमिलेची कल्पना होती. पण तो स्तब्ध राहिलेला पाहून ती म्हणाली, 'या ना! मालेच्या खोलीत बसू या आपण!'

प्रमिलेने मालेच्या खोलीचा दरवाजा उघडला तेव्हा आत अंधार होता. पण त्या अंधारातच अभयला आपल्या अनेक आवडत्या गोष्टी क्षणार्धात दिसल्या. त्याला भास झाला– आपण गेल्या दिवाळीला मालेला भेट म्हणून दिलेले ते चित्र समोरच्या भिंतीवर दिसत आहे. एका इंग्लिश कुटुंबातील मंडळी जेवायला बसली आहेत, एक उमदा घोडा खिडकीतून आत डोकावून पाहत आहे, सारी मुले तोंडात घास देण्याकरिता आपापल्या खुर्चीवरून उठत आहेत आणि आई मोठ्या कौतुकाने हे दृश्य पाहत आहे, असे ते चित्र आहे. त्या चित्राचे नाव– 'आमचा दोस्त!'

त्या चित्राच्या उजव्या बाजूला दोन्ही हात एकमेकांत गुंफून तेजस्वी मुद्रेने पाहणाऱ्या विवेकानंदांचा फोटो आहे. डाव्या बाजूला दांडी यात्रेला निघालेल्या

महात्माजींचा फोटो आहे. गांधींचा हा एकच फोटो अभयला फार आवडत असे.

इकडे टेबलावर–

प्रमिलेने लावलेल्या विद्युत्दीपाच्या प्रकाशात समोरील भिंत नाहून निघाली. अभय चकित झाला. भिंतीवर नेहमीप्रमाणे तीन फोटो होते. पण त्यातले दोन नटीचे होते. ग्रेटा गार्बो नि देविकाराणी असाव्यात त्या बहुधा. त्या दोघींच्या फोटोमध्ये एक निसर्गदृश्य दिसत होते. कड्यावरून खाली उडी घेणाऱ्या एका निर्झराचे चित्र होते ते! काळ्याकभिन्न खडकाच्या पार्श्वभूमीवर निर्झराचे पांढरेशुभ्र पाणी मोठे मनोहर दिसत होते. जणू काही मूर्तिमंत निर्भयताच हसत होती तिथे!

अभयने पुढे होऊन त्या चित्राखालचे नाव वाचले–

'स्नानमग्ना!'

आता कुठे त्याच्या लक्षात आले की चित्रात बाजूच्या एका खडकावर एक अर्धनग्न स्त्री पाण्यात पाय सोडून स्नान करीत बसली आहे! त्या स्त्रीची आकृती मोठी रेखीव होती. पण त्या चित्रात काहीतरी वैगुण्य आहे असे अभयला वाटू लागले.

त्याने उजव्या बाजूच्या भिंतीकडे पाहिले– गांधी, विवेकानंद आणि तो घोडा यांची मालेने काही अजिबात उचलबांगडी केली नव्हती! फक्त त्यांची जागा बदलली होती. आपल्या खाटेच्या बाजूला तिने हे फोटो मुद्दाम लावले असावेत? सकाळी उठल्याबरोबर त्यांचे दर्शन व्हावे म्हणून?

छे!

अभय खुर्चीवर बसण्याकरिता टेबलाजवळ आला. तिथेही अशीच क्रांती झाली आहे असे त्याला दिसून आले. सुट्टीत तो खेडेगावी जायला निघाला होता तेव्हा त्याने मालेला वाचण्याकरिता दोन पुस्तके दिली होती: एक अप्टन सिंक्लेअरची 'No Pasaram' ही कादंबरी आणि दुसरे, 'Some Confessions of Average Man' हा त्याला फार आवडलेला निबंध-संग्रह! पण ती दोन्ही पुस्तके टेबलावर नव्हती.

त्याने तिथली दुसरी दोन पुस्तके उचलून पाहिली. एकावरला 'Crime' व दुसऱ्यावरला 'Mistery' हे दोन शब्द तेवढे त्याने कसेबसे वाचले. पहिल्यातला गुन्हा कुणाचा नि दुसऱ्यातले रहस्य कशाचे हे जाणून घेण्याची त्याला इच्छा झाली नाही! ती पुस्तके खाली ठेवून त्याने समोर पाहिले. टेबलावरच्या श्रीकृष्णाच्या फोटोची जागा मालेच्या स्वतःच्या फोटोने घेतली होती.

मालेला फोटो काढून घेण्याची मोठी हौस होती. अभयला ती वारंवार म्हणे, 'आपला दोघांचा एक फोटो काढून घेऊ या! बाबा काही रागावणार नाहीत!'

मालेची ही सूचना अभय नेहमी थट्टेवारी नेत असे. आपल्या गैरहजेरीत मालेने स्वतःची हौस भागवून घेतली हे पाहून अभयला आनंद झाला. मात्र तो

आनंद निर्भेळ नव्हता!

फोटोतली माला अतिशय सुंदर दिसत होती यात शंका नाही. पण अभयला वाटले... तिने मुद्दाम खांद्यावरला पदर दूर सरकवला आहे! तिचा गौर मांसल दंड आणि उघड्या गळ्यावरून खालच्या पदरावर पडलेली मोहनमाळ यांच्यात आकर्षकपणा होता यांत संशय नाही, पण–

पण या आकर्षणात स्वाभाविकता नव्हती. नटींची विशिष्ट बैठकीची मोहक स्थिरचित्रे जशी मुद्दाम घेतात, तसा दिसत होता तो फोटो! नटींना आपल्या सौंदर्यावर जगायचे असते. त्यांनी आपले असले फोटो दिले तर नवल नाही. पण मालेने–

अभयचे दुसरे मन एकदम उसळून म्हणाले, 'ती लता उद्या नटी होईल. तिचे असलेच फोटो ठिकठिकाणी प्रसिद्ध होतील. तिने सिनेमात जाणे जर गैर नाही तर मालेनं असला फोटो काढून घेतला म्हणून–'

पहिले मन तावातावाने म्हणाले, 'लता अभयची कुणी नाही! पण माला? माला त्याची होणार आहे!'

'त्याची? म्हणजे समाजवादाचा हा पुरस्कर्ता उद्या आपल्या बायकोवर मालकी हक्क गाजवणार आहे म्हणायचा!' पहिल्या मनाकडून टोमणा आला.

प्रमिला हातात एक सरबताचा पेला घेऊन आत आली. तिच्या मधुर हास्याने अभयच्या मनातला हा विचित्र कोलाहल शांत झाला.

सरबत घेता घेता अभय हसू लागला. लता आणि प्रमिला यांच्या मनोवृत्तीत काहीतरी साम्य असले पाहिजे असा विचार त्याच्या मनात येऊन गेला होता. या वेळी जर माला असती तर तिने आपल्याला चहाच आणून दिला असता, असेही त्याच्या मनात आल्यावाचून राहिले नाही.

त्याचे हास्य पाहून प्रमिलेने विचारले, 'एवढं हसायला काय झालं?'

'सरबत फार गोड झालंय!'

'अगदी थोडी साखर घातली होती मी!'

'अस्सं? मग लग्नाच्या बाजारात तू लवकर खपणार नाहीस असं आई म्हणतात ते अगदी खोटं आहे म्हणायचं!'

अभयच्या कोटीचा रोख काही केल्या प्रमिलेच्या लक्षात येईना.

अभय हसत म्हणाला, 'हल्ली तरुण मंडळींना चहा फार लागतो; पण पगार मात्र कमी मिळतो. तेव्हा थोडी साखर घालून चहा खूप गोड करणारी मुलगी त्यांना आवडल्याशिवाय राहणार नाही!'

'पण दिवसातून सतरा वेळा नवऱ्याचा चहा करण्याकरिता काही आपला जन्म नाही असं त्या मुलीला वाटत असलं तर?'

मालेच्या तोंडून अशा प्रकारचा प्रश्न अभयने कधीच ऐकला नव्हता. किंबहुना बी.ए. च्या वर्गात असूनही तिचा ऐच्छिक विषय लग्न हाच होता!

त्यामुळे यंदाच कॉलेजात गेलेल्या प्रमिलेच्या तोंडचे हे शब्द ऐकताच अभयला थोडेसे आश्चर्य वाटले.

त्याच्याकडे रोखून पाहत प्रमिला म्हणाली, 'लग्नाच्या बाजारात मुलीनं उभं राहणं म्हणजे गुलाम म्हणून आपली विक्री करून घेणं आहे! बाजारात असा लिलाव करून घेण्यापेक्षा–'

आपण एकदम अधिक तापलो असे तिचे तिलाच वाटले असावे! ताणता ताणता रबर एकदम तुटावे, त्याप्रमाणे तिचे बोलणे मध्येच थांबले.

ती हसून म्हणाली, 'मी व्याख्यानं फार चांगली देईन, नाही?'

'यात शंका नाही. अवघा एक श्रोता असला नि तोही माझ्यासारखा अरसिक असला तरी–'

'काहीतरीच काय बोलता?' अशा अर्थाचा अभिनय डोळ्यांनी करीत प्रमिला उद्गारली, 'अय्या! तुमची दोन पुस्तकं माझ्याकडे आहेत हं! मालेच्या टेबलावर होती ती! तिनं ती पुरी वाचलीसुद्धा नाहीत! मला मात्र आवडली हं ती! असली खूप खूप पुस्तकं मला आणून द्यायला हवीत आता! अगदी हक्कानं मागतेय मी!'

'हक्कानं?'

'हो, हक्कानं! धाकट्या मेव्हणीचा हक्क आहे ना?'

बोलता बोलता रिकामा पेला हातात घेऊन प्रमिला निघून गेली. लगेच हातात दोन पुस्तके घेऊन ती परत आलीही! अभयला लवलवत राहणाऱ्या विजेची आठवण झाली.

तो तिला म्हणाला, 'बैस ना! तू पुस्तकं वाचली आहेस की उगीच थाप मारते आहेस ते तरी पाहू या. मोतीराम मणेरीकर ठाऊक आहे ना? स्वारीच्या हातात दररोज नवीन पुस्तक बघून घ्यावं! पण डोक्यात...'

'डोक्यात पोरींचे पत्ते, चित्रपटांची नावे, नटींचे फोटो!'

'तुझ्या ओळखीचा आहे वाटतं?'

'अं हं! मी त्याच्या ओळखीची आहे!'

'म्हणजे?'

'दोन महिन्यांपूर्वी स्वारी पत्रं पाठवीत होती मला! त्याचं पत्र आलं की मी ते आरशासमोर उभी राहून वाचीत असे!'

'का?'

'लिहिणारा किती मूर्ख आहे याची खात्री व्हावी म्हणून. तो पत्रात माझं असं वर्णन करी की जणू काय मी अप्सराच आहे एखादी!'

आताही प्रमिला बघता बघता एकदम थांबली. लगेच ती हसून म्हणाली, 'तुमच्याशी बोलताना वेळ कसा जातो ते कळतच नाही. पण घरात आई एकटीच आहे! दहा माणसांचा स्वयंपाक करतेय बिचारी! नि तोही काही साधा नाही! तेव्हा–'

हां हां म्हणता प्रमिला अदृश्य झाली.

तिने आणून दिलेल्या पुस्तकांपैकी अभयने निबंधाचे पुस्तक सहज चाळायला सुरुवात केली. मध्येच एक सुंदर नोटपेपर त्याला दिसला.

कुणाचे तरी पत्र असावे ते! त्याला वाटले– मोतीरामचे असले तर ते वाचून आपली करमणूक होईल! पण दुसऱ्या कुणाचे असले तर?–

छे! खाजगी पत्रं पुस्तकात विसरण्याइतकी प्रमिला काही भोळी नाही!

वेळ जायला काही तरी चाळा हवा होता म्हणूनच की काय अभयने तो कागद उघडला.

पत्र असले तर पुन्हा तसेच मिटून ठेवावे म्हणून त्याने खालची सही पाहिली. खाली सहीच नव्हती! त्याने वर पाहिले. वर काही इंग्रजी वाक्ये होती आणि खाली त्यांचे मराठी भाषांतर होते.

प्रमिलेला पुस्तकांतील कोणती वाक्ये आवडली असावीत हे पाहण्याची जिज्ञासा अभयच्या मनात उद्भवली.

तो वाचू लागला...

'A thousand and one almost unsurmountable barriers separate people, few of which are necessary and most of which are stupid.'

प्रमिलेने त्याचा अनुवाद केला होता–

'मनुष्यामनुष्यांमध्ये हजारो दुर्लंघ्य भिंती उभारल्या गेल्या आहेत. त्यापैकी आवश्यक अशा फारच थोड्या आहेत. बाकीच्या बहुतेक आमच्या मूर्खपणाच्या आधारावर उभ्या आहेत!'

दुसरे वाक्य–

'The honest hard-working intelligent young mechanic is socially as nothing, beside the young man of independent means who spends his time mostly in night-clubs, in knocking a ball hither and thither with wooden clubs of varying shapes of in killing animals infinitely more beautiful than he is himself.'

आपल्यालाही हेच वाक्य आवडले होते याची अभयला आठवण झाली. हे वाक्य वाचताना त्याच्या मनापुढे दोन चित्रे उभी राहिली होती:

पहिले– निढळाच्या घामाने सारे जग फुलविणाऱ्या श्रमिकांचे!

आणि दुसरे– कष्टावाचून मिळणारा पैसा पाण्यासारखा खर्च करून स्वतःचे

विलासी जीवन फुलविणाऱ्या प्रेमिकांचे!

अभय प्रमिलेचा अनुवाद वाचू लागला...

'हे चित्र पाहा आणि ते चित्र पाहा!'

त्याला आश्चर्य वाटले!

मालेहून वयाने लहान असलेल्या आणि आपल्या सहवासात फारशा न आलेल्या प्रमिलेने या उताऱ्यांशी आपल्याइतकेच समरस व्हावे आणि मालेला मात्र हे पुस्तक नीरस वाटावे?

माला-प्रमिला!

माला-लता!

लता आणि प्रमिला या मालेइतक्या सुंदर नाहीत. पण–

त्याचे मन म्हणत होते...

अजून कशी माला परत आली नाही? मघाशी कांचनच्या मोटारीत तीच होती यात शंका नाही! इतक्या अपरात्री– आपण जेवायला येणार हे ठाऊक असून– 'अगदी लवकर लवकर या' म्हणून आपल्याला आग्रह करून– ही माला–

मालेचा तो समोरचा फाजील शृंगारिक फोटो अभयला पाहवेना.

त्याने मान वळवली.

भिंतीवर दोन नटींच्यामध्ये कड्यावरून निर्झर निधड्या छातीने उडी टाकीत होता. तळाशी एका खडकावर एक अर्धनग्न सुंदर स्त्री–

आपल्याला प्रिय असलेल्या मनुष्याचे प्रेम पाहण्याचा प्रसंग आला की मनुष्य जसे डोळे मिटून घेतो, तशी अभयची मन:स्थिती झाली.

तो नटवा फोटो– ते मिथुनभावनेला चाळवणारे चित्र–

छे! एकदम उठून अभयने दिवा मालवला.

तो परत खुर्चीवर बसला न बसला तोच कुणीतरी खोलीत धावत आले. आत आलेली व्यक्ती तडक खाटेकडे गेली असावी!

कांकणांचा आवाज! लगेच खाटेवर धाडकन् अंग टाकल्याचा आवाज!

त्या आवाजाच्या पाठोपाठ हुंदके ऐकू येऊ लागले.

मघाशी हसत खेळत असलेली प्रमिला खोलीत एकदम धावत येते काय आणि खाटेवर अंग टाकून रडू लागते काय!

तिला काय झाले असावे याचा अभयला तर्कच करता येईना.

दिवा लावण्याकरिता खुर्चीवरून उठता उठता त्याने प्रेमळ स्वराने हाक मारली, 'प्रमिला!'

खाटेवरले हुंदके अधिकच जोराने ऐकू येऊ लागले.

□

जीवनाची सफलता कशात आहे?

दिवा लावताच खोलीत लख्ख प्रकाश पडला! पण एका क्षणात नाहीसा झालेला अंधार अभयच्या मनात कोंदटला.

खाटेवर हुंदके देत पडलेली व्यक्ती प्रमिला नव्हती! ती माला होती!

दुपारी फुलपाखरांप्रमाणे बागडणारी माला, मघाशी कांचनच्या मोटारीत त्याच्या पलीकडे ऐटीने बसलेली माला– असे ओक्साबोक्सी रडायला झाले तरी काय तिला?

या विचाराबरोबरच अभयच्या मनात दुसराही विचार आला. मालेचे हुंदके ऐकून प्रमिला येईल, घरातली इतर मंडळी गोळा होतील, नि मग–

त्याने हळूच खोलीचे दार लावले.

मालेजवळ येऊन त्याने मृदु स्वराने हाक मारली, 'माला–'

त्याच्याकडे न पाहताच माला डोळे पुसू लागली. आता तिचे हुंदके थांबले होते.

तिच्या खांद्यावर मोठ्या मायेने हात ठेवीत अभयने विचारले, 'काय झालं, माला?'

माला चटकन वळली. एखाद्या लहान मुलाप्रमाणे अभयच्या कंबरेला विळखा घालून तिने विचारले, 'अभय, मी तुझी ना रे?'

'तुझी!'

किती गोड शब्द! मृगाचा पाऊस अंगावर घेताना जी शीतल माधुरी अनुभवायला मिळते ती त्या एका शब्दाने आपल्या मनाला लाभली असा क्षणभर अभयला भास झाला.

मालेचा विळखा सोडवीत तो म्हणाला, 'मघाशी अंधारात मी प्रमिलेला हाक मारली, म्हणून ही शंका आली वाटतं तुला?'

आता कुठे मालेने वर पाहिले. पावसाची सर संपता संपता चंद्राची कोर

उगवावी तशी तिची प्रेमनिर्भर दृष्टी अभयला वाटली.

तो थट्टेने म्हणाला, 'वळवाचा पाऊस होता होय हा? मला वाटलं–आषाढातली झड सुरू झाली आहे!'

'तुम्हाला? किनई सदानकदा थट्टाच सुचते!'

'तुम्हाला की तुला?'

'इश्श!'

'हे पाहा माला, माणसानं आपला शब्द कधी मागे घेऊ नये. ज्याला एकदा 'तू' म्हटलं त्याला जन्मभर तूच म्हणायला हवं!'

'लग्न झाल्यावरही?'

'लग्न झाल्यावर अरे-तुरेवर येण्याचे प्रसंग आयुष्यात अधिकच येतात.'

पाच मिनिटांपूर्वी माला रडत होती, हे कुणाला खरेसुद्धा वाटले नसते, इतकी तिची मुद्रा खेळकर झाली.

अभय म्हणाला, 'असं पोरासारखं रडायला झालं काय तुला?'

माला भिंतीवरल्या नटींच्या फोटोकडे पाहत म्हणाली, 'भीती वाटली मला.'

'भीती? कुणाची?'

'झोपाळ्याची!'

'झोपाळ्यावर बसायला कुठं गेली होतीस?'

'कांचनांच्या बंगल्यात! त्यांच्या मामांना स्टेशनवरनं घेऊन आलो आम्ही! मामा नि कांचनाची आई आत गेली. मी नि कांचन बागेतल्या झोपाळ्यावर बसलो. पण पहिलाच झोका त्यांनी इतका मोठा काढला की–'

मालेचे अंग शहारल्यासारखे झाले.

तिचा भित्रेपणा अभयने अनेक वेळा पाहिला होता. एकदा तिच्या वहीतून झुरळ निघाले. त्याबरोबर वही खाली टाकून ती जी दूर उभी राहिली– दुरून पाहणाऱ्याला वाटले असते की हिच्या वहीतून काळा विंचूच निघाला आहे!

फिरायला गेल्यावर चांदणी रात्र असली तरी ती एकटी घरी येत नसे. पावसाळ्यात विजा कडकडू लागल्या म्हणजे खोलीच्या खिडक्या बंद करून आणि कानात बोटे घालून त्या भ्यालेल्या सशाप्रमाणे बसे.

हे सारे ठाऊक असल्यामुळे अभय म्हणाला, 'काही काही माणसांना झोपाळ्यावर बसलं की भोवळ येते!'

'आता गाडीतून उतरले तेव्हा चक्कर येऊन पडते असं वाटायला लागलं मला! म्हणून एकटीच धावत आले मी!'

'दुसऱ्याला लवकर यायला सांगायचं नि आपण मात्र बाहेर भटकत बसायचं!'

माला लाडकेपणाने म्हणाली, 'पुन्हा नाही अशी चूक होणार! कुणी लवकर

येणार असलं तर दाराआड लपून बसत जाईन. नि–'

'आज कांचनचे मामा आले. काल कुणाचे काका आले होते?'

'काल?' पदराचे टोक दातात धरीत मालेने विचारले.

अभय काहीच बोलला नाही असे पाहून ती म्हणाली, 'कांचनांनी फसवलं मला काल! आक्कांना निकाल लवकर कळावा म्हणून त्यांच्या गाडीतनं जायला निघाले मी! पण त्यांनी जी गाडी सोडली ती थेट बंडगार्डनकडे नेली. तिथनं आम्ही खडकीला गेलो. तिथं एका हॉटेलात–'

माला स्वर खालावून म्हणाली, 'काल पहिल्यांदा आम्लेट खाल्लं मी!'

'काल खडकीला गेली होतीस तू?'

'हो! कांचनांची मोठी फजिती झाली तिथं. दुसऱ्या मजल्यावर दोघे मजेने चहा घेऊ, म्हणून मला सांगून त्यांनी गाडी एका हॉटेलच्या दारात उभी केली पण–'

'पण काय?'

'दुसरा मजला रिकामाच नव्हता!'

'तुमच्या आधीच दुसऱ्या रसिक मंडळींनी तो पटकावला असेल!'

'रसिक? मुलखाचे अरसिक होते ते! कुठले टोळभैरव जमले होते कुणाला ठाऊक! अधून मधून हसत काय होते! ओरडत काय होते– दारूबिरूसुद्धा प्यायले असतील मेले!'

अभयला कालच्या योगायोगाचे मोठे आश्चर्य वाटले.

ज्या दोन तरुण माणसांचे जीवनप्रवाह अगदी जवळून वाहू लागले आहेत, लवकरच ज्यांचा संगम होण्याचा संभव आहे, त्यांच्यापैकी तरुण हॉटेलच्या वरच्या मजल्यावर परदेशी जाऊन आलेल्या, स्पेनमधल्या लढ्यात प्रत्यक्ष भाग घेतलेल्या एका तरुणाशी क्रांतीची चर्चा करण्यात समरस होतो आणि तरुणी? ती इंग्लंडहून आलेल्या एका श्रीमंत मनुष्याबरोबर रमत गमत त्या हॉटेलात येते, वरचा गलबला ऐकते नि नकळत आपल्या प्रियकराला दारूबाज ठरवते.

माला आणि आपण जवळ आलो आहोत हे खरे! पण हा जवळपणा मनाचा आहे का?

छे! माला सुंदर आहे, तीन वर्षे आपण तिला शिकवत आहोत, तारुण्यसुलभ भावनेला सहवासाची जोड मिळाल्यामुळे आपल्याला तिच्याविषयी प्रेम वाटू लागले आहे!

आणि तिला आपल्याविषयी वाटणारे प्रेम? तेही असेच परिस्थितीने निर्माण झाले आहे? भावाच्या मदतीने दत्तोपंत प्रपंच चालवीत आहेत. भारंभार हुंडा देऊन श्रीमंत स्थळी मुलगी देण्याचे त्यांना सामर्थ्य नाही. लग्न होईपर्यंत मुलींना

शिकवल्याशिवाय गत्यंतर नाही म्हणून त्यांनी मालेला कॉलेजात घातली. शिकवणीच्या निमित्ताने आपला नि त्यांचा परिचय झाला. आज ना उद्या वकील होणारा होतकरू तरुण या दृष्टीने त्यांना अभय जावई म्हणून पसंत पडला. मालेच्या आणि आपल्या परस्परांविषयीच्या भावनांना त्यांनी मूक संमती दर्शविली.

अभयच्या मनात आले– पण आपले नि मालेचे एकमेकांविषयीचे हे प्रेम खरोखर जन्मभर फुलत राहील का? एक वेळ विहीर फार रुंद नसली तरी चालते, पण ती खोल मात्र हवी! नाहीतर तिच्यातले पाणी उन्हाळ्यात आटून जाते. प्रीतीसुद्धा जलाशयासारखीच नाही का? आयुष्यातल्या उन्हाळ्यात–

अभय इतका वेळ कसला विचार करीत आहे हे मालेला कळेना. ती आर्जवी स्वराने म्हणाली, 'क्षमा केलीत ना मला? हो! केलीच!'

अभय नुसता हसला. त्याचे दोन्ही हात हातात घेऊन माला म्हणाली, 'क्षमा केली असं हात धरून लिहून घेणार आहे मी!'

तिच्या हाताचा मधुर कंप अभयच्या हातांना जाणवला. त्या मूक कंपात जगातले सारे दु:ख विसरायला लावणारे मधुर संगीत भरले आहे, त्या क्षणिक स्पर्शात मधुर मोहनिद्रा आणण्याचे सामर्थ्य आहे, असा त्याला भास झाला.

त्याने मालेकडे पाहिले. तिच्या डोळ्यांत अप्सरा नाचत होत्या, गंधर्व गात होते.

कुणीतरी आपल्याला पुढे ओढीत आहे असे अभयला वाटले. दुसऱ्याच क्षणी त्याने मालेच्या हातांतून आपले हात काढून घेतले!

'प्रमिला बोलावतेय वाटतं!' तो उद्गारला.

मालेची दृष्टी त्याला म्हणत होती– 'किती भित्रे आहात.'

त्याचे डोळे उत्तर देत होते– 'हा भित्रेपणा नव्हे! हे शौर्य आहे!'

अभयच्या पानासमोरच लतेचे पान होते. त्याच्याकडे पाहून ती म्हणाली, 'मी सनातनी होणार असं वाटायला लागलंय मला!'

'कशावरनं?'

'जुन्या गोष्टीवरला माझा विश्वास वाढायला लागलाय. इजा, बिजा नि तिजा हे किती वेळा ऐकलं होतं मी! पण आज ते अनुभवाला आलं अगदी!'

तिच्या जवळच बसलेल्या मालेला ती काय म्हणत आहे हे नीट कळेना. ती तिच्याकडे आश्चर्याने पाहू लागली.

आजच्या दिवसात लतेची नि आपली तिसऱ्यांदा भेट होत आहे ही गोष्ट अभयच्या लक्षात आली नव्हती असे नाही. पण लतेने ती मार्मिकपणाने सुचविल्यामुळे त्याला या योगायोगाची अधिक गंमत वाटली.

मालेपलीकडे बसलेली बाई लतेची बहीण की आई हे काही केल्या त्याला उलगडेना. आई म्हणावी तर तिचे वय तिसाहून अधिक नसावे असे दिसत होते. विधवा असूनही तिने आपल्या केसांची रचना अत्यंत आकर्षक रीतीने केली होती. तिने ओठांना रंग लावलेला असावा असाही भास अभयला झाला. डोक्यावरून मागे सरकणारा पदर ती पुन्हा पुन्हा वर घेत होती. आपण मोठ्या घराण्यातल्या आहोत हे दाखविण्याचा त्या बाईचा अट्टाहास पाहून अभयला हसूच आले. ती सुंदर होती यात संशय नाही. पण तिच्या साऱ्या हालचालीत कमालीची कृत्रिमता होती.

ती लतेची बहीण असावी हे मात्र उघड उघड दिसत होते. तिच्या नि लतेच्या तोंडवळ्यात विलक्षण साम्य आहे हे दोघींना ओझरते पाहणारासुद्धा सांगू शकला असता! तिच्या चाफेकळीसारख्या नाकाशी तुलना केली की लतेचे नाक अगदीच नकटे वाटे हे खरे! पण दोघींचेही डोळे मात्र सारखेच सुंदर होते.

वांगीभात वाढायला आलेल्या प्रमिलेने पानात खूप भात वाढून 'हा सारा भात संपवायला हवा हं!' असे म्हटले, तेव्हा कुठे अभयच्या लक्षात आले की आपले जेवणाकडे लक्ष नाही! ती बाई कोण असावी याविषयी तर्क करण्यातच आपण गुंग झालो आहोत.

अभयच्या पलीकडे बसलेल्या कांचनच्या पानातला पहिला भातसुद्धा संपला नव्हता अजून!

प्रमिला त्याला हसत म्हणाली, 'हे हो काय?'

कांचनने उत्तर दिले, 'हिंदु धर्म की जय!'

सारी माणसे त्याच्याकडे टकमका पाहू लागली.

तो दत्तोपंतांकडे वळून म्हणाला, 'हे काट्याचमच्याचं जेवण असतं तर कांचननं मुसोलिनी होऊन स्वयंपाकघराचा केव्हाच अबिसीनिया केला असता! पण–'

इतरांप्रमाणे अभयलाही त्याच्या या बोलण्याचे हसू आले. त्याने लतेकडे पाहिले. ती अगदी गंभीर होती. माला मात्र पोट धरून हसत होती.

कांचन दत्तोपंतांना म्हणाला, 'रायफल-क्लब काढण्याआधी मटन-क्लब काढण्याची फार जरूरी आहे आपल्याकडं. इंग्लंडला जाण्यापूर्वी मी कसा होतो हे आईला विचारा! वाऱ्यानं उडून गेलो असतो अगदी! पण तिथं चार वर्षांत ऐसा झालो की मोठी वावटळ आली तरी नेकटायसुद्धा हलत नाही आता!'

कांचन काय म्हणाला इकडे अभयचे लक्ष नव्हते. तो मालेपलीकडच्या बाईकडे पाहत मनात म्हणत होता, 'एकूण ही लतेची आई म्हणायची!'

मालेने मध्येच प्रश्न केला, 'लठ्ठ होण्याचं औषध तरी काय घेतलंत तिथं!'

'औषध? डुकराचं मांस!'

मालेने वेडेवाकडे तोंड करताच कांचन म्हणाला, 'तुला नाही पटायचं ते! तुम्ही सगळे शेळीच्या दुधाचे भक्त! बीअरने प्रकृती किती चांगली राहते हे कधीच कळायचं नाही तुम्हाला!'

दत्तोपंत आणि कांचन यांची दोनचार मामुली उत्तरे प्रत्युत्तरे होऊन संभाषणाचा ओघ अहिंसेकडे वळला. दत्तोपंत जोरजोराने गांधींचे तत्त्वज्ञान पुढे मांडू लागले. आतापर्यंत कांचनच्या मामांनी संभाषणात मुळीच भाग घेतला नव्हता. जणू काही आपण जेवायला आलो आहोत, जेवणाखेरीज दुसऱ्या गोष्टीकडे लक्ष देणे चुकीचे होईल असा त्यांचा समज होता!

दत्तोपंतांनी, 'तुमचं काय मत आहे, देवदत्त?' असा प्रश्न केला, तेव्हा त्यांच्यापलीकडे बसलेल्या मामांनी वळून पाहिले. अभयला त्यांचा चेहरा आता कुठे पुरा दिसला.

देवदत्तांना पुढे थोडेसे टक्कल पडले होते. त्यामुळेच त्यांचे कपाळ अधिक रुंद भासे. त्यांच्या चेहऱ्याला भव्यता आणण्याच्या कामी या टकलाने थोडीफार मदत केली होती यात संशय नाही. केसांच्या रंगावरून ते उतारवयाचे आहेत असे कुणालाही कळले असते. पण त्यांच्या डोळ्यांकडे पाहिले की तिशीतल्या तरुणाची तरतरी त्यांच्यात सळसळत आहे असा भास होई. त्यांच्या डोळ्यांतील स्वप्नाळूपणाची झाक तर अभयला मोठी गंमतीची वाटली. पण त्यांच्या मूर्तीपेक्षाही त्यांची बुद्धी अधिक प्रभावी आहे ही खात्री अभयला पाच-दहा पळात पटली.

देवदत्तांचा नि दत्तोपंतांचा संवाद सुरू झाला होता.

देवदत्त म्हणाले, 'गांधींचं तत्त्वज्ञान वाचलं की मला ऐतिहासिक महात्म्याची आठवण होते!'

दत्तोपंतांनी उत्सुकतेने विचारले, 'बुद्धाची की ख्रिस्ताची?'

'शेखमहंमदाची! एका हाऱ्यांतली चार काचेची भांडी हे त्या मनुष्याचे भांडवल होते! पण वजिराची मुलगी आपली बायको होऊन पाया पडायला आली म्हणजे तिला लाथ कशी मारायची या विचारात त्याने ते भांडवलही गमावलं! गांधींची स्थितीही अशीच झाली आहे!'

दत्तोपंतांनी कपाळाला एक बारीक आठी घालून देवदत्तांकडे पाहिले. अभयला देवदत्तांनी गांधींची शेखमहंमदाशी केलेली तुलना अगदीच अन्यायाची वाटली नाही. पण त्यांच्या स्वरांतला गांधींविषयीचा अनादर मात्र त्याला आवडला नाही.

देवदत्त शांतपणाने म्हणाले, 'आम्ही आपली गिरणीतली माणसं. तुमचं ते राजकारण नि फेडरेशन आम्हाला कळत नाही! पण मृगजळामागं लागून हरणाची तहान भागत नाही हे सांगायला साधू-संत लागत नाहीत! कुणीही सामान्य मनुष्य

ते सांगू शकेल!'

'गांधीजींचं तत्त्वज्ञान हे मृगजळ आहे?' दत्तोपंतांनी उपहासाच्या स्वराने प्रश्न केला. ते अमृत आहे असेच त्यांनी आपल्या स्वराने जणू काही ध्वनित केले.

पण देवदत्तांवर त्यांच्या स्वरांचा काहीच परिणाम झाला नाही. पूर्वीइतक्याच शांतपणाने ते म्हणाले, 'हे पाहा, दत्तोपंत, अहिंसेचा प्रश्न घेऊ. हिंदुस्थानातली शेकडा पाच माणसं तरी पूर्णपणे शाकाहारी आहेत का? इकडं गांधी दररोज अहिंसेचा काथ्याकूट करताहेत नि तिकडे कोट्यवधी लोक नित्य हिंसा करताहेत!'

देवदत्त बोलण्यात सापडले अशा आविर्भावाने दत्तोपंत उद्गारले, 'आमचंही तेच म्हणणं आहे. जिभेचे चोचले पुरविण्यासाठी निरुपद्रवी जिवांची हत्या करणं माणुसकीला शोभत नाही!'

क्षणभर हसून देवदत्त म्हणाले, 'पोटातील आग म्हणजे जिभेचे चोचले असा गांधींच्या कोशात अर्थ असला तर वादच मिटला! कोकणातल्या एखाद्या खेड्यात चार दिवस जाऊन रहा तुम्ही, दत्तोपंत! मासळी नसेल तर खेडेगावातल्या गरिबांना तोंडी लावायला सांबारसुद्धा मिळत नाही तिथं! माशाला जीव आहे, पाण्यातून बाहेर काढल्यावर तो तडफडतो, वगैरे गोष्टी त्या लोकांनासुद्धा समजतात! पण त्यांना जगायचं असतं, नुसता उपदेश करायचा नसतो. जीवनाचं तत्त्वज्ञान सामाजिक मनांतून निर्माण व्हायला हवं याचा तुमच्या गांधींना पत्ता तरी आहे का? वस्तुस्थितीपेक्षा चमत्कृतीवरच त्यांचा अधिक भर आहे! आपल्या 'आतल्या आवाजा'पुढं बाहेरच्या कोलाहलाला ते काडीचीही किंमत देत नाहीत.'

'गांधींना बरी वाईट कसली तरी नीती आहे. पण त्यांच्यावर टीका करणाऱ्यांना तीही नाही!' दत्तोपंत चिडून उद्गारले.

देवदत्त स्वस्थ राहिले. स्नेह्याच्या घरी जेवायला येऊन तिथे वादविवादात वर्दळीवर येणे त्यांना अप्रशस्त वाटले असावे.

पण अभयला आता गप्प बसवेना. तो दत्तोपंतांकडे वळून म्हणाला, 'गांधींना ज्या नीतीचं महत्त्व वाटलं, ती वैयक्तिक नीती आहे! पण व्यक्तीची नीती म्हणजे काही सामाजिक नीती नव्हे! कुणी काय खावं या गोष्टीपेक्षा समाजातल्या प्रत्येक व्यक्तीला पोटभर खायला कसं मिळेल हा अधिक महत्त्वाचा प्रश्न नाही का? पण सामुदायिक पद्धतीनं शेती करावी, कारखाने काढावेत, नवीन यांत्रिक शोधांचा उपयोग करावा इत्यादी गोष्टी मात्र गांधी कधी प्रतिपादन करणार नाहीत. सामुदायिक शेती म्हटली की जमीनदारांच्या हक्कांचा प्रश्न येणार! गांधींच्या दृष्टीनं जमीनदार हे पालक आणि शेतकरी ही त्यांची अज्ञान मुलं! कुठं एखादा जमीनदार दुष्ट असला तर उपास करून त्याचा हृदयपालट घडवून आणा असा सल्ला गांधी देणार! गांधींची एकेका गुंतागुंतीच्या प्रश्नांवरली मते ऐकली की

आपल्या जुन्या बटव्यांतून ठराविक औषधं काढणाऱ्या आजीबाईची आठवण होते मला! त्या बटव्यांतील ठराविक औषधं पिढ्यानपिढ्या उपयुक्त ठरलेली असतात हे खरं! पण तेवढ्यामुळं वैद्यशास्त्रातले नवे शोध मूर्खपणाचे आहेत असं काही सिद्ध होत नाही!'

'तुम्ही जेवायला आलात अभय, व्याख्यानं द्यायला नाही!' या प्रमिलेच्या शब्दांनी अभय भानावर आला! नाहीतर तो किती वेळ बोलत राहिला असता कुणाला ठाऊक!

प्रमिला त्याला श्रीखंडाचा आग्रह करीत होती. 'नको नको' म्हणून त्याने पानावर दोन्ही हात धरले तेव्हा ती म्हणाली, 'इतरांच्या तिप्पट वाढणार आहे मी तुम्हाला!'

'इतका का खादाड आहे मी?'

'अं हं! आज तीन मेजवान्या आहेत तुम्हाला!'

'तीन? अरे बाप रे! इथं डॉक्टरसुद्धा नाही कुणी!'

त्याच्या विनोदाला हसत हसत प्रमिला उत्तरली, 'पहिली मेजवानी सर्वांच्या बरोबरची. दुसरी परीक्षा पास झाल्याची. नि तिसरी–'

तिने हळूच मालेकडे पाहिले. दत्तोपंत, देवदत्त, लतेची आई व कांचन यांचे काही निराळेच बोलणे चालले होते! त्यामुळे त्यांचे लक्ष प्रमिलेच्या मूक अभिनयाकडे गेले नाही. पण तो लतेच्या मात्र लक्षात आला.

अभयला गाडीतून घरी पोचवण्याची तत्परता लतेने दर्शविली, पण दत्तोपंतांनी, 'अभयला बसू देत जरा! मला काही लवकर झोप येत नाही! कुणीतरी गप्पा मारायला असलं म्हणजे तितकंच बरं!' अशी प्रस्तावना केल्यामुळे अभयला राहावे लागले.

दत्तोपंतांनी आपल्याला मुद्दाम मागे ठेवून घेतले आहे हे त्याला उघड दिसत होते.

मधुर संवेदनांच्या तरंगावर त्याचे मन झुलू लागले. त्याला वाटले– ते बहुधा मालेच्या लग्नाचा विषय काढणार असतील. आपण काल परीक्षा पास झालो, उद्या वकील होऊ. या वेळी मालेला पुढे केली नाही तर दुसरा कुणीतरी मुलीचा बाप आपल्यावर झडप घालून आपल्याला घेऊन जाईल, अशी त्यांना भीती वाटत असावी! मालेचे नि आपले रहस्य– छे! त्याची त्यांना कशी कल्पना येणार?

त्यांनी मालेचा विषय काढला तर त्याला काय उत्तर द्यायचे?

आपण काही ब्रह्मचारी राहण्याची प्रतिज्ञा केलेली नाही! 'वृक्षाला फळांप्रमाणे

फुलेही पूर्णता आणतात'. जीवनाचेही तसेच आहे. त्याच्या विकासाला पराक्रमाइतकीच प्रीतीही आवश्यक आहे. मालेशिवाय दुसऱ्या कुठल्याच मुलीचे आतापर्यंत आपल्याला आकर्षण वाटले नाही. तेव्हा...

पण पराक्रम आणि प्रीती यांचा संगम आजच्या घटकेला सुलभ आहे का?

उद्या वकील होऊन आपण खूप पैसा मिळविला, डेक्कन जिमखान्यावर सुंदर बंगला बांधला, आपल्या दारात मोटार दिसू लागली म्हणजे आपण पराक्रमाचे शिखर गाठले, असे म्हणता येईल का?

छे! या पराक्रमात अलौकिक असे काय आहे? आपल्या कुटुंबाचे पोट भरणारा हमाल एखाद्या भिकार दोन खणी खोलीत राहात असला तरी त्याचा पराक्रमसुद्धा या वकिलाइतकाच मोठा नाही का? सध्याच्या समाजात काही बुद्धिमान लोकांना शिक्षणाची संधी मिळते, काहींना मिळत नाही. ही संधी मिळाल्यामुळे जे लोक श्रीमंत होतात, त्यांचे कर्तृत्व सोडतीत बक्षीस मिळवणाऱ्या माणसापेक्षा काही निराळ्या प्रकारचे असत नाही.

नाही, असल्या संकुचित पराक्रमाने आपल्या मनाचे समाधान होणार नाही! काहीतरी अलौकिक—

स्पेनच्या रणभूमीवर लढून आलेला नरेंद्र— तो कालचा संयुक्त प्रांतातील तरुण— त्याच्या तोंडून ते वर्णन ऐकताना आपल्या अंगावर कसे रोमांच उभे राहिले होते! क्षणभर त्याचा हेवा वाटला आपल्याला. आणि तो म्हणाला ते काही खोटे नव्हते! त्या लढाईपेक्षा मोठ्या लढाया आपल्या देशात सुरू होत आहेत, अद्यपि झाल्या नसल्या तर लवकरच होतील. शस्त्रांची जागा त्यागाने भरून काढून तरुणांना त्या जिंकाव्या लागतील!

त्याने स्वतःच्या प्रांतातल्या किसानांची जी स्थिती वर्णन करून सांगितली ते ऐकून—

छे!

तिथल्या शेतकऱ्याच्या घरात कितीही बायका असल्या तरी धड असे एखादेच लुगडे असते! एक बाई ते नेसून बाहेर जाते, ती परत आली म्हणजे तेच लुगडे नेसून दुसरी बाई बाहेर जाते. घरात कसल्यातरी फाटक्या चिंध्यांनी बिचाऱ्या लज्जारक्षण करीत असतात!

जी स्थिती वस्त्रांची तीच अन्नाची! शेतकऱ्यांच्या घरी म्हैस असली तरी त्याच्या पोराला कधी दुधाचा थेंब मिळायचा नाही. सारे दूध विकावे तेव्हा कुठे कुटुंबाच्या दुपारच्या तुकड्यांची सोय व्हायची.

त्या तरुणाने आपणा सर्वांना मारलेला टोमणा किती बरोबर होता! तो म्हणाला होता, 'अभय, तुमची तळमळ मला कळते. पण एक लक्षात ठेवा—

आजारी मुलाकडे पाहून आईचं मन कितीही तळमळलं तरी त्या मुलाला बरं करण्याचं सामर्थ्य डॉक्टरांच्या बुद्धीतच असतं! आजच्या तरुणांच्या तळमळीला कर्तृत्वाची जोड मिळाली तरच–'

त्याचे ते वाक्य तर आपण कधीच विसरणार नाही– 'पुस्तकांतल्या जगापेक्षा, कॉलेजातल्या जगापेक्षा, कुटुंबातल्या जगापेक्षा, खरे जग अगदी निराळे आहे! ही सारी जगं स्वप्नांनी भरलेली आहेत! पण खरं जग–'

दत्तोपंत समोर येऊन बसल्यामुळे कालच्या वादविवादातल्या अभयच्या या आठवणी हळूहळू अस्पष्ट झाल्या.

थोडा वेळ थांबून दत्तोपंत म्हणाले, 'मी बोलणार आहे ती गोष्ट जरा नाजूक आहे! तुम्ही शांतपणाने तिचा विचार कराल तर–'

अभय म्हणाला, 'काय बोलायचं ते मोकळेपणानं बोला. मी काही परका नाही कुणी!'

'तुमच्या हेडमास्तरांनी बोलावून नेलं होतं मला संध्याकाळी. आज शाळेत तुमचा नि त्यांचा जो खटका झाला–'

'त्यात दोष माझ्यापेक्षा त्यांच्याकडंच आहे!'

'असेल! पण तुम्ही त्यांची क्षमा मागितली तर सारं प्रकरण मिटेल! नाहीतर–'

'नाहीतर मला शाळेतून काढून टाकतील! एवढंच ना?'

'हे पाहा अभय, तरुणपणी अन्यायाची अशीच चीड येते माणसाला! तो त्या अन्यायाविरुद्ध लढायला उभा राहतो. पण पुढं– मी वकिली सोडली तेव्हा तुमच्यासारख्याच कल्पना होत्या माझ्या! आज मात्र घरातल्या पाच पोरांकडे पाहिलं म्हणजे मन कसं भांबावून जातं! त्यांचं शिक्षण, त्यांची लग्नं... एखाद्या रोगानं उद्या माझं बरंवाईट झालं तर–'

दत्तोपंतांच्या डोळ्यांत पाणी उभे राहिलेले पाहून अभयला आश्चर्य वाटले. या वेळी आपण काहीच बोलू नये असा विचारही त्याच्या मनात येऊन गेला. पण त्याचा अर्थ निराळाच होईल हे लगेच त्याच्या लक्षात आले.

तो हसत दत्तोपंतांना म्हणाला, 'हेडमास्तरांना सांगा– अभय उद्या शाळेत येणार नाही. आयुष्यांतली पहिली चकमक आज झाली. उद्या दुसरी होईल! त्यांत काय आहे एवढं? लढत राहण्यातच मानवी जीवनाची सफलता आहे. नाही का?'

तो उठला आणि जाण्याकरिता दाराकडे वळला. तिथे माला उभी होती.

□

वर कळस, खाली सुरुंग!

मालेचा निरोप घेऊन अभय बाहेर पडला. रस्त्यावरची रहदारी आता पुरी ओसरली होती. बुधवारात आल्यावर तर अभयला उन्हाळ्यातल्या नदीच्या पात्राचीच आठवण झाली.

कोपऱ्यावरल्या एका हॉटेलात कपबशा खळखळत होत्या. पलीकडून एक रिकामा टांगा हळूहळू येत होता. त्या टांग्याच्या मागून एक भिकारीण मुंगीच्या पावलांनी चालली होती. अभयच्या मनात मात्र विचारांची विलक्षण गर्दी उसळत होती. शर्यतीतल्या घोड्याप्रमाणे ते धावत होते.

त्याला मघाच्या दृश्याची पुन्हा पुन्हा आठवण होऊ लागली...

'आयुष्याची सफलता लढण्यात आहे' असे आपण म्हणायला नि मालेने दारात येऊन उभे राहायला एकच गाठ पडावी हा किती विचित्र योगायोग!

आयुष्य हे एक न सुटणारे कोडे आहे की मनुष्याला ते सोडविण्याइतकी बुद्धीच नाही? जीवनाची सफलता प्रीतीने होते असे कवी म्हणतात!

छे! काव्य हे नेहमीच अर्धसत्य असते!

अभयला विनायकांची 'जोहार' ही कविता आठवली. त्या काव्यात मात्र जीवनाचे पूर्ण प्रतिबिंब पडले आहे असे त्याला वाटले. त्या कवितेतले रजपूत वीराचे ते वर्णन–

एकच. मुका
केला निर्धार निका
दहाशत घेऊन मुका
तो भुकाच राहिला

जिची अशी शेकडो चुंबने घेऊनही तो वल्लभ अतृप्त राहिला, त्या रमणीला तो निद्रेतून जागे करतो, आपल्या हाताने तिचा वध करतो आणि शत्रूशी

लढण्याकरिता निघून जातो.

जोहार!

राजपुतांची जोहाराची पद्धत अभयला लहानपणी इतिहास वाचताना क्रूरपणाची वाटली होती. आता त्याला वाटले– जोहार हे जीवनाचे प्रतीक आहे! ध्येयासाठी अत्यंत प्रिय गोष्टीचा त्याग करावा लागतो, ही शिकवण आजच्या काळीसुद्धा पूर्वीइतकीच खरी आहे! ती नेहमीच खरी राहील.

घरात शिरता शिरता अभयने सहज आकाशाकडे पाहिले.

एक तारा तुटून पडत होता!

चार वर्षांपूर्वी लिहिलेच्या स्वत:च्या कवितेतील एक कल्पना त्याला आठवली.

लपून बसलेल्या चंद्राला रजनी लगबगीने शोधत आहे. तुटून पडलेला तारा हे त्या घाईने धावणाऱ्या रजनीच्या केशकलपातून गळून पडलेले फूल आहे अशी ती कल्पना होती. आता तो तुटून पडलेला तारा पाहून त्याला वाटले– काही केल्या काळोख कमी होत नाही; हे पाहून तो क्षणभर तरी उजळण्याकरिता या ताऱ्याने स्वत:चे बलिदान केले!

आक्का तुकारामाची गाथा अजून वाचत बसली आहे हे पाहून अभय तिला म्हणाला, 'उगीच जागत कशाला बसलीस?'

'उगीच नाही!'

आक्काने पलीकडे पडलेली पुस्तके दाखवली. इसापनीती आणि दोन तीन चित्रांची पुस्तके होती ती! त्यावरून चारूची स्वारी बराच वेळ इथे असावी हे अभयने ओळखले.

'काय केलं होतं जेवायला?' आक्काने प्रश्न केला.

'श्रीखंड!'

'कोण कोण मंडळी होती?'

'त्या लतेच्या घरची सारी माणसं होती.'

'तिचे ते मामा आले होते का?'

'हो!'

'मालेची आई म्हणत होती– कुठं गिरणीत मोठ्या पगारावर आहेत ते! त्या कांचनलासुद्धा कुठं तरी गिरणीतच चांगली नोकरी देणार आहेत म्हणे ते!'

'अस्सं!'

'तुझी त्यांची ओळख झाली का?'

'तोंडओळख झाली. अधिक ओळख करून घेऊन करायचंय काय आपल्याला?'

'मनुष्य चांगला नाही वाटतं?'

अभय हसून म्हणाला, 'तसं नाही गं! हुशार आहे मोठा! काय नाव पाहा

त्याचं? देवदत्त–'

'देवदत्त?'

'हो, देवदत्त कामत.'

'देवदत्त कामत?'

आक्काच्या स्वरात एकदम विलक्षण कंप का उत्पन्न झाला हे अभयला कळले नाही.

तो म्हणाला, 'त्यांच्या चेहऱ्यावर दोन-तीन लहान डाग आहेत. कोड आहे की काय कुणाला ठाऊक! पण चेहरा असा उमदा आहे नि डोळे इतके तरतरीत आहेत की त्या डागांचा विद्रूपपणा लक्षातच येत नाही!'

आक्काने खाली पाहत तुकारामाची गाथा उघडली.

अभय टेबलाकडे गेला.

तिथे संध्याकाळी लतेने त्याला दिलेली गोष्टींची वही पडली होती.

त्याने ती सहज उचलली. संध्याकाळी आपण वहीतली पहिली गोष्ट वाचली होती. आता शेवटची वाचावी म्हणून तो पुढची पाने चाळू लागला.

गोष्ट लहानच होती...

'झोपाळा आणि विमान'

झोपाळ्याने खूप मोठा झोका घेतला.

त्याला वाटले– आता आपण सहज विमानाइतके वर जाऊ! पण, थोडे वर जाताच त्याला पुन्हा मागे यावे लागले. आपली फजिती लपविण्याकरिता झोपाळा म्हणाला, 'आभाळात अधिक उंच न गेलेलंच बरं! हे विमान केव्हा खाली कोसळून पडेल याचा नेम आहे का?'

विमान हळूहळू खाली उतरू लागले.

झोपाळा आनंदाने ओरडला, 'आता बघा कशी गंमत होते ती!'

त्याच क्षणी झोपाळ्याचा एक दोर तुटला आणि तो वेडावाकडा होऊन झाडाच्या फांदीला लोंबू लागला.

जमिनीवर उतरलेले विमान त्याला हसले नाही. ते म्हणाले.

'पुष्कळदा माझ्यावरसुद्धा अशीच मोडून पडायची पाळी येते! आहे काय त्यात? चल, उठ! तू नि मी पाखरांप्रमाणे जोडीने उडत उडत वर जाऊ या!'

लतेच्या आतापर्यंतच्या तिन्ही गोष्टींपेक्षाही ही गोष्ट अभयला अधिक अर्थशून्य वाटली. तिच्या कल्पकतेचे त्याला कौतुक वाटत होते. पण कल्पकता म्हणजे कागदी फुले कोरण्याचे कौशल्य!

त्याच्या मनात आले– मालेत ही कल्पकताही नाही!

अंथरुणावर जाऊन पडताच अभयचा डोळा लागला. काल रात्रीच्या जागरणामुळे केव्हापासून त्याचे अंग जड झाले होते. कितीतरी वेळ तो स्वस्थ झोपला होता. मात्र नंतर त्याला एक भयंकर स्वप्न पडले.

त्याला दिसत होते...

आपण रजपूत सरदारासारखा पोशाख केला आहे. पलीकडेच माला आहे. तिचा सर्व शृंगार एखाद्या रजपूत रमणीसारखा आहे. आपल्या कानात कुणीतरी मधुर स्वराने गुणगुणू लागले. आपण आनंदाने डोळे मिटून घेतले.

'एकच घेईन मुका
केला निर्धार निका
दहाशत घेऊन मुका
तो भुकाच राहिला!'

गाणे थांबताच आपण डोळे उघडले. आपल्या हातात नग्न खड्ग आहे!

कुणी आणून दिली ही तलवार? त्या गाणाऱ्या व्यक्तीने?

माला आपले दोन्ही पाय धरून स्फुंदत आहे– 'नका, अभय, आपल्या मालेचा असा शिरच्छेद करू नका.'

इथेच अभय जागा झाला होता. त्याने डोळे उघडून पाहिले.

कालच्याप्रमाणे चांदणे आजही खिडकीतून आत येत होते. तो कुशीवर वळला.

त्याला आश्चर्य वाटले– आक्काच्या खोलीत अजून दिवा जळत होता. वाचता वाचता तिला झोप तर लागली नसेल?

हळूच उठून तो मधल्या दारात जाऊन उभा राहिला.

त्याला जे दिसले ते पाहून तो अधिकच चकित झाला! आक्काच्या पुढ्यात पांडुरंगाची तसबीर होती.

त्या तसबिरीपुढे हात जोडून ती बसली होती. तिच्या डोळ्यांतून अश्रू वाहत होते.

अभयला रात्री दत्तोपंतांच्या डोळ्यांत उभे राहिलेले पाणी आठवले. ते अश्रू, आक्काचे हे अश्रू! यांच्यात काही संबंध असेल का?

आक्काला त्याने कधीच रडताना पाहिले नव्हते.

तो आला तसा परत गेला.

थोड्या वेळाने आक्काने दिवा मालवला.

पण अभयला काही केल्या झोप येईना. त्याच्या मनात राहून राहून एकच

प्रश्न थैमान घालीत होता– आक्काच्या डोळ्यांत अश्रू उभे राहावेत आणि ते आपल्याला पुसता येऊ नयेत?

आपण पुढे होऊन पुसले असते तर–

सकाळी अभयचा चहा होतो न होतो तो प्रमिला दारात दत्त म्हणून उभी असलेली त्याला दिसली!

'पर्वतीला गेली होतीस वाटतं?'

'अं हं! तुमच्याकडेच आले आहे!'

'माझ्याकडे? रात्रीचं पानात टाकलेलं श्रीखंड घेऊन आली असशील!'

प्रमिला एक जाड पत्र पुढे करीत म्हणाली, 'हे काव्य वाचा जरा. याचं नाव प्रमिलादूत!'

हे पत्र दत्तोपंतांचे असावे असे अभयला प्रथम वाटले.

पाकिटावरल्या अक्षराकडे लक्ष जाताच तो चमकला.

ते अक्षर मालाचे होते.

प्रमिलेला आक्काशी गप्पागोष्टी करायला बसवून अभय आपल्या खोलीत आला आणि ते पत्र तो वाचू लागला...

'प्रिय अभय,

रात्री तुम्ही गेल्यापासून तुमचं ते एकच वाक्य माझ्या कानात सारखं घुमतंय– आजपासून मालेनं धीट व्हायचं, लढायचं ठरविले आहे. म्हणूनच काल लपवून ठेवलेली एक गोष्ट आज मी तुम्हाला लिहून कळवीत आहे.

रात्री खोलीत खाटेवर अंग टाकून मी जी रडू लागले, त्याचं खरं कारण झोपाळ्यावर बसल्यामुळे आलेली भोवळ हे नव्हतं.

झोपाळ्यावर आम्ही दोघे बसलो होतो–

अभय, कसं सांगू तुम्हाला? काय वाटेल तुम्हाला?

तुमची माला भित्री आहे. तिला मोहाशी झगडता आलं नाही! आम्ही झोपाळ्यावर बसलो होतो. कांचननी झटकन् मला जवळ घेऊन–

मी घरी आले तेव्हा माझ्या गालावर कुणी भाजून चांगला डाग दिला आहे असं मला वाटत होतं.

झाल्या गोष्टीत सारा दोष कांचनांचाच होता असं नाही. जवळ जवळ एक महिना झाला आमच्या परिचयाला! ते देवदत्तांचं पत्र घेऊन बाबांच्याकडे आले. त्यांची आई पूर्वीच इथं राहायला आली होती.

कांचनांची नि माझी ओळख झाली. त्यांच्याबरोबर मोटारीत बसून फिरण्यात

मला मौज वाटू लागली. त्यांनी भेट म्हणून दिलेल्या वस्तू घेताना मला आनंद झाला. त्यांच्या मनासारखी खोलीची सजावट मी हौसेनं केली. बाबांना आवडणार नाही हे ठाऊक असूनही त्यांनी आग्रह करताच परवा आम्लेट खाल्लं.

अभय, खरं सांगते! रागावू नका. कांचनांच्या श्रीमंतीचा मोह मला पडला नसता, तर मी तुम्हाला आवडणारी खोलीतली ती चित्रं बाजूला लावली नसती!

बाबांनी माझ्या जन्मानंतर लवकरच वकिली सोडली. लहानपणापासून हे हवं, ते हवं असं मला फार वाटे. पण बाबा माझ्या साऱ्या हौशी कुठून पुरवणार? ते काकांच्यावर अवलंबून! काका त्यांना दरमहा पैसे पाठवीत म्हणून आजपर्यंत आमचा संसार कसाबसा चालला! आता तोही–

काल रात्री तुमचं ते वाक्य सारखं मनात घोळू लागलं. काही केल्या झोप येईना. आई नि बाबा मोठमोठ्याने काही बोलताहेत असं वाटलं. मी हळूच जाऊन दाराआड उभी राहिले.

बाबांच्या स्वरात किती दुःखं भरलं होतं म्हणून सांगू?

काकांनी त्यांना आजपर्यंत पैसे दिले ते उसने म्हणून! बाबांनी त्यांना वेळोवेळी प्रॉमिसरी नोटासुद्धा लिहून दिल्या आहेत म्हणे–

हल्ली काका कुठल्याशा खटल्याच्या भानगडीत सापडले आहेत. कदाचित् बडतर्फही होतील ते! बाबांनी मंत्रिमंडळाशी असलेल्या ओळखीचा उपयोग करून आपल्याला या संकटातून सोडवावं असं काकांना वाटतंय! बाबांना ते काही शक्य दिसत नाही.

'तुम्ही या वेळी माझ्या उपयोगी पडला नाही तर तुम्हाला माझ्याकडून एक पैसुद्धा पुढं मिळणार नाही. माझे पैसे मात्र लगेच परत करावे लागतील!' असं काकांचं निर्वाणीचं पत्र कालच बाबांना आलंय!

हे सारं ऐकून माझ्या अंगावर कसा काटा उभा राहिला! उशीत डोकं खुपसून किती तरी वेळ मी रडत होते. तुमच्या आठवणीनं मला धीर आला. तुमच्या जागी दुसरं कुणी असतं तर–

पण माझे अभय तसे नाहीत! होय ना? मालेचे वडील गरीब आहेत म्हणून काही त्यांचं मालेवरलं प्रेम कमी होणार नाही! खरं ना?

मी डोळे पुसून दिवा लावला, तुमच्या त्या आवडत्या तीन चित्रांपुढं जाऊन मी उभी राहिले, नि 'आयुष्याची सफलता लढण्यात असते,' हे वाक्य पुन्हा पुन्हा स्वतःशी म्हटलं. परीक्षा जवळ आली म्हणजे खूप जागून आपण अवघड प्रश्नांची उत्तरं पाठ करीत बसतो ना? तसं वाटलं ते मला.

मन शांत झाल्यावर मी किती तरी नवे नवे निश्चय केले. हे ज्युनिअरचं वर्ष असलं तरी आता खूप खूप अभ्यास करणार आहे मी! चांगली सेकंड क्लासात

पास होऊन लगेच मास्तरीण होईन. म्हणजे बाबांना वाटणारी धाकट्या बहिणीची काळजी तरी दूर होईल.

मी बी.ए. होईपर्यंत तुमची वकिली चांगली चालायला लागेल. नाही का? माझं शाळेतलं काम सांभाळून मी तुम्हाला मदत करीन. म्हणजे आपल्याला लवकर बंगला बांधता येईल; मोटार ठेवता येईल–

तुम्ही म्हणाल– मालेला वेड लागलं आहे.

लागलंय खरं! पण हा जादूटोणा आपणच केला आहे बरं महाराज!

रात्री अंथरुणावर पडल्या पडल्या मी किती बेत केले म्हणून सांगू? फडक्यांच्या 'समरभूमी' कादंबरीवर चित्र आहे ना? तुम्ही नि मी हातात हात घालून आयुष्याचा तसा प्रवास करणार आहोत, असं एकसारखं मी मनाला सांगत होते. त्या चित्रात प्रेतं-बितं भोवती दाखविली आहेत, नाही? तसलं मात्र काही आपल्याला नको बाई!

घराच्या चार भिंतीत दोन माणसांचं प्रेम नंदनवन निर्माण करतं, असं कुणीसं म्हटलं आहे ना? अगदी खरं आहे ते!

आज कांचन बोलवायला आले तरी मी त्यांच्याबरोबर जाणार नाही. तुमची वाट पाहत घरात राहते. बरोबर पाचला या! तुमच्या घड्याळातले पाच नव्हेत हं! माझ्या घड्याळातले!

लवकरच तुमची होणारी–
माला

ता.क. – *पत्र उघड्यावर टाकू नका! नाहीतर आक्काबिक्का बघतील नि मग– अगं बाई! तुम्ही वकिली केव्हा सुरू करणार हे विचारायचं विसरलेच होते मी!'*

प्रमिला जायला निघाली, अभयने बसण्याचा आग्रह करताच ती म्हणाली, 'कॉलेज आहे मला!'

लगेच अभयच्या टेबलावरली पुस्तके ती चाळू लागली.

झटकन् एक पुस्तक उचलून ती स्वत:शीच उद्गारली, 'The Mind In Chains! नाव तर छान दिसतंय.'

'तुझं नाव काय वाईट आहे!'

'कोण म्हणतंय तसं? एका बंडखोर राणीचं नाव आहे ते!'

हसत हसत अभय म्हणाला, 'पुराणातल्या प्रमिलेनं पुरुषजातीविरुद्ध बंड उभारलं. पण शेवटी तिला अर्जुनाशी लग्न करावं लागलंच की!'

'पुराणं फार जुनी झाली आता!' हातातले पुस्तक उघडीत तिने उत्तर दिले. लगेच तिच्या चेहऱ्यावर एक विलक्षण चमक दिली. ती उद्गारली, 'चांगलं दिसतंय हं पुस्तक!'

लगेच तिने आपल्याला आवडलेला भाग वाचायला सुरुवात केली...

'There is a new society to be built, a world in which we shall cure hunger by food and not by gymnastics. You must fight. Not against your fellow-worker but against ignorance, greed, disease, war, tyranny and reaction. Dont go to sleep. Wake up.'

प्रमिला वाचत असताना अभय मोठ्या कौतुकाने तिच्याकडे पाहत होता.

पुस्तक मिटून ती म्हणाली, 'मघाच्या पत्राचं उत्तर आहे का काही?'

अभयने नकारार्थी मान हलवली.

'नसायचंच!' ती हसत उद्गारली.

'कशावरनं?'

'मेघाबरोबर यक्षानं बायकोला संदेश पाठवला; पण तिनं काही त्या संदेशाचं उत्तर त्याच्याकडं दिलं नाही!'

हसत हसत प्रमिला अदृश्य झाली.

अभयला वाटले– तिने स्वत:शी मेघाशी जी गंमतीने तुलना केली ती फार फार खरी आहे. या काळ्या-सावळ्या रूप नसलेल्या मुलीत काहीतरी चमक आहे, जीवन आहे!

माला आणि प्रमिला!

मालेचे हे पत्र नि प्रमिलेला आता आवडलेला तो उतारा!

मालेची सारी महत्त्वाकांक्षा स्वत:साठी एक बंगला बांधण्याची! उलट समाजाचे जीर्ण भंगलेले मंदिर पाडून त्या ठिकाणी नवे मंदिर उभारले पाहिजे ही कल्पना प्रमिलेला आकर्षक वाटते.

आपल्या घराच्या चार भिंतीत सुखाची फुले फुलावीत यापलीकडे मालेची कधीच उडी जात नाही! या भिंतीच्या बाहेर वादळ होवो अथवा वणवा पेटो, तिला त्याचे काही सुखदु:ख नाही.

पण प्रमिला?

मनुष्याला पशुहूनही हीन करून टाकणाऱ्या अज्ञान, लोभ, राग, जुलूम इत्यादी शत्रूंच्याविरुद्ध बंडाचा झेंडा उभारा, असा संदेश देणारा तो उतारा वाचताना तिच्या मुद्रेवर किती विलक्षण आनंद चमकत होता.

अभय मनात म्हणत होता–

आज आपण शाळेला जाण्यात अर्थ नाही. दत्तोपंतांनी हेडमास्तरांना आपले उत्तर कळवले असेलच. अशा स्थितीत आपण जाणे म्हणजे अपमानाला आमंत्रण देण्यासारखेच आहे!

पण झालेली हकीगत आक्काला सांगायची कशी? एकदा लहानपणी नदीत वाकून आपले प्रतिबिंब पाहत असताना अभयची टोपी पाण्यात पडून वाहत गेली. घरी आल्यावर ती हकीगत आईला व आक्काला कशी सांगावी या विचारात तो पडला होता. आजचा प्रसंगही तसाच आहे असे त्याला वाटले.

अभय नेहमीच्या वेळेलाच जेवायला बसला. पानात वाढलेले पदार्थ पाहताच तो म्हणाला, 'आज इथंही मेजवानी आहे वाटतं!'

आक्का नुसती हसली. जेवण नेहमीचेच, अगदी साधे होते. पण अभयला आवडणारे तीन पदार्थ आज तिने एकदम केले होते. आंबट ताक आठवणीने ठेवून केलेली कढी, सोयाबीनची उसळ, टोमॅटोची कोशिंबीर आणि बटाट्याचा रस्सा!

'आज काही आपण शाळेला जाणार नाही बुवा!' पाटावर बसत बसत अभय उद्गारला, 'आता पोटभर जेवायचं नि खुशाल ताणून द्यायची!'

'ठाऊक आहे मला! रात्रीसुद्धा कधी स्वस्थ झोपत नाहीस नि म्हणे, शाळा चुकवून ताणून देणार! हातावर पाणी पडायची खोटी! सायकलवर बसशील न्–'

दार वाजल्यामुळे आक्का बाहेर गेली.

ती आत येताच जेवू लागलेल्या अभयने विचारले, 'कोण आहे ग?'

आक्काने त्याच्या हातात एक खूप जाड पत्र दिले. ते अक्षर काही अभयला ओळखीचे वाटले नाही.

त्याने ते पत्र डाव्या हाताने फोडून वाचायला सुरुवात केली.

आपण जेवायला बसलो आहोत हेही तो विसरून गेला. पत्र एकदा वाचून झाल्यावर तो ते पुन्हा वाचू लागला.

आक्का म्हणाली, 'अगदी पारायण करण्यासारखं पत्र आहे वाटतं!'

'हं!'

'पण भात गार होत चाललाय!'

अभय पत्र वाचतच होता.

'मघाशी मालेचं पत्र प्रमिला घेऊन आली ते ठाऊक आहे म्हणून बरं! नाहीतर मला वाटलं असतं– पत्र मालेचंच आहे!'

'साऱ्या जगात मालेशिवाय माझी कुणाशी ओळख नाही वाटतं!'

'अस्सं! मग त्या लतेचं पत्र असावं हे!'

'अं हं!'

'मग कुणाचं?'

'एका स्नेह्याचं!'

'त्याला नाव गाव काही नाही?'

'तू त्याला कधी पाहिलंच नाहीस.'

'मी पाहिला नाही असा एक तरी मित्र आहे का तुझा?'

एका दृष्टीने आक्काचे म्हणणे खरे होते. अभयच्या बालमित्रांपासून पुण्यात आल्यावर झालेल्या त्याच्या मित्रांपर्यंतची सर्व मंडळी तिला माहीत होती.

'नाव तर ऐकू या, या तुझ्या मित्राचं!' अभयच्या ताटात ऊन भात वाढीत आक्का म्हणाली.

'नरेंद्र!'

'नरेंद्र! आक्काच्या स्वरात उघड उघड विस्मय दिसत होता. अभयला एखादा बंगाली मित्र आहे हे तिला ऐकूनही ठाऊक नव्हते!

अभय हसत म्हणाला, 'परवा खडकीला आम्ही गेलो होतो ना? संयुक्त प्रांतातला एक तरुण आमचा पाहुणा म्हणून आला होता त्या दिवशी! मी सारं सांगितलं होतं! आठवतं का तुला?'

आक्काला ते तर आठवत होतेच! पण त्यापेक्षा केव्हातरी वर्तमानपत्रांत वाचलेल्या काही विचित्र गोष्टी तिला आठवल्या.

मागे बंगालमधले काही क्रांतिकारक गोव्यात येऊन राहिले होते.

कायदेभंगाच्या चळवळीच्या वेळी कॉम्रेड रॉय 'डॉ. महंमद' हे नाव घेऊन वेशांतर करून मुंबईत वावरत होते.

तिचे मन म्हणत होते– कुठे संयुक्त प्रांत, कुठे महाराष्ट्र! या नरेंद्राचे अभयशी एवढे काय गुप्त काम असावे?

अभय पुन्हा पुन्हा त्या पत्रावरून दृष्टी फिरवत होता!

आक्काचे अंग एकदम शहारले.

आपण लहानाचा मोठा केलेला अभय एखाद्या कटाबिटात तर सामील नसेल ना? ज्या पायावर आपण एवढे आशामंदिर उभारले तो पाया– हा नरेंद्र म्हणजे त्या पायाला दैवाने लावलेला सुरुंग तर नाही ना? मंदिरावर लवकरच कळस चढेल या आनंदात आपण आहोत. पण–

अभय घाईघाईने जेवून उठला.

त्याच्या ताटाकडे पाहत आक्का किती तरी वेळ बसली होती! पानात एक शीतसुद्धा न टाकणाऱ्या अभयने आज आपले आवडते पदार्थसुद्धा पुरे खाल्ले नाहीत!

असे का बरे व्हावे? नरेंद्राच्या त्या पत्रात काय असावे?

□

रक्ताने लिहिलेला ग्रंथ

❖❖❖❖❖❖❖❖

'भाई अभय,

हे पत्र मी रात्री एक वाजता लिहीत आहे.

मनुष्याच्या आयुष्यात किती विलक्षण बदल होतात नाही? डॉक्टर व्हायच्या वेळेला परीक्षेत पहिला नंबर यावा म्हणून मी असाच जागत असे. त्या वेळी वाटे– एकदा परीक्षा पास झाली की पुन्हा अशी जागरणं करायची पाळी आपल्यावर येणार नाही. मध्यरात्र ही प्रेमळ पत्नीच्या बाहुपाशात बद्ध होऊन या नीरस जागरणातून मुक्त होण्याची सुवर्णवेला आहे हा अनुभव आपल्याला येईल.

सकाळचे कोवळे ऊन पाहिले की क्षणभर चांदण्यांचा भास होतो ना? जीवनाचा प्रात:कालही असाच काव्यमय असतो. पण जेव्हा दुपारी वरून रखरखीत ऊन जाळू लागते, खाली जमीन पायाला चटके द्यायला सुरुवात करते आणि मध्ये पोटात कावळे ओरडू लागतात, तेव्हा त्या चांदण्यांची कुणाला तरी आठवण होते का?

मध्यरात्रीचा काळोख आता माझा मित्र झाला आहे!

कुणीकडे वाहवलो मी! तुला काय लिहू आणि काय नको असं होऊन गेलंय मला!

मॅट्रिकमध्ये पहिला नंबर आला होता माझा! संस्कृत मला अतिशय आवडे! पण कॉलेजची परीक्षा झाली नाही तोच घरच्या गरिबीमुळे आई क्षयाला बळी पडत असलेली मला मुकाट्यानं पाहावी लागली. स्मशानात तिच्या पायांवर डोकं ठेवून मी मनात शपथ घेतली– आईसारख्या अश्राप माणसांचा गरिबीमुळे होणारा खून मी उघड्या डोळ्यांनी पाहणार नाही!

मी डॉक्टर व्हायचं ठरविलं. वडिलांची इच्छा मी बी.ए. होऊन मास्तर व्हावं नि प्रपंचाच्या त्रासांतून त्यांना सोडवावं अशी होती. एके दिवशी मध्यरात्री मी

कानपूर सोडून मुंबईला पळून आलो.

मुंबईत मी मोठ्या कष्टानं डॉक्टर झालो असे त्या वेळी मला वाटत असे, पण पुढे केवळ घासभर अन्नासाठी, साध्या वीतभर वस्त्रासाठी, आपल्या देशांतल्या कोट्यवधी माणसांना किती हाल काढावे लागतात, याची कल्पना मला आली. मला वाटू लागलं– मी मोठ्या सुखानं डॉक्टर झालो!

आकाशांतल्या चंद्राला हातात धरण्याकरिता लहान मुलानं धापा टाकीत टेकडीवर जावं नि चंद्र आपल्यापासून पूर्वीइतकाच दूर आहे असं त्याला आढळून यावं. डॉक्टर झाल्यावर माझी स्थितीही तशीच झाली. एका व्यक्तीची भूतदया म्हणजे फाटलेल्या आभाळाला लावलेले ठिगळ आहे हे मला लवकरच कळून चुकलं. बुद्धीनं माझ्यापेक्षा श्रेष्ठ असलेल्या अनेक डॉक्टरांचं अंत:करण पाहून माझं मन विटलं. हातात पुरेसे पैसे पडले नाहीत तर ऑपरेशन टेबलावरून प्रेतसुद्धा हलवू देत नाहीत काही डॉक्टर!

शेकडा नव्वद डॉक्टरांच्या पुढं एकच ध्येय असतं– खूप पैसा मिळवणं, मोठी इस्टेट करणं, मुलाला शिक्षणाकरिता परदेशी पाठवणं नि मुलीला आपल्यापेक्षाही श्रीमंत अशा स्थळी देणं! त्रिशंकूची स्वर्गाला जाण्याची धडपड आपल्या पुराणात वर्णन केली आहे. मध्यमवर्गाच्या मनोवृत्तीवरील मोठं सुंदर रूपक आहे ते!

त्रिशंकूची इच्छा स्वर्गात जायची होती. स्वर्ग म्हणजे काय हे त्याला ठाऊक नव्हतं असं नाही. पण जिथं कष्ट न करता अमृत प्यायला मिळतं, पोराबाळांची जबाबदारी अंगावर न पडता अप्सरांसह विलास करता येतो, तो स्वर्ग त्रिशंकूला हवा होता. आपल्या समाजातही पदोपदी हेच दृश्य दिसत नाही का? स्वर्ग गाठण्याची प्रत्येकाची धडपड सुरू आहे. त्रिशंकूप्रमाणं अधांतरी लोंबकळत राहावं लागलं तरी हरकत नाही. पण प्रत्येकाचे डोळे श्रीमंतीकडे, चैनीकडे, विलासाकडे, श्रमविरहित जीवनाकडे लागलेले असतात!

तुला वाटेल, हे काही नरेंद्राचं पत्र नाही. त्याचं आत्मचरित्र दिसतंय! आपल्या आयुष्यात आता नवीन काही होणार नाही अशी ज्यांची खात्री झालेली असते, तेच आत्मचरित्र लिहितात. मला अजून पुष्कळ अनुभव घ्यायचे आहेत. तेव्हा आत्मवृत्ताच्या भीतीनं हे पत्र वाचणं मध्येच सोडून देऊ नको.

मी परवा पुण्याला आलो, तो मुख्यत: माझा सहाध्यायी डॉक्टर देशमुख यांच्या ओळखीमुळं! आलो त्या वेळी देशमुख मला जवळचा वाटत होता. पण खडकीच्या हॉटेलात पाच-सहा तास चर्चा करून आपण जेव्हा उठलो, तेव्हा देशमुख मला परका वाटू लागला. तुझ्याविषयी एक विलक्षण आपलेपणा माझ्या मनात उत्पन्न झाला. अभय, रक्तापेक्षासुद्धा ध्येयाचं नातं अधिक जवळचं असतं नाही?

तुमच्या मंडळातल्या लोकांनी मला मुद्दाम बोलावलं याचं कारण मी नुकताच स्पेनच्या रणभूमीवरून परत आलो होतो हेच होतं. युद्धाच्या कथा अजून आपल्या सुशिक्षित मंडळींनासुद्धा रम्यच वाटतात, सत्य वाटत नाहीत? खडकीला तुम्हा सर्वांशी बोलताना, परदेशांतील विविध माहिती सांगताना, साम्यवादी रशियाच्या वर्णनात रंगून जाताना, राहून राहून माझं मलाच हसू येत होतं. लहानपणी गावात सर्कस आली की तिच्यातला वाघ पाहण्याकरिता मी सकाळ-संध्याकाळ जात असे. त्याच्या अंगावरले ते पट्टे, त्याचे ते शेपटी हलवणं, पिंजऱ्याच्या गजांशी तोंड घासणं, मधूनच डरकाळी फोडणं, साऱ्याच गोष्टींचं माझ्या बालमनाला कौतुक वाटे. ते कौतुकच माझ्याशी बोलताना तुमच्यापैकी बहुतेकांच्या चेहऱ्यांवर प्रतिबिंबित झालेलं मला दिसत होतं. त्यांच्या दृष्टीनं मी एक वाघ होतो. डॉक्टर झाल्यावर चालता धंदा सोडून मी कम्युनिस्ट लोकांत मिसळलो, मजुरांचा पुढारी झालो, मीरत कटात तुरुंगात गेलो, तुरुंगातून सुटल्यावर खलाशी होऊन युरोप गाठलं, तिथल्या साऱ्या देशांत फिरून शेवटी स्पेनच्या रणभूमीवर लोकपक्षाचा शिपाई म्हणून लढलो. या साऱ्याच गोष्टी त्यांना एखाद्या कादंबरीसारख्या रहस्यपूर्ण आणि मनोरंजक वाटत असाव्यात. माझे पुराणिक आजोबा आज असते तर त्यांनासुद्धा असंच काही तरी वाटलं असतं.

पण आयुष्य ही कादंबरी नाही, तो इतिहास आहे, ही श्रद्धा माझ्याभोवती बसलेल्या आठ-दहा मंडळींत एकाच्याच मुद्रेवर मला दिसत होती.

तू मला अनेकदा विरोध केलास, नाना प्रकारचे प्रश्न विचारून सतावून सोडलेस, नंदीबैलाप्रमाणे माझ्या म्हणण्याला मान तुकवली नाहीस किंवा बावळटाप्रमाणं माझ्याकडे बघत राहिला नाहीस, याचा फार आनंद झाला मला! आपल्या अभागी मातृभूमीचा उद्धार लवकर व्हायला तुझ्यासारखी जिवंत माणसे हवीत! नुसती कळसूत्री बाहुली नकोत!

मुंबईला आल्यापासून पदोपदी मला तुझी आठवण होत होती. तुझे प्रश्न एकसारखे कानात घुमत होते. त्यांतल्या काही प्रश्नांना मी उडवाउडवीची उत्तरं दिली याचं मला वाईट वाटलं. खरीखुरी उत्तरं हृदय उघडं केल्याशिवाय देता आली नसती. आणि हृदय फक्त हृदयापाशीच उघडं होतं! केवळ मौजेसाठी जमलेल्या इतक्या मंडळींत ते उघडणं शक्य नसतं.

उद्या मी कानपूरला निघून जात आहे. वडील फार आजारी आहेत. त्यांना बरं वाटताच किसानांच्या चळवळीत मी उडी टाकणार आहे. तुला पत्र पाठवायला केव्हा सवड होईल कुणाला ठाऊक! म्हणून इतक्या अपरात्री लिहायला बसलो आहे.

तुझ्या एकंदर विचारसरणीत एक मोठा दोष मला दिसला! तू पुस्तकांवर

फार अवलंबून राहिला आहेस! पण अभय, एक गोष्ट कधीही विसरू नकोस. चित्रपटांतला मोटारीचा अपघात पाहून अंगावर क्षणभर शहारे उभे राहिले, तरी अपघाताची खरी कल्पना यायला आपण त्या मोटारीतच असले पाहिजे.

तत्त्वज्ञानाची सर्व पुस्तकं तोंडपाठ करूनही मनुष्य चुका करीत राहतो; ज्ञानकोश वाचूनही तो अज्ञान व्यक्त करतो; याचं कारण एकच आहे– एक पुस्तक वाचायचं तो अजिबात विसरतो! त्या ग्रंथाचं नाव जीवन! व्यक्तीचं जीवन नव्हे, समाजाचं जीवन, मानवी जीवन!

हा ग्रंथ अगणित लोकांच्या हृदयाच्या रक्तानं लिहिलेला असतो! त्याची काही पानं फाटलेली असतात, कित्येक ठिकाणी दोन-दोन तीन-तीन वेळा मूळचा मजकूर खोडलेला असतो. त्यामुळे सत्य कुठलं आणि असत्य कुठलं याबद्दल मनात गोंधळ होतो. या ग्रंथात फुलांपेक्षा काटेच अधिक असतात; तारकांपेक्षा कोळसेच अधिक दिसतात. पण, पुतळा आणि जिवंत मनुष्य यांच्यात जे अंतर आहे तेच इतर पुस्तकं आणि हा ग्रंथ यांच्यात असतं.

म्हणून माझं तुला एकच सांगणं आहे. उघड्या डोळ्यांनी हा जीवनग्रंथ वाचण्याचा प्रयत्न कर. मात्र तो वाचायला तुला आपल्या घराबाहेर पडलंच पाहिजे. घरी आरामखुर्चीत पडून हा ग्रंथ वाचायला लागलं की त्यातली बहुतेक पानं कोरी करकरीत दिसू लागतात.

भर दुपारी दोन वाजता तू पुण्यात कितीसा फिरला आहेस? गोरगरिबांच्या वस्तीतून, लहानसहान गल्ल्यांतून, जिथं जिथं म्हणून मानवी जीव धडपडत आहे, तडफडत आहे, तिथं तिथं आपण जायला नको का?

शहरांत रात्री चित्रपट पाहून परत येणारी माणसं त्यातल्या शृंगारिक प्रसंगांची चर्चा करीत जात असतात. पण पलीकडे फुटपाथवर चिंध्या पांघरून निजलेले लोक त्यांना दिसतात का? माणसांना असं पशूसारखं का जगावं लागतं आहे याचा विचार ही मंडळी कधी तरी करतात का?

कारखान्यात, शेतात, इमारतींच्या मजल्यावर मजले चढत असताना, खाणीत मुंग्यांसारखी माणसं उतरत असताना, चहाच्या मळ्यांत, दारूच्या गुत्त्यांत, भर दुपारी, ऐन मध्यरात्री, प्रत्येक ठिकाणी, प्रत्येक क्षणाला समाजाच्या जीवनात पाहण्यासारखं पुष्कळ असतं. हे जीवन प्रत्यक्ष पाहून तू समाजवादाचा विरोधक झालास तरी हरकत नाही; पण काही झालं तरी आरामखुर्चीत पडून नुसत्या पुस्तकी सुधारणेचा पुरस्कर्ता होऊ नकोस.

वकील होऊन, डॉक्टर होऊन किंवा प्रोफेसर होऊन समाजसेवा करण्याच्या कल्पना अनेक तरुणांच्या मनात असतात. पण त्या कल्पना म्हणजे वृक्षाला वसंताच्या आरंभी येणारा मोहर! झाडाचा बराचसा मोहर बहुधा गळून जातो.

तरुणांच्या मनांतून देशभक्तीच्या कल्पना हळूहळू अशाच गळून जातात. मधाचा एकच थेंब चाखण्याकरिता माशी गेली तरी ती मधालाच चिकटून बसते. मध्यमवर्गातल्या बहुतेक दुबळ्या ध्येयवाद्यांची स्थिती अशीच होत आली आहे. पोटासाठी म्हणून पैशाच्या मागं लागतात. मग पैसा त्यांच्या मागं लागतो. आणि मग– औषधासाठी दारू प्यायला लागलेले लोक दारूबाज होतात ना? तारुण्याच्या उंबरठ्यावर मोठमोठी ध्येये बाळगणारे हे लोक तसेच पैशाचे गुलाम होतात.

प्रेम हे जीवनसंगीत आहे म्हणून संसार करू पाहणारे लोक त्यांच्याच माळेतील. या संगीतानं शीण नाहीसा होऊन त्यांना लढण्याचा अधिक हुरूप आला असं सहसा घडत नाही. उलट संसाराची संगीतशाळा करून तिथे प्रेमगीते आणि अंगाईगीते गाण्यात ते गुंग होऊन जातात!

तू काल विचारलेल्या प्रश्नाचं स्पष्ट उत्तर आता ओघानंच येत आहे!

प्रेम करणं हा तरुण मनाचा धर्म आहे.

मीसुद्धा प्रेम केलं आहे.

दुपारच्या वेळेला कुणाला भूक लागत नाही?

प्रेम ही अशीच तारुण्यातील भूक आहे.

ती शरीराची भूक आहे, मनाची भूक आहे, जीवनाची भूक आहे.

माझी प्रेयसी ज्योती–

मध्ये कितीतरी वर्षांत आमची गाठ पडली नव्हती! पण ती परत आल्यावर आम्ही पहिली रात्र प्रेमाच्या गोष्टी बोलण्यात घालवली नाही. किसानांची चळवळ लवकरच प्रभावी कशी करता येईल याविषयी बोलत होतो आम्ही! अगदी रात्रभर!

जगाच्या दृष्टीने ज्योती– जाऊ दे ते!

उपाशी भिकारणीच्या झोळीत कुणी भाकरीचा तुकडा टाकला तर ती तो आपल्या मुलाला देईल की स्वत: खाईल? आपल्याला दुसरा तुकडा मिळेल या आशेने ती तो तुकडा मुलालाच देईल. खरं ना? आजच्या तरुणांच्या पुढंही हाच प्रश्न उभा आहे. समाजाच्या जीवनासाठी व्यक्तीच्या जीवनाची उपासमार करण्याचा काळ आहे हा!

आजच्या सामाजिक युद्धात आघाडीला लढणारे शिपाई फार कमी आहेत.

अभय, सैनिक हो! मातृभूमीसाठी लढणारा सैनिक हो; मानवधर्मासाठी लढणारा सैनिक हो; आघाडीवरला सैनिक हो.

मनातल्या गोष्टी संपल्या म्हणून काही हे पत्र मी पुरं करीत नाही. तुझी-माझी गाठभेट पुन्हा केव्हा पडेल कुणाला ठाऊक! कदाचित एखाद्या तुरुंगातही भेट व्हायची आपली!

माझा तिकडचा पत्ता तुला लवकरच कळवीन.

वंदे मातरम्.

तुझा भाई,
नरेंद्र

नरेंद्रचे हे पत्र अभय चवथ्यांदा वाचत होता. पत्र इंग्रजीत होते. पण ते इतके सजीव होते की नरेंद्र मराठीत आपल्याशी बोलत आहे, असा अभयला एकसारखा भास होत होता.

त्याने टेबलावरली घंटा वाजवली. एक पोऱ्या आत आला.

'एक चहा!'

'पाव-केक्स-बिस्किटं-खारी अगदी ताजी आहेत, साहेब!'

'काही नको नुसता चहा आण!'

नरेंद्राचे पत्र वाचल्यानंतर आपणाला जेवणसुद्धा गेले नाही. हातावर पाणी पडताच आपण सायकलवर बसलो नि तडक आपल्या आवडत्या चहागृहाची वाट धरली. दुपारची वेळ असल्यामुळे आपल्याला एका खोलीत निवांत बसायला मिळाले. आपण नरेंद्राचे पत्र चार वेळा वाचले.

या साऱ्या गोष्टी आठवून अभय स्वतःशीच हसला. त्याच्या मनात आले, प्रेमपत्राचीसुद्धा इतकी पारायणे कुणी करीत नसेल!

प्रेमपत्र!

सकाळी मालेने पाठविलेले ते पत्र आपल्या खिशातच आहे की! पण आपण ते दोनदाच वाचले, नि हे नरेंद्राचे पत्र–

खिशातून मालेचे पत्र काढून अभयने ते नरेंद्राच्या पत्राशेजारी ठेवले.

दोन पत्रे? छे! दोन चित्रेच होती ती! एक धबधब्याचे, दुसरे कारंज्याचे!

चहाचे घोट घेता घेता तो त्या दोन पत्रांकडे पुन्हा पुन्हा निरखून पाहू लागला. त्याचे मन म्हणत होते– लहान मूल धावू लागले की ते पडेल म्हणून आईचे हृदय व्याकुळ होते. पण मुलगा मोठा झाल्यावर त्याने काहीतरी पराक्रम करावा असे त्याच मातृहृदयाला वाटते!

माला आणि नरेंद्र– दोघांच्या मनात हेच अंतर आहे.

चहाचा पेला खाली ठेवून त्याने नरेंद्राचे पत्र पुन्हा हातात घेतले. त्याची दृष्टी मधल्याच एका वाक्यावर स्थिर झाली–

'जीवनग्रंथ वाचण्याचा प्रयत्न कर. मात्र तो वाचायला तुला आपल्या घराबाहेर पडलंच पाहिजे!'

दिवाळीच्या सुट्टीत याच हेतूने तो जवळपासच्या खेड्यापाड्यांतून फिरून आला होता. बोलण्याच्या ओघात नरेंद्राला त्याने ते सांगितलेही होते.

पण आता त्याला आपल्या या वैगुण्याची तीव्र जाणीव झाली. आपले कोकणातले मूळ गाव नेवरे! जन्मातसुद्धा आपण पाहिले नाही ते! सांगली, पुणे आणि मुंबई हेच काय ते आपण पाहिलेले जग!

पण या चिमुकल्या जगाचा तरी सारा भाग आपण कुठे पाहिला आहे? कॉलेज, शाळा, लायब्ररी, टेकडी, सिनेमागृह यांच्यापलीकडे आपल्या जगाची मर्यादा कुठे गेली आहे?

त्याने चटकन टेबलावर पडलेली दोन्ही पत्रे खिशात घातली; उठता उठता काचेचे अर्ध दार हाताने लोटले. बाहेर येऊन खिशातले पैसे मॅनेजरच्या टेबलावर टाकले आणि तो सायकलवर बसून चालू लागला.

मात्र कुठे जायचे हे त्याचे त्यालाच ठाऊक नव्हते.

रस्त्याच्या बाजूला एक नवा तिमजली बंगला तयार होत होता. अभय एकदम थांबला. उंचावर काम करणाऱ्या, अरुंद फळीवरून तोल सावरीत इकडून तिकडे जाणाऱ्या मजुरांकडे तो पाहू लागला. त्याच्या मनात आले एखाद्याचा पाय चुकून घसरला तर–

मृत्यूच्या मुखात ते मजूर काम करीत होते.

अभयचे मन म्हणत होते– एवढ्या उंचावरून विहिरीत पोहण्यासाठी उडी घ्यायला आपण कचरू! पण ही माणसे–

त्यांच्या शांत मुद्रेवरून ती खालच्या रस्त्यावरून चालली आहेत असेच कुणालाही वाटले असते.

अभयला वाटले– उद्या या बंगल्यात आरामाने राहणाऱ्या श्रीमंताला त्यांच्या या कष्टाची कल्पना तरी येईल का? भर उन्हात इतक्या उंचावर काम करणाऱ्या या मजुरांना सुखाने जगण्याइतका मोबदला तरी मिळतो का?

सायकलबरोबरच त्याच्या मनाचेही भ्रमण सुरू झाले.

रस्त्याच्या कडेला एका झोपडीवजा घराच्या बाहेर एका घाणेरड्या कुत्र्याच्या पिलाभोवती दोनतीन नागडी-उघडी पोरे नाचत होती; ती त्याने पाहिली. एका झाडाच्या सावलीखाली भाडे कमी करून आपले गिऱ्हाईक उपटले म्हणून एक टांगेवाला दुसऱ्याला शिव्या देत होता, त्या त्याने ऐकल्या. डोक्यावर कसला तरी बोजा घेऊन जाणारी एक अनवाणी बाई काटा लागल्यासारखी मध्येच थांबली आणि वाकली. पायांत शिरलेला काचेचा तुकडा तिने हाताने काढून दूर भिरकावून दिला आणि पायांतून रक्त येत असतानाच ती धुळीतून चालू लागली. तेही अभयने पाहिले.

आपण स्टेशनकडे का आलो हे त्यालाही कळले नाही. पण चार-पाच बोजांच्या भाराखाली वाकून गेलेल्या एका म्हाताऱ्या हमालाच्या घामाने थबथबलेल्या

चेहऱ्याकडे त्याची नजर गेली. त्याला वाटले– हा जीव जन्मभर सकाळपासून संध्याकाळपर्यंत राबत आला आहे. पण उरी फुटून काम केल्याशिवाय ओला कोरडा भाकरीचा तुकडा त्याला म्हातारपणीसुद्धा मिळणार नाही! ही गोष्ट–

गाडी स्टेशनातून बाहेर जाईपर्यंत तो उगीच रेंगाळत राहिला होता. स्टोव्हवर ठेवलेल्या भांड्यातल्या पाण्यात उकळी फुटली तरी स्टोव्ह बंद केला नाही, म्हणजे पाण्यातला थेंबन् थेंब जसा उकळू लागतो तसा त्याच्या मनाचा कणन् कण बेचैन होऊन तडफडत होता. घटकाभर स्वस्थ बसावे म्हणून तो बंडगार्डनमध्ये आला. त्याने नदीकडे पाहिले. पावसाळ्यांतला पाण्याचा प्रवाह आता बराच रोडावला होता.

एका झाडाखाली येऊन तो स्वस्थ बसला. क्षणभराने तो आडवा झाला. अतिविचाराने असेल किंवा उन्हात तापल्यामुळे असेल, हां हां म्हणता त्याचा डोळा लागला. पावसाळ्याच्या रात्री दिव्याकडे जसे पतंग धाव घेतात, तशी चित्रविचित्र स्वप्ने त्याच्या अस्वस्थ मनात नाचू लागली...

एका स्वप्नात आक्का पांडुरंगाच्या तसबिरीला नमस्कार करीत होती. हां हां म्हणता पांडुरंगाची मूर्ती नाहीशी झाली. अभयला त्या ठिकाणी नरेंद्र दिसू लागला. तो आक्काला म्हणाला, 'ओळखलंस का याला? छे! तू कुठून ओळखणार? हा नरेंद्र– माझा मित्र– त्या दिवशी खडकीला आला होता तो!'

आक्का उद्गारली, 'त्याचं नाव नरेंद्र? छे! देवदत्त!'

दुसऱ्या स्वप्नात तो एका मोठ्या बागेमध्ये फिरत होता. विविध लतावृक्ष त्याला दिसत होते. पण त्यापैकी एकाचे नाव त्याला आठवेना.

कुणीतरी त्याच्या कानात म्हणाले, 'तुला यांची नावं आठवायचीच नाहीत!'

'का?'

'हे वृक्ष नाहीत, पुरुष आहेत; या वेली नव्हेत, स्त्रिया आहेत!'

'म्हणजे?'

'शापानं यांना हे स्वरूप प्राप्त झालं आहे!'

'काय केलं होतं यांनी?'

'प्रेम! प्रेमाशिवाय दुसरं काहीच केलं नाही यांनी आयुष्यात! उर्वशीची गोष्ट ठाऊक आहे ना तुला?'

शेवटच्या स्वप्नात त्याला दिसले– एका विशाल नदीचे पात्र दुथडी भरून वाहत आहे. दोन्ही काठांवर हिरवीगार शेते डुलत आहेत. तहानेने व्याकूळ झालेले वाटसरू आणि गुरे नदीचे पाणी पिऊन प्रसन्न मुद्रांनी तिच्याकडे पाहत आहेत!

हा सारा देखावा एकदम बदलतो!

नदीला एक मोठा बांध घातलेला दिसतो! त्या प्रदेशाच्या राजाला विशाल जलाशयात राणीबरोबर नौकाविहार करण्याची लहर आलेली असते.

बांध घातल्यामुळे नदीचे खालचे पात्र सुकून जाते, शेते वाळून जातात, राणीच्या एकांताचा भंग होऊ नये म्हणून वरच्या भागाकडे चिटपाखरूसुद्धा फिरकू दिले जात नाही. उन्हाने तापलेली गुरे, वासरे, चालून चालून दमलेले वाटसरू, सारे व्याकूळ होतात, आक्रोश करतात. त्या आक्रोशाला नौकेतून शेवटी उत्तर येते– पण ते गाण्याच्या रूपाने! राणीसाहेब एक शृंगारिक गीत गात असतात–

अभय चार वाजता घरी आला.

'लवकरसा आलास आज!' आक्काने विचारले.

अभय स्वस्थ राहिलेला पाहून ती म्हणाली, 'मोतीराम आले आहेत!'

'कुठं आहे?'

'पलिकडे!'

'आजोबांची नि त्याची चांगलीच दोस्ती झालेली दिसते! नवल आहे मोठं!'

अभयने दारात जाऊन हाक मारली, 'मोतीराम!'

मोतीराम थोड्या वेळाने पलीकडल्या बिऱ्हाडातून आला. अभयकडे न पाहता तो म्हणाला, 'अरे वा तुझीच वाट पाहत होतो मी!'

चहा झाल्यावर मालेकडे जाण्याकरिता अभय घराबाहेर पडला. आता मालेची थट्टा कशी करावी या विचारात त्याचे मन मग्न झाले.

पण मोतीराम काही केल्या त्याचा पिच्छा सोडीना! अभयला सायकल हातात धरून त्याच्याबरोबर चालावे लागले.

अभयला वाटले– या स्वारीला बरोबर घेऊन जाणे म्हणजे मालेला शिक्षा करण्यासारखेच आहे. त्यापेक्षा तिच्याकडे उशिरा गेलेले काय वाईट?

अर्ध्या वाटेवर एकदम कसली तरी आठवण झाल्याचा अभिनय अभयने केला, 'अरेच्या! विसरलोच होतो मी! जिमखान्याकडे काम आहे माझं थोडं!'

'मी सांगू कुठलं ते?'

'हं!'

'त्या लतेला भेटायचं! होय ना? माला मागं पडलेली दिसते! बाकी हे एक प्रकारचं राजकारणच आहे! नाही का?'

मोतीरामच्या खो खो हसण्याकडे तिरस्काराने पाहत अभय सायकलवर बसला.

मात्र जेव्हा तो कालव्याजवळ कालच्या जागी आला, तेव्हा मोतीरामच्या अचूक भविष्यकथनाचे त्याला आश्चर्य वाटले.

तिथे लता पाण्यात खडे टाकून निर्माण होणारी वलये पाहत बसली होती.

काल तिने केलेली थट्टा अभयला आठवली. तशीची तिची थट्टा करण्याचा मोह त्याला अनावर झाला! त्याने मागून खडा टाकला. पण लता दचकली नाही किंवा तिने मागे वळून पाहिले नाही. ती फक्त हसली.

पलीकडे बसत अभयने विचारले, 'कुणावर रागावला आहात?'

'रागावले नाही. अभिनंदन करायला आले आहे. पण काय बोलावं हेच सुचत नाही!'

'कुणाचं अभिनंदन करणार आहात?'

'तुमचं!'

'माझं?'

'हो! तुम्हाला काही ठाऊकच नसेल अगदी! आमच्या शेजारच्या मुलानं दुपारी ते सांगितल्यापासून तुमची भेट केव्हा होते असं झालं मला!'

'काय सांगितलं त्यानं?'

'बरेच आतल्या गाठीचे आहात हं! तुमचे नि तुमच्या हेडमास्तरांचं काल वर्गात भांडण झालं म्हणे! हेडमास्तरांनी तुम्हाला शाळेतून काढून टाकलं! पण त्या वर्गातल्या मुलांनी आज संप केला, तुम्हाला शाळेत परत घेतल्याशिवाय कुणी वर्गात जायचं नाही असं ठरविलं–'

अभय आश्चर्याने पाहत होता. क्षणभर थांबून तो एकदम उठला!

'बसा ना!' लता म्हणाली.

'काम आहे जरा.'

'मालेकडं?'

'हं!'

'ते व्हायचं नाही आता!'

'का?'

'कांचन मघाशीच मोटार घेऊन गेलाय् तिच्या घरी!'

अभयला वाटले– आपल्या खिशातले मालेचं पत्र दाखवून लतेच्या या टोमण्याला चांगले उत्तर द्यावे! दुसऱ्याच क्षणी त्या गोष्टीचा हास्यास्पदपणा त्याला जाणवला.

लता म्हणाली, 'आमच्या शेजारचा तो मुलगा सांगत होता, की तुमची स्मरणशक्ती फार चांगली आहे. कुठल्याही मुलाची ओळख तुम्ही कधी विसरत नाही म्हणे! मला मात्र अगदी उलट अनुभव आला!'

‘मी तुमची ओळख विसरलो म्हणून कुणी सांगितलं तुम्हाला!’

‘कुणी का सांगेना? तुमच्या स्मरणशक्तीची परीक्षाच पाहणार आहे मी आता!’

तिच्या खेळकरपणाची गंमत वाटून अभय म्हणाला, ‘परीक्षकमहाराज, विद्यार्थी समोर उभा आहे!’

‘उद्या काय काय होणार आहे?’

‘मी ज्योतिषी नाही; मास्तर आहे!’

‘कुठं कुठं जाणार आहात तुम्ही उद्या?’

‘कुठं? फार तर शाळेत-मालेकडं-आणखी–’

‘आणखी कुठं!’

‘आणखी कुठं नाही.’

‘कुठ्ठं कुठ्ठं नाही?’

‘अं हं! तुम्ही जेवायला बोलावणार असला तर तुमच्याकडे येईन!’

‘इश्श’ म्हणून अभयच्या थट्टेचे कौतुक करणाऱ्या लतेच्या गालावरली खळी क्षणभर चमकली आणि लगेच नाहीशी झाली.

अभयला वाटले– ही खळी कालपासून आपल्या डोळ्यांशी लपंडाव खेळत आहे.

गंभीर मुद्रेने लता उद्‌गारली, ‘विद्यार्थी नापास झाला आहे!’

‘परीक्षकाला तरी आपल्या प्रश्नाचं उत्तर ठाऊक आहे का?’

लता खुदकन् हसून म्हणाली, ‘उद्या रात्री आमच्या शाळेचं नाटक आहे बरं, महाराज; मी आत्ता आठवण केली नसती, तर तुमचे तीन रुपये फुकट गेले असते!’

‘अस्सं? मग उद्या रात्री आमची परीक्षक व्हायची पाळी आहे म्हणायची!’

‘खूप खूप माणसं येणार आहेत उद्याच्या नाटकाला? त्या सिनेमा कंपनीचे डायरेक्टरसुद्धा येणार आहेत माझं काम पाहायला!’

‘आनंदाची गोष्ट आहे! लवकरच आम्हाला सिनेमाचे पास मिळायला लागणार म्हणायचे!’

‘नुसते पासच नाहीत, मोटारसुद्धा!’

‘पण मोटारीत बसून जायचं कुठं?’

‘कोर्टात! परवाच वकील झालात ना तुम्ही?’

‘कोर्टात जाऊन काय करायचं?’

‘खुनाचा खटला चालवून आरोपीला वाचवायचं!’

‘नव्या वकिलाकडे कुणी असली केस देत नाही कधी!’

'मग काय करायचं बाई?'

'तुमचं काम चालवीन मी!'

'माझं?'

'हो! नटी झाल्यावर तुम्ही मोटार बेफाम चालवायला लागालच! दररोज चार दोन तरी अपघात होतील! तेव्हा मला भरपूर काम मिळायला काही हरकत नाही!'

हसणाऱ्या लतेचा निरोप घेऊन अभय रस्त्याला लागला तोच त्याच्या समोरून एक मोटार वायुवेगाने निघून गेली.

कांचन मोटार चालवीत होता. त्याच्यापलीकडे बसलेली माला हसत हसत त्याला काहीतरी सांगत होती!

अभयच्या डोळ्यांपुढे दुपारची दृश्ये उभी राहिली...

ते मजूर, तो टांगेवाला, तो हमाल–

त्याला वाटले– मोटारीत बसून मजेने फिरायला जाणारी माणसे ही जीवनग्रंथाच्या सोनेरी वेलबुट्टीसारखी आहेत! पण, त्या ग्रंथातला मजकूर? त्यांतले अक्षरन् अक्षर रक्ताच्या शाईने लिहिलेले आहे!

□

न विझणारी आग

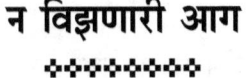

आपल्या दाराबाहेर कुणाचे तरी जोडे आहेत हे पाहून अभयला आश्चर्य वाटले. तो आत गेला तेव्हा हे आश्चर्य द्विगुणित झाले. झोपाळ्यावर बसून दत्तोपंत दूध घेत होते. दुधाने भरलेली बशी तोंडाला न लावता हातात तशीच धरून ते म्हणाले, 'खूप वेळ वाट पाहिली तुमची. आक्का म्हणाल्या, तुम्ही केव्हा याल याचा काही नेम नाही! तेव्हा म्हटलं दूध पिऊन ताजंतवानं व्हावं नि तुमची वाट पाहत बसावं!'

दत्तोपंत हसले. त्यामुळे अभयलाही आपल्या मुद्रेवर स्मिताचे प्रदर्शन करावे लागले. मात्र दत्तोपंत आपल्याकडे का आले असावेत याचा काही त्याला बरोबर तर्क करता येईना!

हातातली बशी झोपाळ्यावर ठेवीत दत्तोपंत म्हणाले, 'सहज आलो होतो मी! तुमचे हेडमास्तर भेटले मघाशी– त्यांनी तुम्हाला उद्या शाळेत यायला सांगितलं आहे! तो निरोप तर सांगायचा होताच! शिवाय–'

दत्तोपंतांनी आक्काकडे पाहून सहेतुक हास्य केले– आक्का अभयकडे पाहून हसली. अभयने त्या हास्याचा अर्थ ओळखला. आक्काचे ते हास्य जणू काही गात होते– 'माला माझी वहिनी होणार, माला लवकरच माझी वहिनी होणार.'

दत्तोपंत अभयचा निरोप घेऊन जायला निघाले तेव्हा त्याला एका गोष्टीचे विलक्षण आश्चर्य वाटले. आज आपण शाळेत गेलो नाही; काल दत्तोपंतांनी सांगितल्याप्रमाणे हेडमास्तरांची माफी मागितली नाही, काही नाही. असे असून हेडमास्तरांनी आपल्याला उद्या परत शाळेत बोलावले!

आपल्याला हा विजय कुणी मिळवून दिला हे काय दत्तोपंतांना ठाऊक नसेल? एका शिक्षकावर अन्याय होत आहे म्हणून मुलांनी संप करणे ही गोष्ट दत्तोपंतांसारख्या गांधीवाद्यांना तरी महत्त्वाची वाटली पाहिजे. इन्स्पेक्शन जवळ आली म्हणून हेडमास्तर इतके नरम झाले असावेत! एरवी त्यांनी या संपाला

भीक घातली नसती. ते काही असले तरी दत्तोपंतांना मुलांच्या धैर्याचा अभिमान वाटायला हवा होता. पण ते त्याविषयी चकार शब्दसुद्धा बोलले नाहीत. आपल्या भावी जावयाची नोकरी कुणीकडून सुरक्षित राहिली म्हणजे झाले, असे त्यांच्यासारख्या त्यागी मनुष्यालासुद्धा वाटावे! छे! किती संकुचित दृष्टी आहे ही!

मनुष्य जसजसा मोठा होत जातो तसतसा त्याच्या दृष्टीचा विकास व्हायला हवा! नदीचे पात्र उगमापाशी किती लहान असते– पण तेच मुखाजवळ किती विशाल दिसते!

छे! मानवी जीवन ही नदी नाही! दत्तोपंतांकडे पाहिले, आपल्या आक्काकडे पाहिले की वाटते– मानवी जीवन कमलासारखे आहे. आयुष्यातली संध्याकाळ सुरू झाली की ते संकोच पावू लागते. त्याचा माध्यान्हीचा विकास कुणाला खरासुद्धा वाटणार नाही, इतके ते संकुचित होते!

जेवताना असे कितीतरी विचार अभयच्या मनात पिंगा घालीत होते. दत्तोपंत काय काय म्हणत होते हे वाढता वाढता आक्का त्याला सांगत होती. मध्येच ती म्हणाली, 'काल शाळेत तुझं एवढं भांडण झालं. पण–'

आक्का पुढे काही बोलली नाही. तिची दृष्टी म्हणत होती– लहानपणी गुडघ्याला कुठे एवढेसे खरचटले तर तेसुद्धा तू मला येऊन सांगत होतास. आणि आता मात्र मनाच्या मोठ्या जखमासुद्धा तू लपवून ठेवायला लागला आहेस.

अभयने आक्काला उत्तर दिले, 'सांगण्यासारखं काय होतं त्यात एवढं?'

मात्र हे बोलत असताना त्याची दृष्टी म्हणत होती– शरीराच्या जखमांइतक्या मनाच्या जखमा सहज दाखविता येत नाहीत! मनाने एक झालेली दोन माणसेच एकमेकांच्या असल्या जखमा पाहू शकतात. आपले एकमेकांवर प्रेम आहे. पण, आपण मनाने कुठे एक आहोत?

मालेचे लग्न लवकर करून टाकण्याचा दत्तोपंतांचा विचार आहे, असे आक्का म्हणाली, तेव्हा अभय मुद्दामच म्हणाला, 'आम्हाला अहेराचा खर्च आहे म्हणायचा!'

आक्का हसत उत्तरली, 'अहेरावर नाही सुटका व्हायची! दागिन्यांचा खर्च आहे, घरभाडंही वाढणार आहे, नि दोन वर्षांनी पाळणासुद्धा विकत घ्यावा लागेल!'

आक्काच्या या सुखस्वप्नाचे अभयला क्षणभर हसू आले. इतक्यात पलीकडून चारूचे रडणे मोठमोठ्याने ऐकू येऊ लागले.

अभय जाऊन पाहतो तो कावेरी चारूचे दोन्ही खांदे हलवीत ओरडत होती, 'करशील का पुन्हा हट्ट? अवलक्षणी कारटं कुठलं!'

चारूला तिच्या हातातून ओढून घेत अभयने विचारले, 'काय मागतोय चारू?'

‘चॉकलेट! याच्या आजोबानं जसे काही डबेच्या डबे भरूनच ठेवले आहेत घरात!’

मोतीरामने काल चारूला चॉकलेटचा पुडा आणून दिला असताना त्याच्या आईने त्याचा हा हट्ट का पुरवू नये याचे अभयला नवल वाटले. तो चारूला घेऊन आपल्या बिऱ्हाडाकडे वळला.

पलीकडच्या आजोबांच्या खोलीत दिवा आहे, इतकेच नव्हे तर आत आजोबा असून ते चारूची समजूत करण्याकरिता आपल्या खोलीतून बाहेरसुद्धा आले नाहीत, ही गोष्ट अभयला कावेरीच्या आताच्या वर्तनाइतकीच आश्चर्यकारक वाटली.

खोलीचे दार थोडेसे लोटलेले होते. अभयने आत डोकावून पाहिले. आजोबांच्या पुढे चार पाच लिहिलेले चवरके पडले होते. आताही एक चवरक्यावर ते काहीतरी लिहीत होते.

‘काय चाललंय, आजोबा?’ न बोलता जाणे बरे नाही असे वाटून अभयने प्रश्न केला.

‘लिहिणं!’

‘हिशेब?’

‘हिशेबच म्हणायचा! मात्र दररोजचा जमाखर्च नाही हा! साऱ्या आयुष्याचा आहे!’ आपले वाक्य संपवून आजोबांनी जे हास्य केले ते निर्माल्य म्हणून तुळशीवृंदावनात टाकलेल्या फुलांसारखे होते.

आजोबांशी अधिक बोलण्याचा अभयचा बेत असावा! पण चारूने आपल्या हातात घट्ट धरलेले त्याचे बोट हळूच ओढले. ती उघड उघड चॉकोलेटची खूण होती.

अभय चॉकोलेट आणण्याकरिता चारूला घेऊन घराबाहेर पडला तेव्हा चारूने कडेवर बसण्याचा हट्ट धरला. अभयला तो पुरविणे प्राप्तच होते.

निम्म्या वाटेवर अभय चारूला म्हणाला, ‘चाल आता जरा!’

‘का?’

‘तू मोठा झाला आहेस ना?’

‘अं हं! मी लहानच आहे!’

‘चॉकोलेट मिळाल्यावर मग चालत येशील?’

‘हं!’

दुकानाच्या पायऱ्या चढता चढता समोरून येणाऱ्या एका भिकारणीकडे अभयचे लक्ष गेले. तिच्या कडेवर एक मोठे मूल बसले होते आणि दुसरे गळ्यात बांधलेल्या झोळीत चुळबूळ करीत होते.

दुसरे दिवशी अभयने आपल्या वर्गात प्रवेश केला, तेव्हा मुलांनी टाळ्या वाजवून त्याचे स्वागत केले. शाळेच्या चिमण्या जगातही लढाया असतात आणि त्या लढणाऱ्याचे कौतुकही होत असते असे वाटून अभय हसला.

मोठ्या उत्साहाने तो आपला गणिताचा तास घेऊ लागला. काही हुशार मुले प्रश्नांची उत्तरे बरोबर देत होती, काही मुले ठरावीक रस्त्याने जाणाऱ्या आंधळ्याप्रमाणे हळूहळू पुढे जात होती, आणि काही अपरिचित जागी अंधारात वस्तू शोधणाऱ्या माणसांप्रमाणे उगीच धडपडत होती.

हा अनुभव नेहमीचाच होता. पण अभयची वर्गाकडे जाण्याची आजची दृष्टी मात्र निराळी होती. काल याच वेळी तो अगदी भिन्न जगात होता. काल त्याने पाहिलेले ते मजूर, तो भांडखोर टांगेवाला, स्टेशनवरचा तो म्हातारा हमाल, या सर्वांची आठवण होऊन तो स्वतःशीच उद्गारला, 'ते जग निराळं नि हे जग निराळं!'

प्रत्येक तासाला त्याचे मन पुन्हा पुन्हा कालच्या दृश्यांचा विचार करी. त्याच्या मनात आले, काल आपणासाठी संप करण्यापर्यंत मजल मारणाऱ्या या भावनाप्रधान जीवांना शाळेबाहेरच्या अन्यायांची आपण कल्पनासुद्धा येऊ देत नाही. जीवनाची सफलता बुद्धीच्या विलासापेक्षा भावनांच्या विकासात आहे, व्यक्ती म्हणून चैनीने जगण्यापेक्षा समाजातला घटक म्हणून शौर्याने मरण्यात आहे, हे विचार निर्जीव पुस्तकात कोंडलेल्या अंतःकरणात उत्पन्न तरी कसे व्हावेत?

शाळा हा एक प्रकारचा तुरुंग आहे. नाही का?

शाळेचीच गोष्ट कशाला हवी? कुटुंब हाही एक तुरुंगच नाही का? तुरुंगातल्या कैद्यांप्रमाणे ज्यांना सवयीने कुटुंबात एकत्रित राहावे लागते अशी किती तरी माणसे दाखविता येतील! सुखी कुटुंबाकडे पाहिले तरीसुद्धा कुटुंब हा तुरुंगच ठरतो! कुटुंब जास्तीतजास्त सुखी व्हावे म्हणून प्रत्येकजण धडपडत असला तरी कुटुंबापलीकडे जग आहे, ते कुटुंबापेक्षा अनंतपटींनी विशाल आहे, आपले कुटुंब हे समाजवृक्षावरल्या कोट्यवधी घरट्यांपैकी एक घरटे आहे, याची जाणीव सुखवस्तू कुटुंबातल्या कितीशा लोकांना असते?

कुटुंब, जाती, पुस्तकी ज्ञानाच्या या साऱ्या संस्था रानटी स्थितीतून प्रगती करण्याच्या दृष्टीने मानवजातीला अत्यंत उपयुक्त होत्या. पण आता— आज—

अस्वस्थ मनःस्थितीत अभयने खिडकीबाहेर पाहिले. आकाशातून पांढऱ्या ढगांची माळच्या माळ मंद गतीने पण मोठ्या डौलाने चालली होती!

घरी जाताना भेटून जाण्याविषयी हेडमास्तरांचा निरोप आला तेव्हा कालच्या प्रकरणाचे शेपूट अजून शिल्लक आहे हे अभयने ओळखले. हेडमास्तर कोणकोणते प्रश्न विचारतील व त्यांची रोखठोक उत्तरे कशी द्यायची याचा तो विचार करू लागला.

पण सापाच्या संशयाने काठी घेऊन आलेल्या मनुष्याला दोरी दिसावी तशी अभयची स्थिती झाली. हेडमास्तरांनी सौम्य शब्दांत, 'इन्स्पेक्शन जवळ आली, अजून तुमचं फेअरवर्क तयार नाही!' एवढेच त्याला सुनावले. त्याला निरोप देताना ते म्हणाले, 'दिवाळीची सुट्टी अगदी मजेत घालविलेली दिसते तुम्ही! चालायचंच! आम्ही एकदा तुमच्याएवढे तरुण होतोच! तेव्हा–'

अभय शाळेतून थेट घरी यायला निघाला. वाटेत त्याला मालेएवढी एक उंच मुलगी दिसली. आपण मालेकडे काल गेलो नाही, तेव्हा आज तरी जायला हवे, असे त्याला क्षणभर वाटले. पण लगेच टेबलावरले एक्झरसाइझ बुकांचे ते ढीग त्याच्या डोळ्यांपुढे उभे राहिले.

घरी येऊन त्याने नेटाने दीड-दोन तास काम केले. इतक्यात चारुचंद्र एक छोटी तुतारी फुंकीत त्याच्यापाशी आला.

अभयने कौतुकाने विचारले, 'काय छोटे शिपाई, कुठं जाणार ही तुतारी घेऊन?'

'नाटकाला!'

'नाटकाला?'

'हो! ते मोतीलाम मामा आहेत ना, त्यांनी दिली ही तुतारी मला! मला नाटकालाही तेच घेऊन जानाल आहेत! तुम्हाला नाही नेनाल! टुक-टुक-टुक–!'

तुतारी वाजवीत चारू आक्काला आपला पराक्रम दाखविण्याकरिता स्वयंपाकघरात गेला!

आता मात्र अभयचे लक्ष हातातल्या कामाकडे लागेना.

राहून राहून त्याच्या मनात विचार येत होता– अवघ्या तीन दिवसांत हा मोतीराम आजोबांच्या घराण्याचा नि आपला तीन पिढ्यांचा ऋणानुबंध आहे असे दाखवायला लागला, याचा अर्थ काय?

दोन रुपयांच्या खुर्च्यांच्या रांगेत मोतीराम, कावेरी आणि चारुचंद्र यांना जेव्हा अभयने रात्री पाहिले तेव्हाही हाच प्रश्न त्याच्यापुढे उभा राहिला. मोतीरामाचा पूर्व इतिहास त्याला आठवला. कॉलेजात काव्यातील प्रेमातच तो गुंग असे. त्यामुळे त्याच्या या वेडाचा त्याच्या अभ्यासावर फारसा परिणाम झाला नाही. पण नटव्या मुलींवर पैसा खर्च करून त्यांच्याशी स्नेह करण्याची संधी मिळत

नाही म्हणून तो मनातल्या मनात फार हळहळत असे. त्याचे रूपही काही विशेष अनुकूल नव्हते. बी.ए. झाल्याबरोबर काव्यातले प्रेम तो व्यवहारात आणू लागला. शिकण्याच्या पैशातली एक पैही घरी न पाठविता त्याने निरनिराळ्या मुलींशी मैत्री करायला सुरुवात केली. आणि–

आक्काने अभयचा खांदा हळूच हलवून त्याला माला दाखविली. त्याची स्मृतिशृंखला मध्येच तुटली. माला अगदी पुढच्या रांगेत बसली होती. तिच्यापलीकडे लतेची आई आणि देवदत्त होते.

देवदत्ताकडे बोट दाखवीत अभय म्हणाला, 'हे पाहा, लतेचे मामा देवदत्त!'

आपण देवदत्तांकडे मुद्दाम बोट दाखवीत असतानाही आक्का दुसरीकडे काय पाहत आहे हे अभयला कळेना!

नाटक सुरू होताच त्याला रंग भरला. लता बिजलीचे काम मोठ्या ठसक्याने करीत होती. कांचनही आपल्या कामात गुंतून गेला होता. मात्र रंगभूमीवर बाबा शिवगण बोलत असताना त्याच्याजवळ उभ्या असलेल्या विठू कृष्णाने जेव्हा मध्येच मालेकडे पाहून स्मित केले, तेव्हा अभयच्या पुढच्या रांगेत त्याच्यापुढे बसलेला एक तरुण उद्गारला, 'त्या मालेलाच हंसा करायला हवं होतं, म्हणजे अगदी स्टेजवर–'

पहिला अंक झाला तेव्हा त्या तरुणाचे आपल्या दोस्ताशी संभाषण सुरू झाले. स्वारीचा आवाज अगदी खडा होता; त्यामुळे त्यांचे बहुतेक संभाषण अभयला ऐकू आले– विठू कृष्णाचे काम करणारा कांचन मालेला घेऊन हल्ली मोटारीतून फिरतो. स्वारी कॉलेजात असताना नाटकात कामे तेवढी चांगली करी. पण इंग्लंडला जाऊन कसली तरी परीक्षा देऊन आल्यामुळे आता त्याला गिरणीत बड्या पगाराची नोकरी मिळणार आहे, तेव्हा दत्तोपंत देशपांड्यांची घर-सासरा म्हणून त्याच्याकडे राहण्याची आयती सोय होईल, इत्यादी त्याची मुक्ताफळे ऐकून अभयला वाटले– हे आक्काने ऐकले तर?

त्याने आक्काकडे पाहिले. ती डोळे मिटून कसला तरी विचार करीत होती! तिचे लक्ष या संभाषणाकडे नव्हते, हे अभयला एका परीने बरेच वाटले.

बिजली आणि विठू यांचा भाकरीचा प्रवेश चांगलाच रंगला. लतेची तडफ आणि कांचनचा खेळकरपणा यांचे मोठे मनोहर मिश्रण झाल्यामुळे प्रवेशातल्या कितीतरी खटक्यांना टाळ्या पडल्या.

अंक संपल्यावर पुढल्या रांगेतल्या त्या मित्रांचे संभाषण पुन्हा सुरू झाले–

त्या माहीतगार तरुणाला त्याचा स्नेही सहज म्हणाला, 'ही बहीण-भावंडं किती मोकळेपणानं काम करताहेत, नाही?'

'बहीण-भावंडं!' एवढेच उत्तर देऊन दुसरा मिस्कीलपणाने हसला. लगेच

आपल्या मित्राच्या कानाशी तो कुजबुजू लागला.

आता अभयला त्यांचे संभाषण नीट ऐकू येईना. मात्र 'दिल्ली', 'गिरणी', 'कोड होतं तिला', 'कामापुरता मामा' इत्यादी मधूनच ऐकू येणाऱ्या उद्‌गारांनी त्याच्या मनात मोठा गोंधळ उडवून दिला.

शेवटचा अंक होण्यापूर्वी रंगभूमीवर बक्षीस समारंभ झाला. लता, कांचन, इत्यादिकांना देवदत्ताच्या हस्ते पदक देण्यात आली. देवदत्तांनी मुंबईहून मुद्दाम येऊन समारंभाला शोभा आणल्याबद्दल आणि शाळेला उदार देणगी दिल्याबद्दल त्यांचे आभार मानण्यात आले. समारंभ संपला असे वाटले, तोच एक केस पिंजारलेला सुटबूटवाला रंगभूमीवर आला आणि त्याने लतेचे अभिनंदन करून अशा तरुणींनी चित्रपटसृष्टीत पाऊल टाकल्याशिवाय चांगले हिंदी चित्रपट निघणार नाहीत असे ठासून सांगितले. हा गृहस्थ मुंबईला नवीन निघालेल्या एका सिनेमा कंपनीचा डायरेक्टर असून त्याने नाव एफ. सूर्यराव आहे हे अभयला पुढल्या रांगेतल्या त्या दोस्तांच्या बोलण्यावरून लगेच कळले. एफ म्हणजे फॅट, फॅडिस्ट की फादर याविषयीही त्यांच्यात हळूच हास्ययुक्त चर्चा झाली.

हाच डायरेक्टर लतेला आपल्या कंपनीत बोलावीत असावा, हे आक्काला सांगण्याकरिता अभयने मान वळविली.

त्याला आश्चर्य वाटले– आक्काच्या डोळ्यांत पाणी तरळत होते. नाटक सुरू असताना असे पाणी स्वाभाविक होते. पण, समोरचा साधा समारंभ पाहून–

अभयने विचारले, 'काय झालं ग, आक्का?'

'काही नाही! हे नाटक पूर्वी दोनदा पाहिलंय आपण! नाही? त्यामुळे बिजली आणि विठू यांचा तो शेवटचा प्रसंग आहे ना? तो डोळ्यांपुढे उभा राहिला! नि–'

बिजली-विठू– बिजलीचे कधीही सफल न होणारे विठूवरले प्रेम–

अभयच्या मनात आले– पराक्रम आणि प्रीती यांचा कल्पनेच्या जगातसुद्धा संगम होऊन नये असाच विधिसंकेत आहे काय?

दुसऱ्या दिवसापासून अभय जोराने आपल्या कामाला लागला. अक्षतांना कुंकू लावतात त्याप्रमाणे वह्यातल्या लिखाणाला तांबडी शाई लावून आपले काम होईल हे त्याला ठाऊक होते. पण प्रत्येक वहीतले अक्षर नि अक्षर तपासायचा त्याने निश्चय केला. दुसऱ्याला फसविणारा मनुष्य नकळत आत्मवंचना करीत असतो, असे त्याला नेहमीच वाटे.

या कारणामुळे त्याचे तीन दिवस मोठ्या गडबडीत गेले. मात्र लता,

मोतीराम आणि हेडमास्तर यांच्याविषयी त्याच्या मनात विचार आले नाहीत असा एकही दिवस या दिवसात नव्हता.

दररोज सकाळी वर्तमानपत्रे उघडली की त्यांच्यात लतेविषयी काही ना काही बातमी असेच! एफ. सूर्यरावांच्या 'मातृभूमी' या क्रांतिकारक राष्ट्रीय चित्रात ती नायिका होण्याचा संभव आहे असे एकाने छापले, तर 'कल्पलता' या नावाखाली येणाऱ्या गोष्टी तिच्याच असल्यामुळे ती सिनेमात नुसती नटी म्हणून जाणार नाही, असे दुसऱ्याने प्रसिद्ध केले. तिसऱ्याने तिच्या आईची या बाबतीतली मुलाखत लवकरच छापण्याचे आश्वासन दिले होते. चवथ्याने पुण्यात ६६६ नंबरच्या टेलिफोन यंत्राला सध्या अधिक काम करावे लागते आहे असे लिहून त्याखाली लतेचा फोटो छापला होता. हे सारे वाचून अभयला हसू येई. पण त्याचे मन म्हणे– लतेत काहीतरी चमक आहे यात संशय नाही. तिच्या गोष्टींत कल्पकता आहे, अभिनयात सजीवता आहे, सहृदयता आहे. स्त्रीच्या रूपसौंदर्यापेक्षा तिचे बुद्धिसौंदर्य अधिक मोहक असते असे म्हणतात ते काही खोटे नाही!

लतेविषयी असले विचार मनात घोळत असल्यामुळे तो या तीन-चार दिवसांत मालेकडे गेला नही, असे मात्र नाही. शाळा सुटताच त्याला मालेची आठवण होई. पण त्याला वाटे– मालेच्या घरी आपण गेलो नि दत्तोपंतांनी आक्काला विचारलेल्या प्रश्नाचे उत्तर तिने आपल्याशी मागितले तर? इन्स्पेक्शन तर होऊन जाऊ दे! मग शांतपणाने त्या प्रश्नाचा विचार करू!

मोतीराम आणि हेडमास्तर यांची दररोज त्याला विशेष आठवण होण्याचे खरोखर काही कारण नव्हते. पण चारू नाचत आला नाही आणि 'मोतीराम मामांनी हे मला दिलं' म्हणून नवा खाऊ किंवा सुंदर खेळणे अभयला दाखविले नाही, असा या चार दिवसांत एक दिवसही गेला नाही.

हेडमास्तरांच्या बाबतीत तसेच घडे. मधल्या सुट्टीत अभयने हेडमास्तरांवर मिळवलेल्या विजयाचे पुन्हा पुन्हा अभिनंदन होई; वर्षानुवर्षे काम करून ज्यांना वर्षातून दहा महिन्यांचा पगार मिळत होता असे अनेक शिक्षक अभयची पाठ थोपटीत! प्रौढ मराठे मास्तरांनी तर, 'मी दुःख सहन करीन पण अन्याय सहन करणार नाही' असे म्हणणाऱ्या 'कुंकू'तील करारी नायिकेशी अभयची तुलना केली; आणि त्या नायिकेने जशी म्हाताऱ्या नवऱ्यावर प्राण द्यायची पाळी आणली त्याप्रमाणे अभय हेडमास्तरांची दुर्दशा करणार असे भविष्य वर्तविले. बोलता बोलता हेडमास्तरांची खोड मोडण्याची काही तरी युक्ती अभयने काढली तर आपण तिला पूर्ण पाठिंबा देऊ, असेही बहुतेक मास्तरांनी बोलून दाखवले.

'कुंकू' बोलपट पाहिल्यावर त्याचा विषय फार जुना आहे, अशी अभयच्या

सर्व मित्रांनी त्याच्यावर टीका केली होती. डॉ. देशमुखांनी तर, 'प्रेमाला विवाहाची जरूरी आहे की नाही?' असला आधुनिक विषय घ्यायचे सोडून चित्रपट मंडळ्या कसले तरी जुनेपुराणे विषय घेतात म्हणून 'कुंकू'वर झोड उठविली होती.

अभयचे मत निराळे होते. तो म्हणे– 'कुंकू'मधल्या विषयाचे शरीर जुने आहे पण त्याचा आत्मा अजूनही नवीन आहे. 'काही झालं तरी मी अन्याय सहन करणार नाही!' हे कडवे उत्तर समाजातल्या सामान्य माणसाच्या तोंडूनसुद्धा ज्यावेळी बाहेर पडू लागेल, त्या वेळी हा विषय जुना होईल. जोपर्यंत स्त्रियांना आपल्या व्यक्तित्वाची जाणीव होत नाही, दलित वर्गातला रक्ताचा थेंबन् थेंब जुलमाला टक्कर देण्याकरिता वर उसळून येत नाही, पैशाचे आणि सत्तेचे गुलाम आपल्या मानेवरले जुलमी जू झुगारून देत नाहीत, तोपर्यंत 'कुंकू' चित्रपटाचा विषय जुना होणार नाही.

हा सारा वादविवाद अभयच्या डोक्यात या चार-पाच दिवसांत पुन्हा पुन्हा घोळू लागला.

इन्स्पेक्शन सुरू झाली. अभयने एक अर्ज इन्स्पेक्टरांच्या हातात ठेवला. इन्स्पेक्टरांनी हेडमास्तरांच्यापुढे तो अर्ज ठेवून खुलासा विचारला.

त्या अर्जात दहा-बारा शिक्षकांची नावे होती. त्यांना दहा महिन्यांचा पगार देऊन शाळा त्यांच्या सह्या मात्र बारा महिन्यांच्या पगारावर घेते असे अर्जात लिहिले होते.

इन्स्पेक्टरांनी अर्जात उल्लेखलेल्या सर्व मास्तरांच्या साक्षी घेतल्या. सर्वांनी आपणाला बारा महिन्यांचा पगार मिळत असल्याचे कबूल केले.

अभय सपशेल खोटा ठरला! शाळेची व व्यक्तिश: हेडमास्तरांची अभयने बदनामी केली असे ठरले. हेडमास्तरांनी माफीची मागणी केली.

अभयने उत्तरादाखल त्यांच्या हातात आपला राजीनामा ठेवला. हेडमास्तरांनी तो आनंदाने स्वीकाला. मागच्या आठवड्यातील मुलांच्या संपाच्या वेळीच त्यांची खात्री होऊन चुकली होती की हा अभय म्हणजे न विझणारी आग आहे!

□

मी दादांचा मुलगा आहे

❖❖❖❖❖❖❖❖

हेडमास्तरांच्या हातात अभयने हसत हसत आपला राजीनामा दिला. ज्यांची बाजू लढवायला गेलो त्यांनी आपल्याला दगा दिला या कल्पनेने तो क्षणभर सुन्न झाला होता, नाही असे नाही. पण लढवय्या लगेच आपल्याला कुणाची मदत आहे किंवा नाही, अथवा आपल्याला विजय मिळेल की नाही हे कधीही पाहत नाही, हा विचार त्याच्या मनात इतका प्रभावी झाला की इन्स्पेक्टरांनासुद्धा त्याच्या निर्भयपणाचे कौतुक वाटले.

'या गोष्टीने शाळेतील तुमचे रेकॉर्ड वाईट होत आहे. त्यामुळे दुसरीकडे तुम्हाला नोकरी मिळणे कठीण पडेल!' इत्यादी व्यावहारिक गोष्टीही त्यांनी पर्यायाने अभयला सुचविल्या; पण त्यांच्या सर्व सूचनांना अभयने हसून एकच उत्तर दिले– 'लढाईत जखमा या व्हायच्याच!'

शाळेतून बाहेर पडेपर्यंत त्याच्या तापलेल्या मनाचा उत्साह नुसता उतू जात होता. पण तापात खूप बोलणाऱ्याला ताप उतरल्यावर, जसे गळून गेल्यासारखे वाटते, तशी त्याची टेकडीवरल्या निवांत जागी स्थिती झाली. मन शांत व्हावे म्हणून तो एका बाजूला जाऊन बसला खरा, पण त्या एकांतात त्याच्या मनातले वादळ पळापळाला वाढू लागले.

सत्य-न्याय-हक्क! हे सारेच पोकळ आहेत का? जगाच्या व्यवहारात त्यांना कुठेच स्थान नाही? इन्स्पेक्टरांना आपली बाजू सत्य असावी असे निश्चित वाटत होते. पण त्यांनी फक्त पुरावा पाहिला! आणि ज्यांच्यावर अन्याय होत होता म्हणून आपण हे भांडण उकरून काढले, त्यांनी मुकाट्याने माघार घेतली– आपल्याला तोंडघशी पाडले! माणसे अशी मेंढरासारखी वागू लागल्यावर–

भोवतालचे वेडेवाकडे खडक, समोर दिसणारी दोन-तीन बाभळीची झाडे, पृथ्वीवर पडू लागलेली रात्रीची काळसर छाया, प्रत्येक दृश्यात अभयला आपल्या उदास मनाचे प्रतिबिंब दिसले. त्याच्या मनात आले, शिक्षणाने मनुष्याच्या मनाचा

कणखरपणा कमी होत असावा! परवा मुंबईला कामगारांनी आपल्या हक्कांसाठी एवढा मोठा संप केला; परवा आपल्या शाळेतल्या मुलांनी त्याच अन्यायाचा प्रतिकार केला; आणि आज?– आज आपल्या सुशिक्षित प्रौढ सहकाऱ्यांनी मात्र दुबळेपणाचे लाजिरवाणे प्रदर्शन केले.

रानटी काळात मनुष्याला पदोपदी पशूंविरुद्ध लढावे लागत होते; पळापळाला निसर्गाविरुद्ध झगडावे लागत होते. पण समाजव्यवस्था निर्माण झाली, जीवनावर सुधारणेचा मुलामा चढला आणि सामान्य मनुष्याची लढण्याची उपजत शक्ती मागे पडली. पण ही शक्ती हाच तर मानवी जीवनाचा आत्मा आहे! नाही का?

काळोख पडल्यावर अभय टेकडीवरून खाली उतरू लागला. मध्येच तो एका जागी थांबला. दिवाळीच्या सुट्टीच्या आदल्या दिवशी तो मालेबरोबर याच जागी फिरायला आला होता–

दुसरीकडून टेकडी उतरत येणारी एक व्यक्ती अभयच्या अंगावरून घाईने पुढे गेली.

लगेच मागे वळून तिने हाका मारली– 'अभय–'

अभयने आवाज ओळखला. मराठे मास्तर! आजच्या भित्र्या मेंढरातला एक दुबळा प्राणी! तो स्तब्ध राहिला.

मराठे जवळ येऊन म्हणाले, 'मघाशी मी घरी गेलो होतो तुमच्या! पण तुमची बहीण म्हणाली, की तुम्ही शाळेतनं घरी परत आलाच नाही. ते दत्तोपंत देशपांडेही तुमची वाट पाहत बसले होते.'

अभय काहीच बोलत नाही असे पाहून मराठे सद्गदित स्वराने म्हणाले, 'अभय, तुमची क्षमा मागायला गेलो होतो मी घरी!'

'माझी?'

'हो तुमची!' त्याच्या खांद्यावर हात ठेवून मराठे उद्गारले, 'आज मी खरं बोलायला हवं होतं; तुम्ही अर्जात लिहिलं होतं ते सारं खरं आहे म्हणून सांगायला हवं होतं! पण अभय, चाळिशी उलटलेला मॅट्रिक मनुष्य मी! घरी थोरली मुलगी लग्नाची आहे! तिच्या पाठीवर चार कच्चीबच्ची आहेत! मी खरं बोललो असतो तर– तर माझी ही नोकरी गेली असती! नि मग– अभय, क्षमा करा मला. घरातल्या चिल्ल्यापिल्ल्यांची उपासमार होऊ नये म्हणून–'

मराठ्यांना पुढे बोलवेना. त्यांचा गळा दाटून आला. त्यांनी तोंड फिरविले. अंधारातही ते अश्रू पुसत आहेत हे अस्पष्टपणे अभयला दिसले!

अभयच्या डोळ्यांपुढे दत्तोपंतांचे अश्रू आणि आक्काचे अश्रू उभे राहिले. दत्तोपंत, आक्का, मराठे मास्तर– सारीच सज्जन माणसे! त्यांच्यावर प्रौढ वयात अश्रू गाळण्याचा प्रसंग यावा?

मराठे मास्तरांचा हात हातात घेऊन अभय चालू लागला. मराठ्यांच्या घरापर्यंत तो त्यांना पोचवायला गेला. त्याला नमस्कार करता करता मराठे म्हणाले, 'आता वकिली सुरू करणार ना?'

'अं हं!'

'मग?'

'खेड्यापाड्यातनं फिरणार आहे मी आधी!'

'कशाला?' हा प्रश्न मराठे मास्तरांच्या जिभेवर आला होता. पण तो विचारण्याचा धीर त्यांना झाला नाही. मात्र रस्त्याने जाणाऱ्या अभयची पाठमोरी आकृती अदृश्य होईपर्यंत ते तिच्याकडे आदराने पाहत होते.

मराठे मास्तरांच्या डोळ्यांतले पाणी पाहून आक्काची आठवण झाल्यामुळेच की काय मालेकडे जाऊन मग घरी जावे असे अभयने ठरविले.

दारातच मालेची आई उभी होती. 'माला आहे का घरात?' या अभयच्या प्रश्नाला तिने नेहमीप्रमाणे मानेनेच होकारार्थी उत्तर दिले. पण अशा मूक उत्तराच्या वेळी तिच्या मुद्रेवर जे स्मित चमकून जात असे ते मात्र आज त्याला दिसले नाही.

तो मालेच्या खोलीत गेला तेव्हा ती झोपली आहे असे पाहून त्याला आश्चर्य वाटले; पण खाटेजवळ गेल्यावर आश्चर्यापेक्षा थट्टाच अधिक प्रभावी झाली. तो म्हणाला, 'आपण ज्युनिअर बी.ए.त आहोत हे दाखवण्यासाठी एक माणूस वेळी अवेळी झोपायला लागलंय! होय ना?'

माला झटकन् उठून बसली. तिच्या चेहऱ्यावरून ती खूप रडली असावी असे दिसत होते. अभयकडे न पाहता ती म्हणाली– 'आपण शूर आहोत हे दाखवण्यासाठी एक माणूस वेळी-अवेळी भांडायला लागलंय! होय ना?'

हसत खेळत अभय मालेशी खूप वेळ बोलला, तेव्हा कुठे त्याला मालेच्या टोमण्यातला अर्थ कळला. पाच वाजल्यानंतर हेडमास्तर दत्तोपंतांच्या घरी आले. त्यांनी अभयची निंदा केली, दुसऱ्या कुठल्याही शाळेत त्याला आपण नोकरी मिळू देणार नाही असे सांगितले, आणि असल्या डोक्यात राख घालून घेणाऱ्या मूर्ख मनुष्याला तुम्ही आपली मुलगी देऊ नका, असा दत्तोपंतांना मित्र या नात्याने उपदेशही केला. हेडमास्तर निघून गेल्यावर दत्तोपंत आपल्या बायकोपाशी अभयविषयी जे बोलले तेही सारे प्रतिकूलच होते– 'उद्या वकील झाल्यावर कोर्टाशीही हा असाच भांडेल नि सनद रद्द करून घेईल. असल्या माथेफिरू मनुष्याला मुलगी देऊन पस्तावा करीत बसण्यापेक्षा–'

पुढील हकीगत मालेने अश्रूंनीच वर्णन केली.

अभयने शाळेत काय काय झाले ते मालेला गोड शब्दांनी समजावून सांगितले. पण काही केल्या तिचे समाधान होईना. हेडमास्तरांची माफी मागून अभयने पुन्हा शाळेत जावे असे जेव्हा तिने सुचवले तेव्हा तर अभयला तिची कीवच आली. तो हसत हसत मालेला म्हणाला– 'तू तरुण आहेस असं वाटत होतं मला–'

मालेने कृतक कोपाने त्याच्याकडे पाहिले.

अभय म्हणाला, 'मी मनाच्या तारुण्याविषयी बोलत होतो. प्रत्येक तरुणीला आपला प्रियकर पराक्रमी असावा असं वाटतं ना?'

मालेने मान डोलावली. मात्र ती लगेच म्हणाली, 'पण पराक्रमाला काही काळवेळ आहे की नाही? तुम्ही उद्या एव्हरेस्टचं शिखर शोधायला निघाल– तसला पराक्रम नको बाई मला! उगीच सुखाचा जीव दु:खात घालायचा!'

मालेच्या या युक्तिवादाला अभयने काहीच उत्तर दिले नाही. पण त्याच्या मनात आले– उद्या आपण बंगला बांधून त्याचे मजल्यावर मजले चढवू लागलो, तर मालेला आपला अभिमान वाटेल. पण आपण एव्हरेस्टच्या मोहिमेवर निघालो तर? तर–

मालेचा निरोप घेऊन तो घराबाहेर पडला. समोरच धाकट्या भावंडांना घेऊन घरी परत येत असलेली प्रमिला त्याला दिसली.

तो दिसताच ती लगबगीने पुढे येऊन म्हणाली, 'तुम्हाला बक्षीस देणार आहे मी!'

'मला? कशाबद्दल?'

'एक लढाई जिंकल्याबद्दल!'

'कुठं?'

'शाळेत!'

'बक्षीस तर दे आधी, मग लढाई जिंकली का हरली ते पाहू!'

'तर– तर–' म्हणत प्रमिलेने त्याच्या हातावर लिमलेटची गोळी ठेवली.

अभय थट्टेने म्हणाला, 'वा:! काय उदार आहेस ग!'

पाच वर्षांच्या आपल्या धाकट्या बहिणीकडे बोट दाखवत प्रमिला म्हणाली, 'हिनं मला एकच गोळी दिलीन्! ती न खाता मी तुम्हाला दिली! माझ्यापाशी आता हजार रुपये असते तर तेही तुम्हाला दिले असते!'

अभय काहीतरी गंमतीचे उत्तर देण्याच्या विचारात होता. इतक्यात प्रमिलेच्या धाकट्या बहिणीने त्याच्या हातात आपली गोळ्यांची पुडीच ठेवली.

शाळेच्या लहानशा जगातल्या चकमकीने मालेने घाबरून जावे आणि प्रमिलेने

त्याच प्रसंगाचे उत्साहाने स्वागत करावे, हा विरोध अभयला मोठा विलक्षण वाटला.

मध्येच त्याच्या मनात आले– लतेला हे कळल्यावर ती काय म्हणेल? ती एखादी गोष्टसुद्धा लिहील या प्रसंगावर!

जेवण होईपर्यंत आक्का अभयशी एक अक्षरही बोलली नाही. ही विचित्र शांतता वादळापूर्वीची आहे हे त्याने ओळखले. तो आचवून बाहेर आला. टेबलावर कल्पलतेच्या गोष्टींची वही पडली होती. एखादी गोष्ट वाचावी म्हणून त्याने ती उघडली. पण कुठल्याच पानावर त्याचे मन रमेना. मेघ, कालवा, कारंजे, झोपाळा, फुले, पक्षी– कुठले तरी दूरचे सुंदर जग आहे असे त्याला वाटले. तो स्वतःशीच म्हणाला, 'आपल्या अनुभवाचं जग याच्याहून अगदीच निराळे आहे!'

आक्का लवकर बाहेर आलेली पाहून अभयने विचारले, 'इतक्यात जेवण झालं तुझं?'

'माझा उपवास आहे आज!'

'कसला?'

'आहे एक! गांधींच्यासारखा!'

अभय स्तब्ध राहिला.

आक्का बोलू लागली. दुपारच्या प्रकरणाविषयी दत्तोपंत तिच्यापाशी खूप बोलून गेले असावेत! अभय असाच वागत राहिला तर मालेने त्याच्याशी लग्न करणे इष्ट होणार नाही असेही त्यांनी सूचित केले असावे!

शेवटी सद्गदित स्वराने आक्का म्हणाली, 'बाकीच्या मास्तरांचे वकीलपत्र कशाला घेतलंस तू?'

'परवा वकिलीची परीक्षा पास झालो म्हणून!'

आक्काला थट्टेचा राग येत नाही असा अभयचा अनुभव होता. पण आज मात्र तो खोटा ठरला. ती स्तब्ध बसली. पण तिच्या कपाळावरल्या आठ्या शब्दांपेक्षाही अधिक बोलक्या होत्या.

अभयने तिला दोन घास खाण्याचा आग्रह केला.

'पुन्हा असल्या नसत्या भानगडीत पडणार नाही असं तू वचन देशील तरच मी आता तोंडात पाणी घालीन.' असे तिने निक्षून सांगितले.

क्षणभर थांबून अभय म्हणाला, 'आक्का, ही नसती भानगड नव्हती! अन्यायाची चीड होती ती!'

'पण आपल्याला हव्यात कशाला या जगाच्या उठाठेवी?'

'आपण या जगात आहोत म्हणून!'

अभय अस्वस्थपणे फेऱ्या घालू लागला. मध्येच तो एकदम थांबला.

टेबलावरल्या आपल्या वडिलांच्या फोटोकडे पाहत तो म्हणाला, 'आक्का, दादांचा फोटो मी गांधी, जवाहरलाल, रॉय यांच्यासारख्यांच्या फोटोमध्ये ठेवला आहे तो उगीच नाही. मी त्यांचा मुलगा आहे याचा अभिमान वाटतो मला! दादांचे नाव जगाला ठाऊक नाही! पण जगातल्या जुलमाशी, अन्यायाशी, अधर्माशी लढणारी ही जी मोठी माणसं आहेत त्यांची तळमळ मला सारखीच वाटते. दादा कसे वारले हे मागं तू मला सांगितलं होतंस! आठवतं का तुला? दादा अर्धांगवायूने वारले असं जग म्हणालं असेल. पण मी म्हणतो– त्यांना वीराचं मरण आले. एक इन्स्पेक्टर शाळेच्या इमारतीचा उपयोग एका शिक्षिकेला शीलभ्रष्ट करण्याच्या कामी करणार आहे हे कळताच ते बेभान झाले; त्याला बाहेर काढून इमारतीच्या किल्ल्या त्यांनी आपल्या हातात घेतल्या; त्या इन्स्पेक्टरला ती रात्र धर्मशाळेत काढावी लागली; आपला डाव फसला म्हणून त्यानं दादांच्यावर सूड उगवला. सत्यापेक्षा सत्तेची किंमत जगात अजून अधिक आहे, हे पाहून दादांना संतापाचा जो झटका आला तो अर्धांगवायू ठरला! माझ्या डोळ्यांपुढं यांतलं प्रत्येक चित्र नेहमी उभं राहतं, नि म्हणतं– अन्यायाशी लढणाऱ्या वीरपुरुषाचा तू मुलगा आहेस– तू–'

आपला आवाज चढला आहे हे आता कुठे अभयच्या लक्षात आले. पुढे काही न बोलता तो टेबलाजवळ गेला आणि त्याने दादांच्या फोटोला नमस्कार केला.

एक रबरी फुगा फुगवत चारूने अकस्मात प्रवेश केला नसता, तर अभय आणि आक्का यांना खोलीतली नीरव शांतता अगदी असह्य झाली असती!

फुगा तोंडातून काढून बोटांच्या चिमटीत धरीत चारू म्हणाला, 'अभयदादा, फुगा कसा हो मोठा होतो?'

'कुणी रे दिला तुला फुगा?'

'एक नाही! खूप खूप दिलेत! हिलवा, पिवळा, जांभळा–'

'पण दिले कुणी तुला इतके फुगे?'

'मोतीलाम मामांनी.'

'मोतीलाम मामांनी, की मोतीलाम काकांनी?'

चारू मोठ्याने हसला. आपण मोतीरामांना केव्हा तरी मामा आणि केव्हातरी काका म्हणतो ही चूक अभयदादाने कशी बरोबर शोधून काढली असे त्याला वाटले. हसता हसता त्याने हातातल्या फुग्यातली हवा सोडून दिली.

फुगा अभयच्या हातात देत तो म्हणाला, 'अभयदादा, खूप खूप मोठा करून द्या फुगा मला– अगदी फुटबॉलएवढा!'

हातातली ती सुरकतलेली आणि मळकट रंगाची टीचभर रबरी पिशवी अभयने तोंडाला लावली. हां हां म्हणता तिला सुंदर आकार आला. मळकट रंगाचे गडद हिरव्या रंगात रूपांतर झाले. फुगा बराच मोठा झाला होता.

तो चारूच्या हातात देण्याकरिता अभय तोंडातून बाहेर काढणार इतक्यात चारू म्हणाला, 'आणखी मोठा करा!'

अभयने तो आणखी मोठा करण्याकरिता फुंकला मात्र; फट् असा मोठा आवाज होऊन तो फुटला! फुगा कुठे गेला हेही चारूला कळले नाही. फुगा फुटताच आक्का खिन्नपणे हसली.

अभयला वाटले– अभय हासुद्धा आक्काच्या आयुष्यातला असाच एक फुगा आहे असे ते दृश्य आपल्याला उद्देशून म्हणत आहे.

चारूला दुसरा फुगा आणण्याकरिता अभयने पाठविले; पण तो परत आलाच नाही. दहा वाजायला आले होते; तेव्हा दुसरा फुगा घेऊन स्वारी आजोबांच्या अंथरुणात पेंगळून पडली असावी असा अभयने तर्क केला.

आक्का तुकारामाची गाथा घेऊन ती वाचू लागली.

तिला जेवायला आग्रह करावा तर मघाचा वाद पुन्हा उकरून काढल्यासारखे होईल. ती जेवली नसताना, आपल्यावरल्या प्रेमामुळे ती उपाशी राहिली असताना, आपण तिला जेवायला आग्रह न करणे हेही अभयला कठीण वाटू लागले. एका विचित्र कात्रीत त्याचे मन सापडले. तो जागेवरून उठून म्हणाला, 'आक्का, मी जरा फिरून येतो हं!'

मान वर न करता आक्काने हुंकार दिला.

दाराकडे जाता जाता अभयच्या मनात आले– परवा परीक्षेच्या निकालाच्या दिवशी रात्री मला घरी यायला उशीर झाला तेव्हा आक्काला पुण्यात अलीकडे माणसांवर जे चोरटे हल्ले होत होते त्यांची आठवण झाली होती. पण आज?– आज ती भीती कुठे आहे?

जिथे प्रीती असेल तिथेच भीती असते! आपण आक्काच्या मनाविरुद्ध वागायला सुरुवात केली म्हणून काय तिचे आपल्यावरले प्रेम कमी व्हावे? ते प्रेम राखायचे म्हणजे– छे! कुटुंबापेक्षा मानवता अधिक श्रेष्ठ आहे.

तो रस्त्यावर आला तेव्हा आपल्यापुढेच एक पुरुष आणि स्त्री हसत खिदळत चालली आहेत असे त्याला दिसले. ती कोण आहेत हे जाणण्याच्या इच्छेने नव्हे, पण भरभर चालायची सवय असल्यामुळे अभयने लवकरच त्यांना गाठले.

तो चकित झाला–

कावेरी मोतीरामबरोबर गोष्टी बोलत चालली होती.

लकडी पुलापाशी आल्यावर अभय एकदम थांबला. खालच्या बाजूला तीन चिता पेटलेल्या दिसत होत्या! कठड्याला टेकून तो त्यांच्या ज्वाळांकडे पाहू लागला.

त्याला वाटले– मेल्यावर प्रत्येक मनुष्याची मूठभर राख होते. पण मरणातले हे साम्य जीवनात कुठे आहे? या तीन धडधडणाऱ्या चितांवर जी तीन निष्प्राण शरीरे जळत आहेत, त्यात वर्षानुवर्षे धडधडणाऱ्या हृदयात काय काय भावना उचंबळून गेल्या असतील?

त्याने पलीकडे पाहिले. कर्वे रोडने एक मोटार येत होती. तिच्या दिव्यांच्या प्रकाशाने त्याचे लक्ष वेधून घेतले होते.

त्याला वाटले– कुणीतरी शौकीन श्रीमंत या मोटारीतून सिनेमाला चालला असेल! पण चाळीस वर्षांपूर्वी या वाटेने हिंगण्याला चालत जाणारे कर्वे आणि हा मनुष्य यांच्या जीवनात किती अंतर आहे!

मोटार निघून गेल्यावर अभय पुढे चालू लागला. कोपऱ्यावरून वळून तो कर्वे रोडने पुढे गेला. अंधारात दूरचे काहीच त्याला दिसत नव्हते. पण त्याला भास झाला– चाळीस वर्षांपूर्वी त्या रस्त्याने जाणाऱ्या कर्व्यांचे पाय ज्यांना लागले होते असे धुळीचे कण अजून इथे आहेत. ते म्हणत आहेत– 'त्या वेळी कर्व्यांचे कार्य मोठे आहे याची कितीशा लोकांना कल्पना होती? तत्कालीन कल्पनांशी कलह करूनच त्यांना पुढे जावे लागले. तुलाही तेच केले पाहिजे.'

प्रगती म्हणजे, सुखवाद आणि ध्येयवाद यांच्या युद्धात रक्तबंबाळ झालेल्या ध्येयाला मिळणारा विजय!

अभय जवळ जवळ अर्धा मैल चालला असेल! पुढून कुणीतरी धावत येत आहे असा त्याला भास झाला. चोरट्या हल्ल्याविषयी आक्काची भीती त्याला आठवली. तो सावध होऊन पाहू लागला–

समोरून येणारे माणूस जवळ येताच त्याने मोठ्याने विचारले, 'कोण आहे?'

त्याच्या तोंडातून हा प्रश्न बाहेर पडत असतानाच आपल्यापुढे एक तरुणी उभी आहे हे त्याच्या लक्षात आले.

तिने त्याच्या प्रश्नाचे काहीच उत्तर दिले नाही. मात्र असहायपणे तिने एकदम त्याच्या खांद्यावर मान टाकली. ती थरथर कापत होती. तिची मुद्रा अभयला अस्पष्टच दिसली.

पण तो एकदम आश्चर्याने उद्गारला, 'कोण? कल्पलता?'

◻

अपुरे वाचलेले पत्र

❖❖❖❖❖❖❖❖

ती लताच होती. पण अभयच्या प्रश्नाचे उत्तर तिने एका मोठ्या हुंदक्याने दिले. लगेच आपल्या थरथरणाऱ्या हातांनी तिने त्याला अधिकच घट्ट धरले. ती फार भ्याली आहे हे अभयने तत्काळ ओळखले. त्याला वाटले– कल्पनेच्या जगात अष्टौप्रहर दंग होणारी ही श्रीमंत मुलगी अंधारात फिरायला बाहेर पडली असावी. रजनीने पृथ्वीला काळोखाची दुलई घालून निजवली आहे, या पांघरुणावर तारकांची फुले काढलेली आहेत. असल्या कल्पनांच्या तंद्रीत ही आपल्या बंगल्यापासून दूर आली असेल आणि कुणीतरी अनोळखी मनुष्य दिसल्याबरोबर भिऊन पळायला लागली असेल! वर्तमानपत्रांत अपरात्री एकट्या-दुकट्या माणसावर होणाऱ्या हल्ल्यांच्या बातम्या हल्ली प्रसिद्ध होत असतातच! त्यामुळेही हिच्या भीतीत भर पडली असेल!

झोपेत दचकून जाग्या होणाऱ्या मुलीच्या अंगावर आई जसा मायेने हात फिरवते, तसा अभयने लतेच्या केसांवरून आणि तिच्या पाठीवरून हात फिरवला. त्याने मृदु स्वराने विचारले,

'काय झालं लता?'

त्याच्यापासून दूर होत पण त्याचा हात हातात घट्ट धरून ठेवीत लता म्हणाली, 'भूत दिसलं मला!'

अभयला काही केल्या हसू आवरेना. त्याला लतेने लिहिलेल्या साऱ्या गोष्टी आठवल्या. एखादे तत्त्व प्रतिपादन करण्याकरिता फार काय, माणसाचे साधे दुःख सांगण्याकरिता निसर्गातल्या चमत्कृतींचा आश्रय घेणारी ही स्वप्नाळू मुलगी! हिला अंधारात भुतांचा भास व्हावा यात अस्वाभाविक असे काय आहे?

तिला वाईट वाटू नये म्हणून आपले हसे आवरून तो म्हणाला, 'चला, तुमच्या बंगल्यापर्यंत सोबत करतो मी तुम्हाला!'

लता काहीच बोलली नाही. पण आपल्या हातात असलेला तिचा हात पुन्हा

कापू लागलेला आहे हे अभयला जाणवले. तो तसाच पुढे चालू लागला असता; पण लता एकदम म्हणाली,

'तुमच्या घरी चला!'

'माझ्या?'

'हो! मी तुमच्याकडेच यायला निघाले होते!'

'आत्ता?'

लता उत्तरली, 'मुसळधार पाऊस असता, विजा कडकडून पडत असत्या, तरीसुद्धा मी आत्ता एकटी तुमच्या घरी येणार होते!'

अभय मनात म्हणत होता– या पोरीला वेडबिड तर लागले नाही ना? एवढ्या अपरात्री ही कुठे गेली म्हणून हिची आई काळजी करीत बसली असेल! आणि ही मुलगी मात्र चारूदत्तला भेटायला निघालेल्या वसंतसेनेप्रमाणे–

लतेची वसंतसेनेशी तुलना करणाऱ्या आपल्या मनाला हसत अभय म्हणाला–

'उद्या सकाळी मी बंगल्यावर येतो तुमच्या. मग हवं तितकं बोलत बसू आपण!'

'प्राण गेला तरी त्या घरात पाऊल टाकणार नाही मी! त्या नरकात राहण्यापेक्षा–'

लता बोलू लागली तेव्हा तिच्या आवाजात चांगलाच कठोरपणा होता. पण दुसरे वाक्य पुरे व्हायच्या आधीच तिचा उसना धीर गळाला. ती स्फुंदू लागली. तिच्या डोळ्यांतून अश्रू वाहू लागले आहेत असेही अभयला वाटले. तो मनात गोंधळून गेला होता. पण लतेला घरी नेण्याखेरीज गत्यंतर नाही हेही त्याला स्पष्ट दिसत होते. घरी गेल्यावर ती आक्काशी मन मोकळे करून सर्व सांगेल असे त्याने आपले समाधान करून घेतले.

तो चालू लागला. त्याने आपला हात लतेच्या हातातून काढून घेण्याकरिता मागे घेतला. लताही त्याच्या बरोबरीने चालू लागली. मात्र त्याचा हात तिने आपल्या हातातच अधिकच घट्ट धरून ठेवला.

लकडी पुलावर त्यांना टांगा मिळाला. टांगेवाला त्यांच्याकडे पाहून स्वत:शीच हसला. चांदण्यात फिरायला जाणारी जोडपी त्याने पुष्कळ पाहिली होती. त्यामुळे अंधारात फिरायला गेलेल्या या जोडीची त्याला मोठी मौज वाटली असावी! चाबकाने घोड्याला चालण्याचा इशारा देता देता, कुठल्यातरी बोलपटातले, 'दुनिया एक तमाशा' हे गाणे स्वत:शीच गुणगुणायला त्याने सुरुवात केली.

अभयने टांगेवाल्याला नारायण पेठेतून टांगा घ्यायला सांगितले. लता याविषयी काहीतरी विचारील अशी त्याची कल्पना होती. पण ती काहीच बोलली नाही. त्याने तिच्या चेहऱ्याकडे पाहिले. उन्हाने कोमेजून गेलेल्या नाजूक फुलासारखी

तिची मुद्रा झाली होती. तापात रोग्याला जशी ग्लानी येते, तशी गुंगी तिला आली होती. हिला इतका मनस्ताप होण्यासारखे काय घडले असावे, याचा अभयला तर्क करता येईना.

'केसरी'पाशी त्याने टांगा थांबवला. तो खाली उतरला तेव्हा लतेने आपल्याकडे पाहिले असे त्याला वाटले. पण तिच्याकडे लक्ष न देता तो चटकन् पुढे झाला.

भय्याला आपल्या येण्याचे कारण सांगून दरवाज्याच्या दिंडीतून आत गेल्याबरोबर त्याच्या अंत:करणात कुतूहलाची एक प्रचंड लाट उचंबळली, लतेच्या घरी टेलिफोनवर कोण येईल– लता आपल्या घरी आली आहे असे सांगितल्याबरोबर तिच्या आईला काय वाटेल–

टेलिफोनच्या नंबराचा आकडा जुळवता जुळवता त्याला वाटले वर्तमानपत्रात लतेच्या घरचा टेलिफोन नंबर आपण एक दोनदा वाचला होता खरा! पण स्मरणशक्तीवर इतका भरवसा ठेवण्यापेक्षा आपण तिला तो आता विचारला असता तर बरे झाले नसते का?

फोनवर पहिल्यांदा कुणीच आले नाही. नंतर जी व्यक्ती आली ती अशी बोलू लागली की, आपण नंबर चुकलो नाही ना अशी अभयला शंका आली! फोनवरून कांचन आपल्याशी बोलत आहे अशी त्याची खात्री झाली तेव्हा कुठे त्याचा जीव खाली पडला. पण लता आपल्याकडे आली आहे असे अभयने सांगताच विचित्र हास्य करून कांचनने त्याला जो प्रश्न केला तो ऐकून तो अधिकच गोंधळात पडला. लता सुरक्षित आहे हे ऐकून कांचनला आनंद होईल अशी अभयची अपेक्षा होती. पण तो हसून अभयला म्हणाला–

'अरे गृहस्था, अशा किती पोरी पळवणार आहेस तू? ती माला– ही वेडी लता– You are a lucky fellow!'

घरी येऊन लतेला अंथरुणावर निजवून आणि आपल्याबरोबर या वेळी ती कशी आली हे हळूच आक्काच्या कानात सांगून अभय बाहेर टेबलापाशी येऊन बसला. पण अजून कांचनचे ते विचित्र शब्द त्याच्या कानात घोळत होते– 'अरे गृहस्था, अशा किती पोरी पळवणार आहेस तू?'

अभयच्या मनात आले– स्वत:च्या बहिणीविषयी असले प्रलाप काढणाऱ्या या कांचनला काही माणुसकी आहे का? छे! मनुष्य इंग्लंडला जाऊन येवो नाही तर सुधारणेची दुसरी काही सफेती फासो, त्याचा रानटीपणा काही कमी होत नाही!

पलीकडच्या खोलीत लतेच्या अंगावरून हात फिरवीत आक्का तिच्याशी हळूहळू काही बोलत होती. अभयला ती काय बोलत आहे ते ऐकू येत नव्हते.

पण बसलेल्या जागेवरून त्याला लतेचे नुसते तोंड दिसत होते. तिच्या विशाल डोळ्यांत अजूनही भीतीची छाया होती. तिच्याकडे पाहता पाहता अभयला मघाशी तिने आपल्याला किती घट्ट धरले होते याची आठवण झाली. त्या स्पर्शाची स्मृती एखाद्या मधुर गाण्याच्या ध्रुपदासारखी त्याच्या मनात घोळू लागली. लगेच त्याने टेबलावरचे एक पुस्तक हातात घेतले. पलीकडेच लतेच्या गोष्टींची वही पडली होती. तिच्याकडे लक्ष जाताच त्याने पुस्तक खाली ठेवले आणि ती वही घेऊन हाताला येईल ते पान उघडले. त्या पानावरल्या गोष्टीच्या नावात 'लता' हा शब्द होता म्हणूनच की काय अभय ती उत्सुकतेने वाचू लागला...

वृक्ष, लता आणि बांडगूळ

एका वृक्षावर कितीतरी दिवस एक बांडगूळ वाढले होते. त्या झाडाचे आपल्याला मिठी मारून बसलेल्या या बांडगुळावर फार प्रेम होते. या प्रेमाच्या बळावर आपण आपला विकास करून घेऊ असे त्याला नेहमी वाटे.

पण काही केल्या त्या वृक्षाची वाढ होईना. सूर्याचे किरण त्याच्या हातात हात घालून गात, पर्जन्याच्या धारा त्याच्या अंगावरून खारीप्रमाणे नाचत जात, वसंत ऋतू त्याला मुरली वाजवून आनंदित करी; पण त्या झाडाला कधीही एकसुद्धा फळ लागले नाही.

एके दिवशी त्याला स्वप्न पडले. स्वप्नात एक साधू त्याला म्हणत होता– 'हे बांडगूळ तुझा जीवनरस शोषून घेत आहे. त्याच्या पाशांतून मुक्त झाल्यावाचून तुझा विकास होणार नाही!'

बांडगुळाला दूर फेकून देऊन वृक्ष एकटाच राहिला. तो उंच उंच होत गेला, पूर्णभारामुळे तो मेघाच्छादित आकाशासारखा दिसू लागला, मेघखंडांतून सायंकालच्या विविध रंगांच्या छटा दिसाव्यात त्याप्रमाणे त्याच्या पानांतून रंगीबेरंगी फळे डोकावू लागली. त्याला वाटले– आपल्या जीवनाचे सार्थक झाले!

पण फळांचा हंगाम लवकरच संपला. हिवाळ्यात सारी पानेही झडून गेली. पुन्हा तो वृक्ष एकटाच राहिला. आपला अजून पूर्ण विकास झाला नाही अशी त्याची खात्री होती. त्याने दु:खाने डोळे मिटून घेतले.

कसल्या तरी मृदु स्पर्शाने अंग पुलकित होऊन त्याने डोळे उघडले. बांडगुळाने पुन्हा आपल्याभोवती पाश टाकले आहेत असा त्याला भास झाला. पण त्याचे शरीर म्हणत होते– छे! बांडगुळाच्या स्पर्शात ही मृदुता नव्हती, ही मोहकता नव्हती. स्वत:चा विसर पाडण्याची ही मोहिनी नव्हती.

काय व्हायचे असेल ते होवो म्हणून त्याने पुन्हा डोळे मिटून घेतले. पण

लवकरच त्याने ते हसत हसत उघडले. कुठून तरी मोठा मधुर, मोहक सुगंध येत होता. त्या सुगंधामुळे होणारा विलक्षण आनंद त्या वृक्षाने पूर्वी कधीच अनुभवला नव्हता.

त्याने पाहिले– आपल्याला बाहुपाशात बद्ध करणाऱ्या रमणीच्या नाजूक हातात फुलेच फुले आहेत!

त्याने त्या मोहिनीला विचारले– 'तुझं नाव काय?'

'लता.'

तिच्या मृदू बाहुपाशात किती ब्रह्मानंद भरला आहे याची त्याला आता खात्री झाली. त्याने फुलांकडे पाहत प्रश्न केला– 'तुझ्या या फुलांचं नाव काय?'

गोष्टीतल्या लतेचे उत्तर अभय वाचणार इतक्यात आक्का त्याच्याजवळ येऊन उभी राहिली. तिने खुणेनेच लतेचा डोळा लागला आहे असे त्याला सुचवले. लतेकडून काढून घेतलेली सगळी हकीगतही तिने मोजक्या शब्दांत व हलक्या आवाजात सांगितली. लता, कांचन, लतेची आई व तिचे मामा ही सारी मंडळी दुपारी लांब कुठे वनभोजनाला गेली होती. तिथे संध्याकाळपर्यंत ती राहिली. रात्र पडल्यावर ती परत यायला निघाली. मोटारीतच तिच्या आईचे डोके फार दुखू लागले. घरी आल्याबरोबर ती आपल्या खोलीत जाऊन निजली. लता काहीतरी वाचीत दिवाणखान्यात बसली. कांचन आणि तिचे मामा एका बाजूच्या खोलीत मोठ्या रंगात येऊन गप्पागोष्टी करीत बसले होते–

आता आपल्याला काहीतरी विलक्षण ऐकायला मिळणार अशा कल्पनेने अभय अधीरतेने आक्काकडे पाहू लागला. पण तिच्यापाशी सांगण्यासारखे काहीच नव्हते. एवढी हकीगत सांगून होताच लतेला एकदम रडे कसे कोसळले याचेच तिने वर्णन केले. लतेने आक्काला सांगितलेल्या गोष्टीत असे काय आहे हे अभयला कळेना.

मोटारीच्या हॉर्नचा आवाज ऐकू आला. अभय बाहेर येऊन पाहतो तो कांचन मोटारीतून खाली उतरत होता. धाडकन दार लावीत तो अभयला म्हणाला– 'काढलं की नाही तुमचं घर शोधून? मामांनी मला कुठं गिरणीत नोकरी दिली नाही, तरी सरकारला मला सी.आय.डी.त घ्यावंच लागेल. नाही का?'

कांचन आपल्याशी मोठ्या रागाने बोलायला सुरुवात करील अशी अभयची कल्पना होती. त्यामुळे त्याचे हे खेळीमेळीचे बोलणे ऐकून तो स्तिमित झाला. तो काहीच बोलत नाही असे पाहून कांचन म्हणाला– 'अगदी मास्तर आहात बुवा! असे घाबरून काय गेलात? तुम्ही लतेला पळवलीत अशी पोलिसांत फिर्याद गुदरून काही इथं आलो नाही मी! तुमची आपली गाठ दत्तोपंतांच्या घरी

पडली होती ना? त्यांच्या घरी गेलो, त्यांना तुमचा पत्ता विचारला, माला जागी झाली होती, तिला तुमच्या आजच्या पराक्रमाची माहिती सांगितली आणि सत्तर मैल स्पीडनं धावत इकडं आलो. हो, आमची लता म्हणजे महाकवी आहे! केव्हा कुठं भरारी मारील याचा नेम नाही. आहे ना अजून तुमच्या घरात? की–'

कांचन मोठ्याने हसला. पण त्याच्या बोलण्यामुळे अभयच्या मनात उत्पन्न झालेला उद्वेग या हसण्याने अधिकच वाढला. वेड्यावाकड्या खडकांनी भरलेल्या, नावालासुद्धा हिरवळ नसलेल्या एखाद्या रुक्ष डोंगरावर चढताना मन जसे अप्रसन्न होते, तशी कांचनचे हे बोलणे ऐकताना त्याची स्थिती झाली.

तो मुकाट्याने पुढे चालू लागला. कांचनही त्याच्या मागून गेला. लतेच्या खोलीत जाताच ती झोपेत हसत आहे हे पाहून दोघांनाही आश्चर्य वाटले. अभयने तिच्या उशाजवळ जाऊन हाक मारली– 'लता–' पुढे बाई म्हणावे असे त्याच्या मनात आले, पण आपल्या तोंडातून तो शब्द काही बाहेर पडला नाही हे त्याचे त्यालाही कळले नाही.

लतेने डोळे उघडले नाहीत. पण आपला उजवा हात हळूच उचलून ती काहीतरी शोधू लागली. तिला हवे ते न मिळाल्यामुळेच की काय तिच्या मुद्रेवरले स्मित एकदम मावळले. इतक्यात कांचनने मोठ्याने हाक मारली– 'लता–'

लता एकदम खडबडून जागी झाली. कांचन समोर दिसताच ती गडबडून उठली. पण अभयकडे लक्ष जाताच तिला धीर आला. तिने शांतपणाने कांचनला विचारले, 'केव्हा रे आलास, दादा?'

बहीणभावंडांचे संभाषण मनमोकळेपणाने व्हावे म्हणून अभय हळूच बाहेर आला. खोलीबाहेर आल्यावर त्याने दारही ओढून घेतले.

तो अस्वस्थपणाने फेऱ्या घालू लागला. आक्का तुकारामाची गाथा घेऊन ती वाचीत टेबलाजवळ उभी आहे हे आता त्याच्या लक्षात आले. तिने त्याच्याकडे एकदा पाहिले आणि पुन्हा आपली दृष्टी पुस्तकावर लावली. पण आक्काच्या त्या पाहण्याचा अर्थ अभयच्या लक्षात आला. 'आयुष्यात तू किती भांडणे करणार आहेस कुणाला ठाऊक' असेच जणू काही ती डोळ्यांनी बोलली होती.

कांचन आणि लता यांचे संभाषण पहिल्यांदा अगदी हलक्या आवाजात चालले होते. पण हळूहळू दोघांचेही आवाज मोठे होऊ लागले. मग 'आई', 'मामा', 'वेडी तू', 'जग असंच आहे' हे कांचनचे शब्द अभयला अगदी स्पष्ट ऐकू येऊ लागले. 'मी नाही त्या नरकात येणार!' असे काहीतरी लता बोलली असेही त्याला वाटले. 'मामा मुंबईला निघूनसुद्धा गेले. आता काय त्याचं?' हे कांचनचे शब्द त्याच्या कानांवर पडले. आता लता काय उत्तर देते हे ऐकण्याकरिता

तो उत्सुक झाला. तिच्या उत्तरांतून आजच्या या कोड्याचा थोडा तरी उलगडा होईल अशी त्याची कल्पना होती.

पण लतेच्या उत्तराऐवजी– 'अभय, अभय' म्हणून कापऱ्या स्वराने पण मोठ्याने मारलेल्या हाका त्याला ऐकू आल्या. कावेरी आपल्याला हाका मारीत आहे हे तत्काळ त्याने ओळखले. हातातली गाथा बाजूला ठेवून आक्काही कावऱ्याबावऱ्या नजरेने दरवाजाकडे पाहू लागली होती. कावेरीच्या बिऱ्हाडात चोर शिरला असावा असे वाटून अभय धावतच बाहेर गेला. आक्काही त्याच्यामागून गेली.

कावेरी थरथर कापत आपल्या दारात उभी होती. अभयने, 'काय झालं?' असे विचारताच ती रडू लागली. अभय तसाच पुढे गेला. आजोबांच्या खोलीत दारात घाबरून उठलेला चारू रडत उभा होता. पण आजोबा काही तिथे दिसले नाहीत. अभय लगेच पुढे गेला. कावेरीच्या खोलीच्या दाराकडे त्याची दृष्टी गेली मात्र–

तिथे आजोबा बेशुद्ध होऊन पडले होते. त्याने, 'आजोबा, आजोबा' म्हणून त्यांच्या कानापाशी मोठ्याने हाका मारल्या. पण त्या हाकांचा काही उपयोग झाला नाही.

त्याच्यामागून आलेल्या आक्काचे लक्ष आजोबांच्या डोक्याकडे गेले. खोलीच्या उंबऱ्यावर डोके आपटल्यामुळे त्यांना मोठी खोक पडलेली दिसत होती. आक्का लगेच खाली बसली. 'चांगलंसं फडकं घे रे' हे तिचे शब्द ऐकताच अभयने आपली नजर खोलीत सर्वत्र फिरविली. समोरच कावेरीचे अंथरुण पसरलेले दिसत होते. तिच्या उशीवर पांढरा हातरुमाल आहे असे वाटून अभय तो आणण्याकरिता पुढे गेला. तो हातरुमाल उचलता उचलता त्याचे लक्ष जवळच पडलेल्या दुसऱ्या एका रंगीबेरंगी हातरुमालाकडे गेले. अभयला एकदम आठवण झाली. तो हातरुमाल मोतीरामाच्या हातात त्याने पाहिला होता. लतेला घेऊन मोतीराम त्याच्याकडे आला होता त्या दिवशी तो हातरुमाल त्याच्यापाशी होता.

आजोबांच्या खोकेचे रक्त पुसता पुसता अभयला एका प्रश्नाने अगदी सतावून सोडले– 'मोतीरामचा हातरुमाल कावेरीच्या अंथरुणात कसा आला?'

चारूने मोतीरामपाशी या हातरुमालाचा हट्ट धरला असेल, त्याने तो चारूला दिला असेल, आणि चारू जरी आजोबांजवळ निजत असला तरी झोपण्यापूर्वी आईच्या अंथरुणात हातरुमाल घेऊन तो खेळत बसला असेल, अशी अभयने आपल्या मनाची समजूत घातली. पण पायातला काटा सुईने टोकरून काढला तरी तिथे काटा आहेच असे वाटत असते. अभयच्या मनाची स्थिती तशीच

काहीशी झाली.

आक्काला बेशुद्ध आजोबांच्या जवळ बसवून डॉक्टरांना आणण्याकरिता तो परत आपल्या बिऱ्हाडी आला.

त्याला लतेची आठवण झाली. अंगात कोट चढवून त्याने खोलीकडे पाहिले. आतून कुणाचाच आवाज ऐकू येत नव्हता. त्याला शंका आली– लतेला मारून बिरून तर कांचन निघून गेला नसेल ना? दार उघडून काय झाले आहे ते पाहावे असा विचार त्याने केला. तो पुढे जाणार तो कांचनच दार उघडून बाहेर आला.

अभयने अंगात कोट चढविलेला पाहून कांचनला आश्चर्य वाटले असावे. त्याने हसत विचारले– 'कुठं फिरायला निघालात की काय?'

'छे! डॉक्टर आणायला!'

'डॉक्टर? कुणासाठी?'

'पलीकडच्या बिऱ्हाडातले आजोबा एकदम बेशुद्ध झाले आहेत! त्यांच्या घरी पुरुषमनुष्य कुणी नाही. तेव्हा–'

'तेव्हा मी डॉक्टर घेऊन येतो. अगदी सत्तर मैलांच्या स्पीडनं जातो नि येतो. मग तर झालं?'

हां हां म्हणता कांचन बाहेर गेला. अभय त्याच्याकडे पाहतच राहिला. कांचनच्या अंगी इतकं सौजन्य असेल अशी त्याची कल्पना नव्हती.

लता काय करीत आहे हे पाहण्याकरिता तो खोलीच्या दारात जाऊन उभा राहिला. उशीत डोके खुपसून ती स्फुंदत स्फुंदत रडत होती. तिच्यापुढे एक पत्र पडलेले दिसत होते.

सहानुभूती आणि कुतूहल यांनी अभयचे मन अगदी भारावून गेले. लतेच्या जवळ बसून तो म्हणाला, 'लता, लता–'

त्याच्या प्रेमळ स्वराने तिला आपले दुःख अधिकच असह्य झाले. ती मुसमुसून रडू लागली.

तिच्या खांद्यावर हळूच हात ठेवून अभय म्हणाला, 'लता, काय झालंय् ते तरी सांग मला!'

दोन्ही हातांनी आपले तोंड झाकून घेत लता उद्गारली, 'काय सांगू?'

तिचे सांत्वन कसे करावे हे अभयला कळेना. लतेच्या दुबळेपणाविषयीही त्याला वाईट वाटले. त्याच्या मनात आले– ही रडवी मुलगी आपल्या गोष्टींतल्या रूपकांतून मोठी मोठी तत्त्वे कशी मांडते कुणाला ठाऊक!

लतेने कष्टाने मान वर उचलली, आपले डोळे पुसले आणि समोर पडलेले पत्र उचलून ते अभयच्या हातात देत ती म्हणाली, 'हे वाचलंत तर तुम्हीसुद्धा

माझ्यासारखे रडायला लागाल!'

अभयने त्या पत्राखालची सही पाहिली–

तुझी
'आई'

त्याला वाटले– आईने लतेला घरी परत बोलावले असावे. ही कांचनचे ऐकणार नाही म्हणून तिने मुद्दाम पत्र लिहून ते त्याच्याकडे दिले असावे, त्या लिहिलेल्या चार शब्दांनीच ही ओक्साबोक्सी रडायला लागली आहे!

मनातल्या मनात लतेला हसतच त्याने पत्र वाचायला सुरुवात केली. पण पहिले वाक्य वाचताना त्याच्या मनाची मोठी चमत्कारिक स्थिती झाली. पत्राचा आरंभच किती विचित्र होता–!

'लता,

मी तुझी आई नाही. तुझी पूर्वजन्मीची वैरीण आहे.

नाही; मी तुझी आईच आहे. मी आई नसते तर तू घरातून निघून गेलीस म्हणून अशी तडफडली नसते–'

कावेरी धावत धावत येऊन म्हणाली– 'आक्कांनी बोलावलंय तुम्हाला! मामंजी कसंसंच करताहेत!'

पत्र लतेच्या हातात परत देऊन अभय उठला.

☐

दोन मोती

❖❖❖❖❖❖❖❖

डॉक्टर येईपर्यंत अभय आणि आक्का यांना प्रत्येक क्षण युगासारखा वाटत होता. चारूने, 'आजोबा बोलत का नाहीत गं?' असे दीनवाण्या मुद्रेने आक्काला विचारले, तेव्हा त्याला पोटाशी धरून त्याच्या प्रश्नाचे उत्तर तिला अश्रूंनीच द्यावे लागले. पलीकडे कोपऱ्यात कावेरी बसली होती. आता तिच्या डोळ्यांतून अश्रू वाहत नव्हते; पण तिच्या मुद्रेवर प्रेतकळा आली होती. तिच्याकडे पाहून अभयला वाटले– ही मोकळेपणाने रडेल तर बरे होईल.

मानेची शीर अवघडली म्हणजे धड वर पाहता येत नाही, बाजूला बघता येत नाही, खालीही एकसारखे बघवत नाही. डॉक्टर आल्यावर अभयला हायसे वाटले. खोलीच्या दारात अगदी मंद स्वरात त्याने कांचनचे मन:पूर्वक आभार मानले.

डॉक्टरांनी आजोबांना अर्धांगाचा भयंकर झटका आला आहे असे सांगताच सर्वांच्या मुद्रा हताश झाल्या. डॉक्टर अभयजवळ येऊन विचारू लागले, 'यांना विलक्षण संताप येण्यासारखं काही झालंय का?'

या प्रश्नाचे अभय काय उत्तर देणार? त्याने कावेरीकडे पाहिले. कावेरीने खाली दृष्टी वळविली. डॉक्टर सांगत असलेले उपचार ऐकून अभयने कावेरीकडे पाहिले. ती पदराने डोळे पुशीत होती.

कांचनने अभयला डॉक्टरांच्याबरोबर दवाखान्यात नेऊन पोचविले. 'मी टांगा करून घरी जाईन' असे अभयने म्हटले तरी औषध तयार होईपर्यंत तो बसून राहिला. अभयला गाडीतून घरी पोचवून जाता जाता तो म्हणाला,

'लतेचा काही घरी परत यायचा बेत दिसत नाही. तिचे कपडे वगैरे उद्या पाठवून देतो!'

असल्या रुक्ष बोलण्याचा अभयला एरवी तिरस्कार वाटला असता! पण आता त्याच्या मनात आले– कांचन काही उलट्या काळजाचा मनुष्य नाही! मात्र

त्याला आपल्या बहिणीविषयी फारसे प्रेम नाही हे उघडच आहे. असे का बरे व्हावे? छे? प्रत्येक मनुष्य हे सहजासहजी न सुटणारे कोडे असावे असाच सृष्टीचा संकेत आहे का?

आजोबांची दातखिळी उघडून अभयने त्यांच्या तोंडात औषध घातले आणि लता कदाचित अजूनही रडत बसली असेल असे वाटून तो आपल्या बिऱ्हाडात आला.

मघाशी कांचनविषयी विचार करताना त्याला मनुष्य हे सहजासहजी न सुटणारे कोडे आहे, असे वाटले होते. आताही लतेला पाहून तोच विचार त्याच्या मनात आला. ती ऐटीने त्याच्या खुर्चीवर बसली होती. तिच्यापुढे गोष्टींची वही पडली हाती, आणि ती त्या वहीत काहीतरी लिहीत होती. अभयची चाहूल लागताच तिने मान वर करून पाहिले. हसत हसतच ती खुर्चीवरून उठली आणि अभयपुढे वही करीत म्हणाली, 'कित्ती कित्ती छान गोष्ट लिहिली आहे मी आता!'

अभय विस्मयाने ती वाचू लागला...

हंसाचा चारा

एका तळ्यात एक सुंदर हंस राहत होता. त्या तळ्यात खूप कमळे फुलत. फुललेल्या कमळांतले तंतू खाऊन तो हंस डौलाने पोहत राही. हळूहळू त्याला पाहण्याकरिता लोक येऊ लागले. एखाद्या यात्रेप्रमाणे त्या तळ्याच्या काठी गर्दी जमू लागली. तळ्याभोवतालच्या झाडीत राहणाऱ्या कावळ्यांना हंसाच्या या कीर्तीचा हेवा वाटू लागला.

त्यातला एक म्हातारा कावळा त्या हंसाला म्हणाला, 'तू कितीही डौल मिरवलास तरी चिखल खाल्ल्याशिवाय तुझं एक दिवससुद्धा चालणार नाही!'

हंसाने रागाने त्या कावळ्याकडे पाहिले.

कावळ्याने तो चिखल खातो हे तर्कशास्त्रानेसुद्धा सिद्ध होईल असे सांगितले. चिखलावाचून कमळ उगवत नाही, तेव्हा कमळांतल्या तंतूत चिखल असलाच पाहिजे असे त्याचे म्हणणे पडले.

हंसाने बिसतंतू खाण्याचे सोडून दिले. हंस झिजून झिजून लवकरच मरणार या आनंदात सर्व कावळे दंग होऊन गेले. पण हंसाने आपले खाणेपिणे सोडून दिले आहे, ही बातमी ऐकताच त्याला पाहण्याकरिता पूर्वीपेक्षा अधिक लोक येऊ लागले.

त्यात एक राजाही होता. त्याला तो हंस फार फार आवडला. राजवाड्यात येण्याविषयी तो हंसाचे मन वळवू लागला.

हंस म्हणाला, 'मी येईन, पण बिसतंतू खाणार नाही!'

राजा हसत उद्गारला, 'मी तुला मोत्यांचा चारा देईन. मग तर झालं?'

राजा हंसाला घेऊन गेला.

तो गेल्यावर कावळ्यांना वाटू लागले– हंस इथे होता तेच बरे होते. त्याला पाहायला खूप लोक येत. ते इथेच तळ्याच्या काठी फराळ करीत. त्यामुळे दररोज आपल्याला मिष्टान्न मिळत होते! आता–

हंसाने तळ्यात परत यावे म्हणून त्याच्याकडे एक शिष्टमंडळ पाठवायचे कावळ्यांनी ठरविले.

राजवाड्याभोवती पुष्कळ कावळे काव काव करीत आहेत असे पाहून रक्षकांनी भराभरा गोफणी फिरवायला सुरुवात केली. जिवाच्या भीतीने उडून जाणाऱ्या त्या कावळ्यांनी एकदाच मागे वळून पाहिले–

राजवाड्याच्या गच्चीवर एका सुंदर सोनेरी पिंजऱ्यात हंस मोत्याचा चारा खात होता.

ही गोष्ट वाचताना अभयला लतेचे मन हे मोठे गूढ आहे असे तर वाटलेच; पण दुसरे दिवशी हा विचार त्याच्या मनात अधिकच बळावला. आजोबा बेशुद्धच होते. त्यांच्यापाशी अभय आणि आक्का आळीपाळीने बसत. दुपारी जेवायच्या वेळी, 'लता थोडा वेळ तिथं बसेल. तू पड आता जरा!' असे अभयने थट्टेने आक्काला म्हटले, तेव्हा अंग शहारल्यासारखे करून लता म्हणाली, 'तेवढं सांगू नका मला! हवं तर त्या चारूला चार गाणी म्हणून दाखवते?' कावेरीपाशी घटकाभर बोलत बसणेसुद्धा तिला कठीण वाटले, हे पाहून अभयला मोठा अचंबा वाटला.

तिच्या या विचित्रपणात अभयच्या दृष्टीने आणखी एक भर पडली. ती म्हणजे त्याला राहून राहून होणारी तिच्या आईच्या पत्राची आठवण. लतेसारखी मुलगी अपरात्री घरातून बाहेर पडते काय, आपल्यासारख्या साधारण मनुष्याच्या घरी येते काय, तिची आई लगेच तिला एक लांबलचक पत्र पाठवते काय, सारेच विलक्षण होते. आणि त्यातही त्या पत्राचा आरंभ काय साधासुधा होता?– 'मी तुझी आई नाही. वैरीण आहे.' असे एखादी आई आपल्या मुलीला सुखासुखी सांगेल का? अभयचे मन एकसारखे म्हणत होते– 'छे! त्या पत्रामागे काही तरी मोठे रहस्य असले पाहिजे!'

पण हे रहस्य जाणण्याला अभय कितीही उत्सुक झाला असला तरी लता ते सांगायला मुळीच उत्सुक नव्हती असे दिसले. दोन तीनदा आक्काने लतेची आई तिची काळजी करीत असेल असे बोलून दाखविले. तेव्हा लता हसून म्हणाली,

'मी इथं आहे तोपर्यंत काही आईला काळजी नाही, आपली पोरगी सिनेमात पळून जाईल या एकाच गोष्टीचं काय ते तिला भय वाटतंय्.'

तिचे हे बोलणे ऐकून कालचे लतेच्या घरचे भांडण तिने सिनेमात जावे की नाही याविषयी असावे अशी अभयला शंका आली. पण लगेच तिने आपल्या घराला नरक म्हटले होते हेही त्याला आठवले. तो अगदी गोंधळून गेला. आणि त्याच्या मनाचा गोंधळ वाढावा अशाच गोष्टी प्रत्येक दिवशी घडून येऊ लागल्या.

आजोबा तर अंथरुणावर निपचित पडून होते– ते शुद्धीवर येतील की नाही याची डॉक्टरांनाही शंकाच होती. छोटा चारू त्यांच्या उशापाशी जाऊन जेव्हा त्यांच्या भेसूर चेहऱ्याकडे घटकान् घटका पाहत राही, तेव्हा अभयच्या मनात विलक्षण कालवाकालव होई. पण त्या बालकाचे मरणाविषयी अज्ञान आणि आपल्याभोवतालच्या मोठ्या माणसांचे जीवनाविषयीचे अज्ञान ही दोन्ही सारखीच आहेत, हे जेव्हा त्याला दिसून आले तेव्हा त्याच्या अंत:करणातला उद्वेग अधिकच वाढला.

दोन-तीन दिवसांत दत्तोपंत दोन-तीनदा त्याच्याकडे आले. तोंडी क्षमा मागितली तरी हेडमास्तर तुम्हाला पुन्हा शाळेत घेतील असे त्यांनी प्रत्येक वेळेला त्याला या नाही त्या पर्यायाने सुचविले. त्याच्या स्नेह्यांपैकीही बहुतेकांनी पाण्यात राहायचे तर माशाशी वैर करून चालत नाही, असेच त्याला बजावले. अभयला सर्वांत मौज वाटली ती डॉ. देशमुखांच्या बोलण्याची! 'कुंकू' चित्रपटाच्या वेळी त्याचा विषय फार जुना आहे म्हणून नाक मुरडणाऱ्या या गृहस्थानेसुद्धा त्याला माफी मागण्याचा सल्ला दिला. डॉक्टर आणि वकील यांचे धंदे पूर्वीसारखे चालत नाहीत, तेव्हा अभयने ही हातातली नोकरी सोडू नये असे त्याने अगदी जीव तोडून सांगितले.

असले सल्ले ऐकता ऐकता अभयचे मन कसे कोंडल्यासारखे होऊन गेले. पण आपण चोवीस तास आजोबांची शुश्रूषा करीत बसतो हे आक्काला आवडत नाही हे जेव्हा त्याच्या लक्षात आले, तेव्हा तर त्याच्या या कोंडमाऱ्याचे रूपांतर दु:खात झाले. भावावरून जीव कुरवंडून टाकणारी, देवाधर्मावर विश्वास असणारी, दररोज नियमाने तुकोबाची गाथा वाचणारी आपली आक्का! पण तिच्यासुद्धा जीवनाच्या कल्पना इतक्या संकुचित असाव्यात याचे त्याला वाईट वाटले. आजोबा अंथरुणाला खिळून तीन-चार दिवस झाल्यानंतर आक्काने त्याला एकच प्रश्न विचारला होता– 'तू जन्मभर आजोबांच्या बिछान्यापाशीच बसून राहणार का?' एखादे धार असलेले हत्यार क्षणार्धात अंगाला चाटून जाते पण त्याने केलेल्या जखमेतून रक्त मात्र भळभळा वाहू लागते. आक्काच्या त्या प्रश्नाने त्याच्या मनाची तशीच स्थिती झाली.

लतेच्या सहवासात आपल्या मनाचा हा कोंडमारा कमी होईल, ही त्याची कल्पना कल्पनाच ठरली. ती त्याला दररोज एखादी नवी कथा लिहून दाखवी, तेव्हा त्याला तिच्या बुद्धिमत्तेचे कौतुक वाटे. शिणलेल्या शरीराला विरंगुळा म्हणून तो घटकाभर घराबाहेर फिरायला पडला तर तीही त्याच्याबरोबर जाई. दोन-तीन दिवसांच्या जागरणाने त्याचे फार डोके दुखू लागले. तेव्हा आक्काच्या हातातून अमृतांजनाची डबी घेऊन स्वत: ते अभयच्या डोक्याला लगबगीने चोळण्यात तिची जी धांदल झाली ती त्याला मोठी गंमतीची वाटली होती. पण अभयबरोबर एकदाही ती आजोबांच्या खोलीकडे फिरकली नाही. अभयने थट्टेने, 'मीच त्या खोलीतून बाहेर येत नाही. मग मला भेटायला तरी तू तिथं येशील का नाही?' असे जेव्हा तिला म्हटले तेव्हा दोन्ही हातांनी त्याला नमस्कार करून ती म्हणाली, 'तेवढं मात्र करू नका हं महाराज! असलं काही बघवत नाही म्हणून तर हौसेनं घेतलेला कोर्स सोडून पळून आले मी!'

शिकलेल्या लतेच्या भित्रेपणाशी अशिक्षित कावेरीच्या धीटपणाची अभयचे मन नकळत तुलना करू लागले. आजोबांना अर्धांगाचा झटका आला त्या रात्री कावेरीच्या डोळ्यांत काय अश्रू उभे राहिले असतील ते! पुन्हा केव्हाही अभयने तिला रडताना पाहिले नव्हते. कावेरी आणि आजोबा यांच्यामधून विस्तवसुद्धा जात नसे हे ज्यांनी पाहिले होते, त्यांनी आजोबा मृत्यूशय्येवर पडल्यामुळे तिला आनंद झाला आहे असाच तर्क केला असता. पण कावेरी किती निष्ठेने आजोबांची शुश्रूषा करीत आहे हे अभय डोळ्यांनी पाहत होता. आत केवढीही आग पेटली तरी डोळ्यांत पाणी उभे राहू द्यायचे नाही असा तिने निश्चय केलेला दिसत होता. त्याला वाटले– लतेची शक्ती तिच्या स्वप्नाळू बुद्धीत आहे, पण कावेरीची शक्ती तिच्या खंबीर मनात आहे.

पाचव्या दिवशी दुपारी अभय जेवून आजोबांच्या खोलीकडे आला. दारातूनच त्याने जे दृश्य पाहिले, त्याने तो अगदी गहिवरून गेला. निश्चेष्ट आजोबांच्या पायांवर डोके ठेवून कावेरी स्फुंदत म्हणत होती, 'क्षमा करा, मला माफ करा, एकदा तरी माझ्याशी बोला!'

कावेरी जवळ पुष्कळसे कागदांचे चवरके पडले होते. आजोबा मध्ये जे कागद लिहीत होते त्यांची अभयला आठवण झाली. ते कागद वाचूनच कावेरीला इतका पश्चात्ताप झाला असावा अशी कल्पना त्याच्या मनात आली. हे कागद लिहिताना, 'आयुष्याचा हिशेब लिहितोय मी!' असे काहीतरी आजोबा त्याला म्हणाले होते, ते शब्द त्याला आठवले. ते कागद वाचण्याची उत्कट इच्छा त्याच्या मनात उत्पन्न झाली.

पण त्याची चाहूल लागताच कावेरी गडबडीने उठली आणि ते कागद

उचलून घेऊन मुकाट्याने खोलीतून निघून गेली. तिच्या मुद्रेवरील शांत करुण भाव पाहून तिच्यापाशी ते कागद मागण्याचा धीरच अभयला झाला नाही.

आजोबांच्या सुरकुतलेल्या चेहऱ्यावर पडलेल्या मृत्यूच्या छायेकडे पाहणे अभयला नेहमीच अवघड वाटे. आताही क्षणभर त्याने त्यांच्याकडे पाहिले. आजोबा हसत आहेत असा त्याला एकदम भास झाला. त्या विचित्र भासाने गोंधळून तो दुसरीकडे पाहू लागला. कोपऱ्यात पडलेला कागद त्याला दिसला. त्याने जवळ जाऊन पाहिले. मघाच्या कावेरीच्या चवरक्यांतला तो होता. त्याने तो उत्सुकतेने उचलला. कावेरीच्या कागदांतला वरचा चवरका वाऱ्याने उडून कोपऱ्यात जाऊन पडला असावा असे त्याला वाटले. मनातल्या मनात वाऱ्याचे आभार मानीत त्याने तो वाचायला सुरुवात केली...

'माझे आयुष्य ही पानिपताची लढाई झाली. मी तिच्यात हरलो; पूर्णपणे अपयशी ठरलो. पानिपतच्या लढाईत दोन मोत्ये गळाली; सत्तावीस मोहरा हरवल्या आणि खुर्दा किती नाहीसा झाला याची गणतीच नाही, असे वर्णन मी शाळेत तोंडपाठ केले होते. माझ्या आयुष्यातही तसेच झाले आहे. ती गळालेली दोन मोत्ये म्हणजे–'

'अभय', कुणीतरी गोड हाक मारली. ती हाक मालेची वाटून अभयने मागे वळून पाहिले. दारात प्रमिला उभी होती. त्याने हातातल्या कागदाची घडी करून ती पायजम्याच्या खिशात ठेवली.

प्रमिला पुढे येत म्हणाली– 'क्षमा करा हं. तुमच्याकडे येणार, येणार म्हणून दररोज घोकत होते. पण बेबीचा ताप काही केल्या कमीच होईना. तो आज उतरला–'

'मालेला बसवायचं होतंस तिच्याजवळ!'

'तिला बसायला तरी कुठं फुरसत आहे? सकाळ-संध्याकाळ कांचन मोटार घेऊन येतात–' बोलता बोलता प्रमिलेने जीभ चावली. ही गोष्ट अभयपुढे बोलणे इष्ट नाही हे तिच्या लक्षात आले असावे!

आजोबांना उचकी लागल्यासारखी वाटली म्हणून अभय त्यांच्याजवळ जाऊन बसला. प्रमिलाही बसून आजोबांच्या पायांवरून हात फिरवू लागली. निश्चेष्ट आजोबांच्या शरीराला अनोळखी प्रेमळपणा जाणवला नसेल, पण प्रमिलेकडे पाहता पाहता अभयला तिच्याविषयी कधीही वाटला नव्हता इतका आपलेपणा वाटू लागला.

दोघेही स्तब्ध होती. पण दोघांच्याही डोळ्यांतून एकमेकांविषयीचे कौतुक व्यक्त होत होते.

अशीच पाच मिनिटे गेली असतील. आजोबांना एकदम उलटी होत आहे

असे वाटले. अभय त्यांच्या मानेखाली हात घालून त्यांना उठवायला गेला, पण उठून बसविण्याच्या आधीच ते ओकू लागले. अभयचा शर्ट घाण झाला.

प्रमिला पुढे होत म्हणाली, 'बायकांची कामं पुरुष करायला लागले की असंच व्हायचं!' हसत हसत तिने अभयची जागा घेतली आणि भिंतीला टेकून ठेवलेल्या तक्क्याला आजोबांना ओठंगून बसवले. पण लगेच आजोबांना दुसरी उबळ आली. आता तिचे पातळ घाण झाले.

अभय हसत म्हणाला, 'पुरुषांची कामं बायका करायला लागल्या की असंच व्हायचं!'

दोघेही मनापासून हसली– हसता हसता त्यांचे लक्ष आजोबांच्याकडे गेले. ते डोळे उघडून पाहत होते. त्यांनी बोलण्याचा प्रयत्न केला. पण त्यांच्या तोंडातून शब्दच उमटेना. मात्र अभयच्या शर्टावरली आणि प्रमिलेच्या पातळावरली स्वत:च्या ओकारीची घाण त्यांनी पाहिली असावी. त्यांच्या डोळ्यांतून कृतज्ञतेचे अश्रू डोकावून पाहत होते.

प्रमिलेला पातळ बदलणे प्राप्तच होते. पण तिला आपले हे पातळ देऊ की ते अशी लतेची स्थिती झालेली पाहून अभयला हसू आले. लतेच्या दहा-वीस पातळांतून हाताला येईल ते पातळ उचलून पाच मिनिटांत प्रमिला बाहेर आली. तेव्हा अभयला तिचे मघासारखेच कौतुक वाटले.

आजोबा शुद्धीवर आले असल्यामुळे अभयला काही घरीच राहायला नको होते. त्याला मालेची आठवण झाली.

प्रमिला आणि लता यांना घेऊन अभय मोठ्या उत्सुकतेने मालेच्या घरी आला खरा! पण मालाच घरी नव्हती!

कितीतरी दिवसांत अभय लांब फिरायला गेला नव्हता. पर्वतीवर जाऊन शांतपणाने चार घटका बसावे असा विचार त्याच्या मनात आला. प्रमिलेलाही तो आवडला.

बहुमताविरुद्ध जाण्यात काही अर्थ नाही, म्हणून लतेनेही मानेने होकार दिला. पण पर्वतीच्या पायथ्याशी जाईपर्यंतच ती दमून गेली.

अभय आणि प्रमिला यांच्या चेहऱ्यावरून ती दोघे आणखी पन्नास मैलसुद्धा चालतील असे दिसत होते.

लता काहीच बोलली नाही. हळूहळू पायऱ्या चढायला तिने सुरुवात केली. पण पंधरा-वीस पायऱ्या चढून गेल्यावर ती मटकन खालीच बसली.

अभय तिच्याकडे पाहून हसत म्हणाला– 'काही झालं तरी लता नाजूकच असायची!'

बाजूला असलेल्या एका वर्तुळाकार जागी बसून जोडीने भरभर चढत

जाणाऱ्या अभय आणि प्रमिला यांची मूर्ती लता टक लावून पाहत होती. काही तरी हरवले म्हणजे मनुष्य जसा गोंधळून जातो, त्याप्रमाणे ती उगीचच जागच्या जागी उठली, दोन पायऱ्या चढून गेली, पुन्हा परत आली, पुन्हा चढण्याकरिता म्हणून पायऱ्यांवर जाऊन उभी राहिली.

अभय आणि प्रमिला हसत खिदळत परत आली तेव्हा तर लतेच्या मनाचा गोंधळ अधिकच वाढला. पायथ्याशी अगदी ओणव्या झालेल्या एका म्हाताऱ्या भिकारणीने, 'बाई, पैसा' म्हणून तिच्यापुढे हात पसरला तेव्हा तिच्या अंगावर पाकिटातली आणेली टाकून ती झटकन पुढे गेली. प्रमिलेने त्या भिकारणीला एकच पैसा दिला. पण आपले दुःख कुणी तरी ऐकावे अशी म्हातारीची इच्छा दिसताच ती तिच्यापाशी थांबली आणि मोठ्या मायेने तिला प्रश्न विचारू लागली.

अभय मध्येच उभा राहून आलटून पालटून दोघींकडे का पाहत आहे हे लतेला कळेना. ती म्हणाली, 'चला ना!'

पण अभय जागचा हलला नाही. त्याने पायजम्याच्या खिशांतून हात घालून कागदाची एक घडी बाहेर काढली. मात्र लतेचे लक्ष आहे असे वाटताच त्याने ती घडी पुन्हा खिशात घातली.

ते प्रमिलेचे पत्र असावे अशी शंका येऊन लता जवळ आली. तिने विचारले, 'कुणाचे पत्र आलंय?'

'असंच आपलं एका मित्राचं!'

'हा मित्र बहुधा तरुण असेल!'

'छे! फार म्हातारा आहे तो!'

अभय आपल्याला फसवत आहे असे वाटून लतेने त्याच्याकडे किंचित रोषाने पाहिले.

तो हसत उद्गारला, 'प्रत्येकाची काही गुप्त पत्रं असतातच! नाही का?'

आपण आईचे पत्र अभयला अजून दाखविले नाही म्हणून त्याने हा टोमणा मारला हे लतेने ओळखले.

तिच्या मनात आले– आपण ते पत्र अभयला दाखविले तर? छे! त्या रात्री दुबळेपणाच्या भरात आपण ते त्याच्या हातात दिले होते. ती चूक पुन्हा करून चालणार नाही.

अभय आपल्याला हवा आहे! पण त्या पत्रातले रहस्य कळल्यावर त्याचे आपल्यावर असलेले प्रेम उडून जाईल. ही प्रमिलासुद्धा त्याला आपल्या हातातून हिरावून नेईल! त्याचा काय नेम आहे? ज्याचे प्रेम आपल्यावर हवे आहे त्याला

आपले रहस्य न सांगणेच बरे! हार्डीच्या टेसने ती चूक केली आणि–

ती अभयकडे पाहून हसली, आणि म्हणाली, 'काँग्रेस सरकार आलं म्हणून काही सी.आय.डी. खातं नाहीसं झालं नाही! तेव्हा प्रत्येकाची काही गुप्त पत्रं असायचीच! त्यात काय आहे एवढं.'

घरी पोचल्याबरोबर आजोबांना तो कागद वाचायचा असे अभयने मनात ठरविले होते पण टेबलावर नरेंद्राचे पत्र येऊन पडलेले दिसताच त्याने ते आधी फोडले. पत्र हिंदीत होते. पत्रावरल्या पत्त्यावरून ते नरेंद्राने पाठविले आहे असा त्याचा ग्रह झाला होता. पण खालची सही पाहून तो चकितच झाला–

'ज्योती'

तिने लिहिले होते...

'भाई अभय'

नरेंद्र तापाने अंथरुणावर पडून तुझी सारखी आठवण करतोय! पुण्याहून आल्याबरोबर त्याने तुझ्याविषयी इतक्या गोष्टी मला सांगितल्या की मी त्याला थट्टेने म्हटले– 'हंसाने केलेले नळाचे वर्णन ऐकून दमयंतीचे त्याच्यावर प्रेम जडले अशी काहीतरी एक कथा आहे ना? माझेसुद्धा अभयवर तसेच प्रेम बसेल हं!'

ही थट्टा ऐकून नरेंद्र रागावला असेल अशी तू मनातल्या मनात कल्पना करशील!

माझा नरेंद्र ठाऊक नाही तुला! तो म्हणाला– 'ज्योति, मनुष्य साऱ्या जगावर प्रेम करण्याकरिता जन्माला येत असतो?'

आमच्या बोलण्यात थट्टेचा मक्ता माझ्याकडे आहे नि तत्त्वांचा नरेंद्राकडे आहे– संसारातही असेच असते, नाही का? पुरुष पैसा आणतो, स्त्री प्रेम आणते, आणि–

जाऊ दे ते! मुलखाची गोष्टीवेल्हाळ आहे मी! बाकी माझ्या स्वभावामुळे नरेंद्रचा फायदा झाला आहे! किसानांना नि किसानांच्या बायकांना कितीतरी नव्या गोष्टी शिकवाव्या लागतात! पण बाँब-गोळ्यांच्या वर्षावात लढून आलेल्या नरेंद्रलासुद्धा जे कधी कधी साधत नाही ते चुलीपुढे बसून रोटी भाजणारी ज्योती सहज करते! असा आहे हल्लीचा अनुभव!

तू मनात म्हणशील– ही बाई मोठी बढाईखोर दिसते. तेव्हा सोडूनच देते तो विषय.

नरेंद्रने तुला पत्ता दिला नव्हता. म्हणून त्याला पत्र पाठविले नसशील. आमचा पत्ता खाली दिला आहे. जवळच्या पाच-सहा खेड्यांतच सध्या आम्ही

काम करणार आहोत.

काँग्रेस मंत्रिमंडळे येऊन क्रांती मात्र लांबणीवर पडली! खेडुतांना आपल्याच लोकांचे राज्य झाले असे वाटतेय! आपण काही आता उपाशी मरणार नाही अशी त्यांची श्रद्धा आहे. बिचारे भोळे जीव. फुलालाच फळ मानताहेत!

अभय, जी नरेंद्राची आवड तीच माझी! म्हणून तुला कधी पाहीन असं झालंय मला! नरेंद्रचा ताप लवकर बरा होईल असं पत्र अगदी लवकर पाठवीन हं.

तुझी वहिनी–
ज्योती'

जन्मात कधीही न पाहिलेल्या ज्योतीच्या पत्रांतील मोकळेपणा तर अभयला मोहक वाटलाच; पण प्रेमळपणाइतकाच त्यात निर्भयपणा होता, बुद्धीही होती, 'मनुष्य प्रत्येकावर प्रेम करण्याकरिता जन्माला येत असतो' हे वाक्य नरेंद्रचे म्हणून सोडून दिले, तरी काँग्रेस मंत्रिमंडळाच्या दुबळ्या कार्यक्रमावर तिने एका वाक्यात केलेली टीका त्याला फार समर्पक वाटली– 'बिचारे भोळे लोक फुलालाच फळं मानताहेत!' सात नोव्हेंबरच्या संपाविषयी शाळेतल्या वादविवाद सभेत अभयने जे भाषण केले होते त्याचे सारच जणू काही ज्योतीच्या या वाक्यात उतरले होते!

कितीतरी वेळाने आजोबांचा कागद वाचावयाची अभयला आठवण झाली. तो त्याने उघडला. इतक्यात आक्का खिडकीपाशी येऊन उभी राहिली. आजोबा शुद्धीवर आल्याबद्दल दोघांचे थोडे आनंदाने बोलणे झाले. मग आक्का अभयकडे रोखून पाहत म्हणाली, 'आता तुला लवकर वकिली सुरू करायला हवी!'

'वकिली?' टेबलावर पडलेले ज्योतीचे पत्र आपल्याकडे पाहून हसत आहे असा अभयला भास झाला.

अभय काहीच बोलत नाही असे पाहून आक्का अगदी हळू म्हणाली, 'या लतेचं काय करायचं बाबा? पोरगी हुशार आहे, सरळ आहे, प्रेमळ आहे. पण ती आपलं घर सोडून आमच्या घरी का आली?– नात्यातली नाही, समोरच्या माणसांनी, 'ही तुमची कोण?' म्हणून विचारलं तेव्हा मला इतकं विचित्र वाटलं म्हणतोस–'

आक्का पुढे काहीतरी बोलणार होती. पण मोटारचा आवाज कानांवर पडल्यासारखा वाटल्यामुळे तिने खिडकीतून बाहेर पाहिले. 'आपल्याकडंच आलंय् कुणी!' असं म्हणून तिने मोटारीतून उतरणाऱ्या व्यक्तीकडे निरखून पाहिले. लगेच ती उद्गारली, 'अग बाई, या बाईला कुठंतरी पाहिल्यासारखं वाटतंय!'

अभयही कुतूहलाने खिडकीजवळ आला होता. बाहेर डोकावून पाहून तो म्हणाला,

'ही लतेची आई!'

लता आणि तिची आई एका खोलीत दार लावून बोलत बसल्या.

आक्का चहा करायला निघून गेली.

अभयने आजोबांचा कागद उघडला. आपल्या आयुष्याला पानिपतची लढाई मानून या लढाईत दोन मोत्ये गळाली असे त्यांनी लिहिले होते. ही दोन मोत्ये कुठली, हा प्रश्न त्याच्या मनात तिसऱ्या प्रहरातून कितीतरी वेळा उत्पन्न झाला होता.

तो वाचू लागला...

'ही दोन मोत्ये म्हणजे ध्येयाची भक्ती आणि दुसऱ्याचे दु:ख जाणण्याची शक्ती. टिळक-आगरकरांच्या बरोबर मी तुरुंगात गेलो. पण पुढे?– टिळकांनी देशाला स्वराज्याचा मंत्र दिला, आगरकरांनी सामाजिक गुलामगिरी नाहीशी केली. आणि मी? छी:! उगीच जन्माला आलो मी!

'दुसऱ्याचे दु:ख जाणण्याची माझी शक्ती स्वत:च्या मुलाच्या सुखाच्या वेळी दुबळी ठरली. माया आंधळी असते हेच खरे! नाहीतर स्वत:च्या अर्धवट मुलाच्या गळ्यात कावेरीसारखी सुंदर आणि हुषार मुलगी बांधण्याचा मूर्खपणा–'

कागद इथेच संपला होता.

पण तो कितीदा वाचला तरी अभयचे समाधान होईना. नरेंद्रचे मागचे पत्र– ज्योतीचे समोर पडलेले पत्र– आजोबांचे हे आत्मपरीक्षण– सारी त्याला सांगत होती–

'ध्येयाकडे धाव घे; आपल्या ध्येयाकडे धाव घे.'

पंधरवड्यात करपलेली लता

❖❖❖❖❖❖❖❖

प्रत्येकाच्या आयुष्यात ध्येयनिश्चितीचा क्षण केव्हा ना केव्हा येतोच, ह्या उक्तीचा अभयला या वेळी पुरा प्रत्यय आला. त्याच्या मनात विचारांच्या प्रचंड लाटा उसळत होत्या. एका लाटेबरोबर तो वैभवाच्या, विलासाच्या वैयक्तिक दृष्टीने पूर्णपणे सुखी अशा जीवनाच्या तीरावर पोचे. पण तिथून काही केल्या पैलतीर त्याला दिसत नसे. या तीरावर लहान मुलाप्रमाणे वाळूत घर बांधीत बसायचे की काय हा त्याला प्रश्न पडे. लगेच अस्वस्थपणाने तो पाण्यात उडी टाकी आणि दुसऱ्या उंच लाटेवर चढून पैलतीराकडे जाई. त्या तीराजवळ हजारो बालके समुद्रात बुडत असलेली त्याला दिसत. त्यांना वाचवण्याकरिता तो धडपडू लागे. इतक्यात कुठून तरी आक्काचा आवाज त्याच्या कानावर येई. ती म्हणे, 'अभय, एकच मूल बुडत असतं तर गोष्ट निराळी होती. या लाखो मुलांना तू कसा वाचवणार? पोहता पोहता तुझे हात दमून जातील. आणि–' गळा दाटून आल्यामुळे आक्काच्या तोंडून पुढला शब्द उमटत नाही हे त्याला कळे.

या द्वंद्वात त्याचे मन सुन्न होऊन गेले. इतक्यात चारूने धावत येऊन आजोबा त्याला बोलावीत असल्याचे सांगितले. अभय त्यांच्या बिछान्यापाशी जाऊन बसला. त्यांना आता थोडे थोडे बोलता येत होते, पण अर्धी जीभ गेल्यामुळे लुडबे बोलत होते. अभयकडे प्रेमळ नजरेने पाहत, 'माझा काही नेम नाही आता. चारूला तुझ्या पदरात टाकून मी जाणार आहे!' एवढे कसेबसे बोलायला त्यांना पाच मिनिटे लागली.

आजोबांच्या कागदातली गळून गेलेल्या दोन मोत्यांविषयीची वाक्ये अभयला आठवली. त्याला वाटले– आजोबा चारूला सांभाळ असे सांगताहेत. पण त्यांना म्हणायचे आहे, आमच्या पिढीच्या मनातली ध्येये मनातच राहिली. ती लहानाची मोठी झालेली पाहायला आम्ही असणार नाही. ती मोठी करण्याची जबाबदारी

तुझ्यासारख्या तरुण पिढीतल्या माणसांवर आहे.

आजोबांच्या करुण दृष्टीत आपल्यापुढे पसरलेल्या दोन मार्गांचे जणू प्रतिबिंबच पडले आहे असा अभयला भास झाला. एक मार्ग कौटुंबिक जीवनाचा आणि दुसरा सामाजिक जीवनाचा! सुखाच्या मंदिराकडे जाणाऱ्या पहिल्या राजमार्गावर लक्ष्मी पायघड्या पसरीत होती, प्रीती विंझणवारा घालीत होती आणि कीर्तीची कारंजी जागोजाग थुईथुई नाचत होती. दुसरा मार्ग काट्याकुट्यांतून, दऱ्याखोऱ्यांतून कुठे जात होता हे धड कळतही नव्हते. मार्ग कसला? पाऊलवाटच होती ती! या पाऊलवाटेवरले खडक एखादे वेळी उन्हाने इतके तापत की त्यांच्यावर पाऊलही ठरत नसे. एखादे वेळी पावसाने ते इतके निसरडे होत की त्यांच्यावर पाऊल ठेवणारा मनुष्य तोंडघशी पडे! या वाटेवर कारंजी तर नव्हतीच. पण मध्येच डोंगरातून वाहणारे जे पाणी दिसे, तेसुद्धा झाडांची पाने पडल्यामुळे इतके घाण झालेले असे की–

पण या दुसऱ्या मार्गानेच बुद्ध गेला होता; शिवाजी गेला होता; मार्टिन ल्यूथर गेला होता; झाशीची लक्ष्मीबाई गेली होती; लोकमान्य टिळक गेले होते. एका क्षणात या दुसऱ्या मार्गाने जाणाऱ्या प्रवाशांची एक लांबच्या लांब मालिका अभयच्या डोळ्यांपुढे उभी राहिली. जात, धर्म, राष्ट्र कुठलाही भेद त्यांच्यात दिसत नव्हता. तानाजी मालुसरे लुई पाश्चरशी गोष्टी करीत होता. फ्लॉरेन्स नाइटिंगेल भगतसिंगाशी बोलत होती. रामदासस्वामी, जोन ऑफ आर्क, लेनिन आणि आगरकर यांचे संभाषण मोठ्या रंगात आले आहे असे त्यांच्या मुद्रांवरून दिसत होते.

हा भास क्षणभरच टिकला! पण क्षणार्धात चमकून जाणारी वीज जशी ब्रह्मांड उजळून जाते, त्याप्रमाणे त्या भासाने अभयच्या जीवनमार्गावर नवा प्रकाश पाडला.

आईला तुम्हाला भेटायचं आहे, असे लतेने येऊन सांगितले तेव्हा अभय आजोबांच्या जवळून उठला. लतेची आई चहा घेत होती. आक्काने अभयलाही अर्धा पेला दिला. चहा घेताना त्याच्या मुद्रेवर जे हसे दिसत होते, त्याचे कारण नेम मोडून आज आपण अभयला चहा दिला हे असावे, असे आक्काला वाटले. पण खरे कारण निराळेच होते. त्याला वाटले– गांधीवादाचे सारे सामर्थ्य दुबळेपणात आहे आणि सावरकरवादाचा सारा दुबळेपणा सामर्थ्यात आहे! जवाहरलाल हे एक सुंदर भाषेत लिहिलेले सुंदर विचारांचे पुस्तक आहे. आणि आजच्या समाजवादी पुढाऱ्यांची तत्त्वे म्हणजे आकाशातील तारे! या दुर्दैवी देवाला काल वाहिलेली फुले आहेत, उद्या वाहता येतील अशीही फुले आहेत. पण आज–

आजची पूजा कशी साजरी करायची? निर्माल्य आणि कळ्या यांनी काही कुणी देवाची पूजा करीत नाही.

लतेची आई त्याच्याकडे पाहत हसत म्हणाली, 'लतेला तुमच्या स्वाधीन केलं आहे हं आता!'

अभयला तिच्या बोलण्यापेक्षाही तिचे वाक्य ऐकताच आक्काच्या मुद्रेवर जे हास्य चमकले त्याचेच आश्चर्य वाटले.

अभयने लतेच्या आईला उत्तर दिले, 'पण लवकरच बाहेरगावी जाणार आहे मी!'

'कुठं?'

'खेड्यापाड्यात चार-सहा महिने फिरावं म्हणतो!' आक्काकडे पाहत अभय पुढे म्हणाला, 'आता मध्येच वकिली कोण सुरू करतो? मे महिन्याच्या सुट्टीनंतर कोर्ट सुरू होतात! तेव्हा–'

लहान मुलासारखी टाळ्या पिटीत लता अभयला म्हणाली, 'मीही तुमच्याबरोबर येईन! कोकणातल्या खेड्यात जाऊ या आपण! तिथं खूप खूप सुंदर गोष्टी पाहायला मिळतील. समुद्राच्या उंच उंच लाटा– माडांची उंच उंच झाडं– सुरंगीची नाजूक फुलं नि–'

लतेची आई मध्येच उद्गारली, 'अगदी कुक्कुबाळ आहेस बघ!' लता गप्प बसल्यावर ती अभयला उद्देशून म्हणाली, 'फार अवखळ आहे हं हे कुक्कुबाळ! हिला दुसऱ्या कुणाच्या ताब्यांत द्यायला धीरसुद्धा झाला नसता मला! पण हिनं दोन अटी माझ्यापाशी केल्या म्हणून–'

'त्या अटीच मी पाठ म्हणून दाखवते!' असे म्हणत लता इन्स्पेक्टरपुढे उभ्या राहिलेल्या शाळेतल्या मुलीसारखी दोन्ही हात अंगाबरोबर ताठ धरून उभी राहिली आणि एका सुरात सांगू लागली– 'पहिली अट : अभय सांगतील तसं वागायचं! दुसरी अट : सिनेमात जायचं नाही!'

लतेचा तो अभिनय पाहून हसता हसता सर्वांची पुरेवाट झाली.

आक्का आपल्याला जायला आनंदाने परवानगी देईल असे अभयला वाटले नव्हते. त्यामुळे तिने मोठ्या आनंदाने प्रवासाची तयारी चालविलेली पाहून त्याला आश्चर्य वाटले.

ते आक्काच्या लक्षात आले तेव्हा ती म्हणाली, 'तू जायचं काढलंस ते बरं झालं, नाहीतर मीच तुला कुठं तरी प्रवास करून यायला सांगणार होते.'

'का?'

'घराबाहेर गेल्यावाचून पुरुषाला घराची किंमत कळत नाही!'

‘नुसत्या पतंगाला काही कोणी वाऱ्यावर सोडीत नाही. त्याला दोरी लावतात, ती आपल्या हातात ठेवतात–’

अभय आणि लता मनापासून हसल्यामुळे आक्का पुढे काही बोलली नाही. पतंगाची दोरी म्हणून आक्काने लतेकडे ज्या दृष्टीने पाहिले तिच्यात फार अर्थ भरला आहे हे अभयने ओळखले.

दुसऱ्या दिवशी एक्स्प्रेसने मुंबईला जाऊन तिथून बोटीने कोकणात जायचे अभयने ठरविले. त्यामुळे त्याला पहाटे उठावे लागले. प्रथम तो डॉक्टरांच्याकडे जाऊन आला. मग आजोबांना त्याने आपला जाण्याचा बेत सांगितला. त्याला जवळ घेऊन त्यांनी त्याच्या पाठीवरून मोठ्या प्रेमाने हात फिरविला. हात फिरवता फिरवता त्यांना हुंदका आला. अभय त्यांचे समाधान करण्याकरिता म्हणाला, ‘मी लवकर परत येणार आहे, आजोबा. नि डॉक्टर म्हणाले, दोन तीन महिन्यांत तुम्ही उठून फिरायलासुद्धा लागाल कदाचित!’

आजोबा उद्गारले, ‘खुळ्या, मी मरायला भितोय् असं का वाटलं तुला? छे! उद्या पटकन प्राण गेला तर तुला पाहायची इच्छा राहून जाईल हे मनात आलं माझ्या! पण– जाऊ दे! प्रेम हासुद्धा पिंजराच आहे!’

आजोबांच्या अर्धबोबड्या उच्चारातले ते बोलणे ऐकताना अभय गहिवरून गेला. चारूनेही त्याच्याबरोबर जायचा हट्ट धरला. त्याची समजूत घालता घालता अभयच्या नाकी नऊ आले. ‘मी जंगलात जाणार आहे, तिथं मोठे मोठे वाघ आहेत.’ म्हणून त्याने चारूला भीती दाखवून पाहिली. पण तो मुळीच डगमगला नाही. तो म्हणाला, ‘तुम्ही वाघाची शिकाल कलाल की!’

शेवटी चारूला खेळायला खूप खेळणी आणून द्यायची आणि त्याचा डोळा चुकवून निघून जायचे असे अभयने मनात ठरविले.

कावेरीला त्याने आपला बेत सांगितला, तेव्हा ‘लवकर परत या हं!’ एवढेच शब्द ती बोलली. पण जुईच्या चिमुकल्या फुलाचा सुगंध जसा स्मृतीमध्ये तरंगत राहतो तसे ते तिचे वाक्य अभयच्या मनात एकसारखे घोळू लागले. आपल्या घरात जाता जाता त्याने मागे वळून पाहिले. कावेरी त्याच्याकडे पुन:पुन्हा पाहत होती आणि डोळे पुसत होती.

मालेच्या घरी तो गेला तेव्हा दत्तोपंत कुठे बाहेर गेले होते. दत्तोपंतांच्या पत्नीला त्याने, ‘मी बाहेरगावी जात आहे’ म्हणून सांगितले, तेव्हा त्यांनी नुसते ‘हुं’ म्हटले. कुठे, कशाला असली चौकशी त्यांनी एका शब्दानेही केली नाही. मालेच्या खोलीत गेल्यावर मात्र अभयला ही गोष्ट बोलणे जरा अवघड वाटू लागले. आपला बेत ऐकताच मालेचे तोंड गोरेमोरे होईल, गळ्याची शपथ घालून ती आपल्याला, ‘जाऊ नका’ म्हणून आग्रह करील, इत्यादी कल्पना

त्याच्या मनात आल्या. पण त्या साऱ्याच खोट्या ठरल्या.

आरशापुढे उभी राहून माला कानात नवीन पद्धतीची कर्णफुले घालीत होती. अभयने हळूच आपला बेत तिला कळवला, तेव्हा ती आपल्या प्रतिबिंबाकडे पाहून हसत उद्‌गारली, 'ही बातमी सांगायला स्वत: आलात हेच माझं भाग्य म्हणायचं!' ती पुढे काही बोलेल अशी अभयची कल्पना होती; पण तिने मौनव्रत धारण केलेले दिसले.

आपल्या जाण्याने प्रमिलेला वाईट वाटत आहे हे अभयच्या लक्षात आले; तेव्हा त्याला वाटले– माणसाशी लपंडाव खेळण्यातच दैवाला गंमत वाटत असावी.

अभयच्या घरून त्याची पुस्तके वाचायला आणण्याची परवानगी तर तिने मिळविलीच. ती मिळाल्यावर आभाळात दूर उडणाऱ्या एका घारीकडे पाहत ती म्हणाली, 'दर आठ दिवसांनी मी भेटायला येणार आहे तुम्हाला!'

'दर आठ दिवसांनी?'

'हो! त्यात काय कठीण आहे एवढं? तुम्ही कुठेही असला तरी माझा प्रवास एका आण्यात– फार तरी दीड आण्यात होईल!'

पत्राद्वाराने होणाऱ्या भेटीविषयी ती बोलत आहे हे लक्षात येऊन अभयला तिच्या प्रेमळपणाइतकेच तिच्या मार्मिकपणाचेही कौतुक वाटले. तो म्हणाला, 'मीसुद्धा तुला दर आठ दिवसांनी भेटायला येईन!'

'खरं?'

'अगदी खरं! असल्याच भेटी मला अधिक आवडतात! माणसाला जे तोंडानं सांगता येत नाही ते पत्रातनं सहज सांगता येतं. नाही का?'

हे वाक्य उच्चारताना त्याला नरेंद्रच्या पत्राची आठवण झाली होती. प्रत्यक्ष भेटीपेक्षा त्याचे पत्रच अधिक स्फूर्तिदायक होते.

त्याने प्रमिलेकडे पाहिले. आपले वाक्य ऐकून ती किंचित लाजली असे त्याला वाटले. तिने त्या वाक्याचा अर्थ–

या विचाराला मनातून हुसकावून लावून अभय तिला म्हणाला, 'परीक्षेत पहिल्या वर्गात यायला हवं हं!'

'काय द्याल?'

'तू मागशील ते!'

'मी मागेन ते?'

'हं!'

घरी आल्यावर कितीतरी वेळ अभयपुढे, 'मी मागेन ते?' हा प्रश्न उत्सुकतेने विचारणारी प्रमिलेची मूर्ती उभी होती.

आक्काला पोस्टातून दोनशे रुपये काढून देऊन आणि स्वतःच्या खर्चासाठी शंभर रुपये घेऊन अभय लतेसह दुपारी गाडीत बसला तेव्हा त्याला आपल्या या स्वैर प्रवासाची मोठी गंमत वाटू लागली.

आणि नाविन्याची ही गंमत वाढावी अशाच गोष्टी लता त्याला सांगत होती. 'तुझ्या आईचा माझ्यावर इतका विश्वास कसा बसला?' या त्याच्या प्रश्नाचे तिने दिलेले उत्तर किती अकल्पित होते!

लतेच्या आईने अभयच्या वडिलांना पाहिले होते. ते किती सत्शील होते हेही तिला ठाऊक होते. अभयला दत्तोपंतांच्या घरी पाहून तिला त्याच्या वडिलांची आठवण झाली; तिने दत्तोपंतांकडे त्याच्याविषयी चौकशी केली आणि म्हणूनच लता अपरात्री त्याच्या घरी राहायला गेली तरी ती घाबरली नाही. ती लतेला म्हणाली होती, 'अभयचे डोळे थेट त्याच्या वडिलांसारखे आहेत. असल्या डोळ्यांची माणसं दुसऱ्यासाठी आपला प्राण देतील, पण आपल्या सुखासाठी दुसऱ्याचा प्राण कधीही घेणार नाहीत!'

या हकीगतीइतकीच लतेची आई अभयच्या घरी का आली ही हकीगतही आश्चर्यकारक होती. काल एफ्. सूर्यरावांचे लतेच्या नावाने पत्र आले होते. त्या पत्रात 'मातृभूमी' चित्रपटात काम करण्याकरिता त्यांनी तिला आठशे रुपये पगार देऊ केला होता व उद्या संध्याकाळच्या गाडीने भेटायला येत असल्याचे कळवले होते! ते पत्र वाचून लतेच्या आईला वाटले– आपण हे पत्र मधल्यामध्ये फाडले तरी डायरेक्टर परस्पर लतेची गाठ घेईल आणि तिला आपल्या कंपनीत घेऊन जाईल. लतेने सिनेमात जाऊ नये अशी तिला शपथ घालण्याकरिता ती आली होती.

आई तसे सांगायला आली असली तरी लतेने ते ताबडतोब कबूल कसे केले याचे अभयला आश्चर्य वाटले. त्याने विचारले, 'पण सिनेमात काम करण्याची तुला हौस आहे ना?'

'नाही कोण म्हणतं?'

'मग हा आठशे रुपये पगार सोडून–'

'उगीच नाही सोडला तो! त्याच्यापेक्षा अधिक पगार मला सध्या मिळतोय, असं लिहिणार आहे मी त्या एफ्. ला!'

'आठशेपेक्षा अधिक पगार तुला मिळतोय?'

'हं!'

'कुठं?'

लतेने भावपूर्ण दृष्टीने त्याच्याकडे पाहिले. ती म्हणत होती– तुमच्या सहवासात.

जूनपासून आपण पुण्यात ज्या ज्या ठिकाणी बोललो तिथे तिथे लता हजर होती, आपल्या भाषणांनी तिच्या मनात आपल्याविषयी आदरभाव निर्माण झाला आणि मोतीरामबरोबर ती आपल्याकडे आली, ती तिकिटे खपविण्यापेक्षा आपली ओळख करून घेण्याच्या हेतूनेच, हे जेव्हा अभयला कळले तेव्हा तर त्याच्या मनात एक सुखद संभ्रम उत्पन्न झाला– आपल्या हृदयाची स्वामिनी कोण होणार आहे?– माला की लता?

आक्का आणि लतेची आई यांचे काल काय बोलणे झाले याविषयी अभयने विचारले, तेव्हा तर लता हसत हसत स्वत:शीच गुणगुणू लागली– 'एक बंगला बने न्यारा!' अभयने तिच्या या गाण्याचीही थट्टा उडवायला सुरुवात केली. इतक्यात मुंबईहून येणारी गाडी धाडधाड करीत पलीकडून जाऊ लागली. खिडकीतून तोंड बाहेर काढीत लता ओरडली,

'गुडबाय्, मिस्टर एफ्. सूर्यराव!'

बोटीत चढल्यावर तर लतेच्या या पोरकटपणाला ऊतच आला. अभयबरोबर ती तिसऱ्या वर्गात बसली होती. पलीकडेच गाठोडे घेऊन बसलेल्या एका म्हातारीने तिला विचारले, 'धाकटं बिकटं काही नाही वाटतं अजून माझ्या बाईला?' ती काय म्हणत आहे हे लतेला चटकन कळले नाही. पण म्हातारीच्या म्हणण्याचा अर्थ ध्यानात येताच तिने असा काही हिरमुसला चेहरा केला की पाहणाऱ्याला वाटावे– या बाईचे लग्न होऊन पाच-सात वर्षे झाली आहेत, तिला मुलांची फार हौस आहे, पण बिचारीवर देवच कोपला आहे!

ती म्हातारी ओकू लागली तेव्हा मात्र लतेने तेथून पळ काढला. अभय तिचे डोके धरून बसला हेही तिला आवडले नाही. कठड्यापाशी उभी राहून ती समुद्राकडे पाहू लागली. हां हां म्हणता तिच्या डोळ्यांत आनंद चमकू लागला. अभयला वाटले– समुद्राकडे पाहून लतेच्या डोळ्यांपुढे कितीतरी सुंदर दृश्ये उभी राहिली असतील! गोकुळातल्या दही घुसळणाऱ्या गौळणीसारखी ही आगबोट तिला वाटत असेल, आणि–

लता त्याच्याजवळ धावत येऊन म्हणाली, 'आता माझ्या मनात काय आलं ठाऊक आहे का?'

'काय?'

'एकदम समुद्रात उडी टाकावी!'

'तुला पोहायला येतं का?'

'चांगलंसं नाही!'

'मग उडी टाकशील तर बुडशील!'

‘मुळीच नाही. मी बुडत असताना तुम्ही काही बोटीत बसून राहणार नाही!’

बोटीने कुठल्याशा बंदरात नांगर टाकला. त्या आवाजाने अभय जागा झाला. कोकणपट्टीतले अगदी शेवटचे बंदर म्हणून त्याने वेंगुर्ल्याची तिकिटे काढली होती. झोपेत त्याला वाटले– वेंगुर्लेच आले असावे. पण ते देवगड होते हे खलाश्यांच्या ओरडण्यावरून स्पष्ट ऐकू येत होते.

लता गाढ झोपली आहे की नाही हे पाहण्याकरिता अभय दुसऱ्या कुशीवर वळला. तो चकित झाला. अंगाभोवती रग गुंडाळून घेऊन लता त्याच्याकडे पाहत बसली होती.

‘काय पाहतेस? चांदणं?’ त्याने विचारले.

‘हं!’

‘मग उभी राहून तरी पाहा!’

‘समुद्रावरलं चांदणं नाही हे!’

‘मग?’

‘एका माणसाच्या चेहऱ्यावरलं!’

‘मी झोपेत हसत होतो? छे!’

‘आता साक्षीपुरावा कुठून आणायचा बाई? पण तुम्ही इतकं गोड हसत होता की मला उषास्वप्नाचीच आठवण झाली. उषेच्या स्वप्नांत अनिरुद्ध आला होता ना?’

अभय आपले स्वप्न आठवू लागला. स्वप्नात तो एक पत्र वाचीत होता. त्या पत्रात मजकूर ज्योतीचा पण अक्षर प्रमिलेचे असा काहीतरी विचित्र संकर झाला होता.

बंदरांत मोटारी निरनिराळ्या गावांची नावे घेऊन ओरडत होत्या. उतारूही निरनिराळ्या खेड्यांची नावे घेऊन तिकिटे विचारीत होते. बरेच लोक ज्याचे नाव घेत होते, अशा एका अप्रसिद्ध गावाची दोन तिकिटे अभयने घेतली. ती तिकिटे त्याला सोडतीच्या तिकिटासारखीच वाटली. ज्या खेड्यात आपण जाणार तिथे आपली कुणाची ओळख नाही, तिथे सोयी गैरसोयी काय आहेत हेही आपल्याला ठाऊक नाही– त्याला आक्काच्या बोलण्याची आठवण झाली. ‘घराबाहेर पडल्याशिवाय पुरुषांना घराची खरी किंमत कळत नाही!’

पण त्या खेड्यातल्या धर्मशाळेत घरापेक्षा काही कमी नाही असे अभयला एक-दोन दिवसांत वाटू लागले. तीन दगडांच्या चुलीवरती स्वत: केलेली भात-आमटी त्याला घरच्याइतकी गोड वाटली. लतेला फारसे काही करता येत नसले तरी ती त्याच्याबरोबर एकसारखी लुडबुडत असे. त्या लुडबुडण्याने अभयलाही

आनंद होई.

लता बरोबर असल्यामुळे याच गावात पंधरा दिवस तरी राहायचे असे त्याने ठरविले. तिला घेऊन गावोगाव भटकणे शक्य नव्हते. शिवाय गावाला समुद्र होता, बागाईत होती, इंग्रजी तीन इयत्तांची शाळाही होती. तेव्हा नरेंद्रने वर्णन केलेल्या जीवनग्रंथाची दोन-चार तरी पाने आपल्याला इथे वाचायला मिळतील अशी अभयच्या मनात अपेक्षा उत्पन्न झाली.

पहिल्या आठच दिवसात ती अपेक्षा बरीचशी सफल झाली. गावातल्या प्रमुख सावकारांच्या दुकानावर नारळाचा भाव पडल्याच्या गोष्टी व पैसे लावून चाललेला पत्त्यांचा खेळ यापेक्षा तिसरे काही घडत नाही हे त्याने पाहिले. इंग्रजी शाळेच्या हेडमास्तरांनी सध्या सरकार ग्रँट देत नाही तरी आम्ही गावाच्या उन्नतीकरिता शिक्षणात सर्व प्रकारच्या सुधारणा करीत आहोत असे त्याला सांगितले. गतवर्षी सात मुलांनी इंग्रजी तिसरीबरोबरच व्हर्नाक्युलर फायनल परीक्षेचा अभ्यास केला आणि त्यातले पाच पास झाले हे सांगताना तर त्यांच्या मुद्रेवर विजयाचा आनंद नाचत होता.

पांढरपेशा वर्गातल्या मध्यम स्थितीच्या लोकांत त्याला सर्वत्र निराशा पसरलेली दिसली. कुणी मॅट्रिक झालेला मुलगा बेकार आहे म्हणून रडत होता, तर कुणी मुली तीस तीस वर्षांच्या झाल्या तरी त्यांची लग्नं होत नाहीत म्हणून ओरडत होता. बहुतेक घरे छोट्या जमीनदारांची! मुंबईला नोकरी करणाऱ्या घरातल्या माणसाने काही पैसे पाठवले तरच यांच्या संसाराचा गाडा सुरळीत चालायचा! असे असून बहुतेक सर्व लोक रिकामे! कुठल्या तरी दुकानावर अगर लायब्ररीत जाऊन वर्तमानपत्रे वाचायची, त्यातल्या त्यात सर्व वर्तमानपत्रांतील भविष्य अगत्य वाचायची, ही बहुतेक लोकांची करमणूक! या मंडळींत काही काँग्रेसचे सभासद होते, एक-दोघे खादीही वापरीत. पण त्यांनासुद्धा यापलीकडे आपले काही कर्तव्य आहे याची फारशी जाणीव नव्हती!

शेतकरी, कोळी, मजूर, हरिजन यांच्या झोपड्यांतून अभय जसजसा फिरू लागला, तसतसे त्याचे मन विलक्षण अस्वस्थ होऊ लागले. या वर्गातले पुरुष, बायका किंबहुना लहान मुलेसुद्धा सकाळपासून संध्याकाळपर्यंत काम करीत. पण काम करूनही अंगावर धड वस्त्र नाही. कधी कधी पोटभर अन्न नाही अशी त्यांतल्या बहुतेकांची स्थिती होती. या लोकांना काम न मिळाल्याने अनेकदा उपाशी राहण्याची पाळी येते हेही त्याच्या लक्षात आले. हे बहुतेक लोक आपल्या नशिबाला बोल लावीत. पाच मैलांवर असलेल्या दुसऱ्या एका खेड्यांत आक्का म्हणून एक बाई आहे. तिच्यासारखी बाई आपल्या गावात आली असती तर आपले इतके हाल-हाल झाले नसते, औषध नाही म्हणून आपली पोरेबाळे

तरी उपाशी मेली नसती, असले उद्गार या लोकांच्या तोंडून अभयने चार-पाच वेळा ऐकले. त्या आक्काला पाहण्याची विलक्षण उत्सुकता त्याच्या मनात उत्पन्न झाली.

अभय कोळ्यांच्या झोपड्यांत गेला की लता समुद्राच्या किनाऱ्यावर जाऊन बसे. तो शेतकऱ्यांच्या झोपड्यांत गप्पा गोष्टी करीत बसला की ही माडांच्या रानात फिरे आणि वाऱ्याने हलणाऱ्या चुडतांचे नृत्य एकाग्र दृष्टीने पाहत राही. अशा वेळी अभयला तिचा राग येई! तो तिच्याशी अबोलाच धरी. पण संध्याकाळी धर्मशाळेत परत आल्यावर दिवसा पाहिलेली दृश्ये त्याच्या डोळ्यांपुढे नाचू लागत, त्याचे मन तडफडू लागे आणि मग मात्र लतेच्या हास्यात, तिच्या स्पर्शात, तिच्या दृष्टीत आपले दुःख हलके करण्याचे सामर्थ्य आहे असा विचार त्याच्या मनात येऊन जाई. तो तिच्याशी प्रेमाने बोलू लागे; तीही त्याला गाणी म्हणून दाखवी. मात्र ती दररोज नवी गोष्ट लिहीत असली, तरी अभयला तिच्या गोष्टी वाचताना पूर्वी जो आनंद होई तो आता होईनासा झाला.

अधून मधून लतेचा मोकळेपणा अतिरेकाला जातो असे त्याला वाटे. एकदा ती दोघेही समुद्रस्नान करायला गेली. लता, 'बुडते, बुडते' म्हणून ओरडली. अभयने जाऊन तिला घट्ट धरली. ती हसली, तेव्हा ही थट्टा त्याच्या लक्षात आली. घरीही एखादी वस्तू त्याच्या हातात देताना ती उगीचच त्याचा हात आपल्या हातात धरून ठेवी. पण लता जीवनात रंगली नव्हती, तर नाविन्यात गुंग झाली होती. आठ दिवसांनी लतेला या आयुष्याचा कंटाळा येऊ लागला आहे असे अभयला दिसले.

एके दिवशी अभयला आलेले प्रमिलेचे पत्र तिने वाचायला मागितले. अभयने ते न देता, 'माणसाची काही गुप्त पत्रं असायचीच' असा तिला टोमणा मारला. त्याने ती इतकी फुरंगटून बसली की सबंध दिवसात ती आपणहून त्याच्यापाशी एक शब्दसुद्धा बोलली नाही. तिच्यासारख्या स्वप्नाळू सौंदर्यात रममाण होणाऱ्या मुलीला खेड्यांतल्या भटक्या आयुष्यक्रमात फार दिवस आनंद वाटणार नाही अशी अभयची खात्री होऊ लागली.

तिला काहीतरी नवीन पाहायला मिळावे म्हणून पाच मैलांवरल्या खेड्यातल्या त्या परोपकारी आक्काला पाहायला जायचे त्याने ठरविले. त्या गावाला जायला मोटारीचा रस्ता नव्हता. त्यामुळे शेवटचे तीन मैल लतेला चालतच जावे लागले. ती आधीच दमून गेली होती. त्यात अभयने ज्या आक्काचे दर्शन घ्यायला तिला आणले होते ती अतिशय आजारी आहे असे तिला गावाच्या सीमेवरच कळले. इथूनच परत जावे असे तिच्या मनात आले. पण अभयला तसे सांगण्याचा धीर तिला झाला नाही. देवळापाशी आक्काच्या झोपडीभोवती खूप गर्दी जमली

होती. लंगोट्या लावलेले पुरुष, फाटक्या लक्तरांनी आपल्या लज्जेचे रक्षण करणाऱ्या बायका; त्यांची उघडी-नागडी पोरे; साऱ्यांच्या मुद्रेवर दुःख दिसत होते!

लतेच्या मनात आले– सबंध गावाला ही आपली आई आहे असेच वाटत असले पाहिजे. ही बाई पांढरपेशातली असून पुष्कळ वर्षांपूर्वी या खेड्यात आली; आपले दागिने मोडून त्या पैशांतून ती गोरगरिबांना औषधे देऊ लागली; अशी अभय तिची माहिती सांगत होता. पाहिलेच पाहिजे हिला.

पण अभयबरोबर लतेने झोपडीत प्रवेश करून मृत्युशय्येवरील आक्काकडे पाहिले मात्र– तिने झटकन आपले तोंड फिरवले आणि अभय काय म्हणेल याचा विचारही न करता ती बाहेर आली. बाहेर आल्यावर आत पाहिलेल्या दृश्याने तिचे अंग पुन्हा शहारले. तिचे मन म्हणत होते– कोडाने पांढरी झालेली ही विद्रूप आक्का– छी:!

अभय खूप वेळाने बाहेर आला. आपल्यासारखा पुण्या-मुंबईकडला मनुष्य आपल्याला पाहायला आला आहे हे कळताच आक्काला किती आनंद झाला. तिने आपला क्षीण हात उचलून आपल्या पाठीवरून कसा फिरवला; त्या हातावर गोंदलेले 'देवदत्त' हे नाव पाहून आपल्याला आश्चर्याचा झटका कसा बसला; हे सारे त्याने मोठ्या उत्साहाने लतेला सांगितले.

लता एकाच गोष्टीचा विचार करीत होती– तो विद्रूप पांढरा हात पाठीवरून फिरवून घेण्यात अभयला आनंद वाटावा! छी:!

सारे लोक आक्काला बरे वाटावे म्हणून देवाला गाऱ्हाणे घालण्याकरिता देवळात गेले. गाऱ्हाणे घालताना प्रत्येकाच्या मुद्रेवर जो भाव दिसत होता तो पाहून अभयला आक्काच्या कर्तृत्वाची खात्री पटली. औषध-पाणी, सेवाचाकरी, भांडणे मिटवणे, या नाही त्या रूपाने आक्काने त्या चिमुकल्या गावातल्या हरएक कुटुंबावर उपकार केले होते, हे प्रत्येकाच्या चेहऱ्यावरून दिसत होते. रात्र पडल्यामुळे परत जाणे काही शक्य नव्हते. एका शेतकऱ्याने आपल्या झोपडीत अभय आणि लता यांची झोपण्याची सोय करून दिली. मध्यरात्रीपर्यंत अभय आपल्या गोणपाटावर जागाच होता. तो एकसारखा आक्काविषयी विचार करीत होता. त्याचा डोळा लागला न लागला तोच कुणीतरी आपल्याला हलवत आहे असे त्याला वाटले. पलीकडे निजलेली लता त्याच्याजवळ आली होती. ती थरथर कापत होती.

'काय झालं ग?' अभयने विचारले.

'एक भयंकर स्वप्न पडलं मला!'

'कोण आलं होतं तुझ्या स्वप्नात? वाघ की–'

लता त्याचे दोन्ही हात घट्ट धरीत म्हणाली, 'स्वप्नात माझी मीच दिसले मला!'

'स्वत:ची इतकी भीती वाटते तुला?'

'पण– पण– माझं सारं अंग त्या आक्कासारखं विद्रूप झालं होतं.'

दुसऱ्या दिवशी सकाळी लतेने परत जायचा हट्ट धरला. आक्काची शेवटची सेवा आपल्या हातून व्हावी या इच्छेने अभयने तिथेच राहायचे ठरविले.

रबरसुद्धा फार ताणले की तुटते! तशीच त्यांच्यामधल्या कोमल धाग्याची स्थिती झाली. लता एका मनुष्याची सोबत घेऊन रागारागाने जायला निघाली.

'धर्मशाळेत जाऊन राहणार की पुण्या-मुंबईकडे जाणार?' असे अभयने विचारताच ती उत्तरली, 'मी वाटेल तिथं जाईन. तुम्हाला काय करायचंय?'

तीन दिवस अभय आक्कापाशी बसून होता. त्याच्या मांडीवर डोके ठेवूनच तिने प्राण सोडला.

स्मशानात सारे गाव तिच्या पायावर डोके ठेवून ढळढळा रडले. अभयही तिला वंदन करण्याकरिता वाकला–

इतक्यात कुणीतरी म्हणाले, 'साहेब, त्या आल्या आहेत!'

अभयने मागे वळून पाहिले– लता आणि एफ्. सूर्यराव!

या मानी मुलीने इथून गेल्यावर या मनुष्याला आपल्याला घेऊन जाण्याविषयी तार केली असावी हे अभयने ताडले.

लता कुर्ऱ्यात म्हणाली, 'मातृभूमी'ची नायिका तुमचा निरोप घ्यायला आली आहे!'

अभयने लतेला हसून नमस्कार केला आणि आक्काच्या पायावर डोके ठेवले.

□

सहा महिने आणि सहा पत्रे

❖❖❖❖❖❖❖❖

धर्मशाळेतल्या आपल्या मकाणात परत आल्यावर अभयला एक-दोन दिवस लतेच्या कितीतरी गंमती आठवल्या...

स्टोव्ह पेटवताना ती एकदम जोराने पंप करी, तेल वर येऊन भडका झाला म्हणजे तिच्या हातातून पंप घेऊन आपण तिला म्हणत असू, 'तू कशाला स्वत:ला जाळून घेतेस? तुझ्यासारख्या हुशार मुलीला सहज नवरा मिळेल!'

कोयत्यावर खोबऱ्याचे तुकडे करता करता एकदा आपले एक बोट कापले. ते रक्त पाहून लता गडबडली. बोट बांधण्याकरिता ती चांगलेसे फडके शोधू लागली. त्यावेळी आपण तिला म्हटले, 'तुझं माझ्यावर खरं प्रेमच नाही!'

हे ऐकून ती हिरमुसली होती.

मग आपण तिला द्रौपदीची गोष्ट सांगितली. कृष्णाची करंगळी कापली तेव्हा चटकन आपला शालू फाडून तिने ती जखम बांधली होती.

लतेला ही गोष्ट सांगताना आपल्याला प्रमिलेची आठवण का व्हावी हे त्यावेळी आपल्याला कोडे पडले होते. नाही का?

धर्मशाळेत दोन महिने राहून अभय खेड्यापाड्यांतल्या गोरगरिबांच्या जीवनाशी जसजसा समरस होऊ लागला तसतसे हे कोडे त्याला सुटू लागले. त्याचे मन माला, लता, आणि प्रमिला यांची नव्या दृष्टीने तुलना करू लागले. या तुलनेतून निघालेला निष्कर्ष त्याला मोठा मार्गदर्शक वाटला. या तिघीत माला अत्यंत सुंदर होती. स्त्री-प्रेमाची कल्पना आल्यावर अभयला भेटलेली पहिली तरुणी तीच होती! तिच्याविषयी त्याच्या मनात उत्पन्न झालेल्या प्रेमभावाला निसर्गच कारणीभूत होता. पण प्रेमाचा हा अंकुर वाढविण्याची शक्ती मालेत नव्हती. त्यामुळे ती समोर असताना माला हीच आपल्या हृदयाची स्वामिनी आहे असे जरी अभयला वाटे, तरी तो तिला लवकर विसरून जाई. आठ-आठ दिवस तिची गाठ पडली नाही तरी त्याला चुकल्या-चुकल्यासारखे होत नसे! दिवसभर सेवाधर्माचे पालन

करून रात्री धर्मशाळेतल्या अंथरुणावर पडल्यावर अभयचे मन म्हणे... 'माला एक सुंदर पुतळी आहे हेच खरे!'

लगेच त्याच्यापुढे लतेची मूर्ती उभी राही. लता मालेइतकी रेखीव नव्हती, पण तिचे सौंदर्य अधिक सजीव होते. पुण्याला पाच-सहा दिवस आणि धर्मशाळेत सात-आठ दिवस असा अवघा पंधरवडाच तिचा सहवास अभयला घडला होता. पण या पंधरा दिवसांत अभयला तिचे जेवढे आकर्षण वाटले होते, तेवढे गेल्या उभ्या वर्षात मालेने आपले प्रेम प्रकट केले असूनही त्याला वाटले नव्हते. या आकर्षणाचे मुख्य कारण केवळ शारीरिक सौंदर्य नव्हते. गोष्टींतून चमकणारी लतेची कल्पकता, साध्या बोलण्यातही अभिनयाने आपले मनोगत मूर्तिमंत उभे करण्याची तिची शक्ती, सर्व सुंदर गोष्टींचे तिला असलेले विलक्षण वेड– अभयचे मन म्हणे... 'लता गंधर्वलोकांतील एक परी आहे हेच खरे!'

लगेच त्याच्यापुढे लता निघून गेली तो दिवस उभा राही! जवळ जवळ तीस वर्षे एका खेडेगावाच्या सेवेला वाहून घेणाऱ्या आक्काच्या हृदयाचे सौंदर्य लतेच्या लक्षात आले नाही. तिला कोडाने विद्रूप झालेले तिचे शरीर तेवढे दिसले. खुळी पोर! जग काय नुसत्या सौंदर्याने भरलेले आहे? त्याला वाटे– गिरणीच्या पट्ट्यात हात सापडलेला मनुष्य पाहावयाला लता तयार होणार नाही. त्याच गिरणीत तयार झालेले सुंदर पातळ मात्र ती हसत हसत नेसेल! लतेत मालेपेक्षा बुद्धीचे सौंदर्य अधिक आहे, पण असले दुबळे सौंदर्य यक्षलोकांत चालेल. जिथे पदोपदी अज्ञानाशी, दारिद्र्याशी, दुबळेपणाशी आणि दुष्टपणाशी लढाई करायला हवी, अशा या सध्याच्या जगात त्याचा काय उपयोग आहे?

लतेच्या दुबळेपणाशी तुलना करता करता त्याला कावेरी, प्रमिला, ज्योती आणि आपली आक्का यांची आठवण होई. कावेरी सुंदर होती; एवढेच नव्हे तर आजोबांच्या आजारांतून तिच्या मनाची शक्ती किती मोठी आहे हेही दिसून आले होते. पण तिच्याविषयी विचार करताना अभयच्या मनात एक प्रश्न पुन्हा पुन्हा उभा राही. आजोबांविषयी कावेरीची ही भक्ती पूर्वी कुठे गेली होती? चारूलासुद्धा ती किती हिडीसफिडीस करीत असे; तिचा नट्टयापट्टयाचा सोस, उपभोगाची हौस, या साऱ्या गोष्टी दुबळेपणाच्या द्योतक नव्हत्या का? आपल्याला जे आयुष्यात मिळणे शक्य नाही त्याच्यासाठी झुरणे हे दुबळ्या मनाचेच लक्षण आहे!

लगेच त्याची न्यायबुद्धी म्हणे– कावेरीच्या दुबळेपणाची जबाबदारी तिच्यावर लादणे म्हणजे चोर सोडून संन्याशाला सुळी देण्यासारखे होईल. तिच्या आयुष्यात उदात्त असे काय आले होते! बळजबरीने झालेले लग्न, सृष्टिक्रमाने झालेला मुलगा– छे! कावेरीचा दुबळेपणा ही तिच्या करारी मनाची दुसरी बाजू असली

पाहिजे. दुर्दैवाने तीच आपल्याला नेहमी दिसत होती! आजोबा अर्धांगाने अंथरुणाला खिळले नसते तर– एक दुबळी सामान्य स्त्री म्हणूनच आपण तिच्याकडे पाहत राहिलो असतो! छे! संधी मिळाली असती तर तीही प्रमिलेसारखी–

प्रमिलेची आठवण झाली की अभयला स्वत:चे हसू येई. मालेच्या घरी जाऊ लागल्यापासून इतरांबरोबर त्यानेही प्रमिलेच्या सौंदर्याच्या अभावाची चेष्टा केली होती. मालेची धाकटी बहीण या दृष्टीनेच तो तिच्याकडे पाहत असे, हे खरे– पण आपल्या एखाद्या मित्राला ही मुलगी करून घे असे म्हणायला त्याचे मन वर्षापूर्वी मुळीच तयार झाले नसते. आता मात्र–

आता त्याचे मन प्रमिलेच्या व्यक्तित्वाने आकृष्ट केले होते. घरी पाहुणे आले की स्वयंपाकापासून वाढण्यापर्यंत ती आईला हातभार लावी. घरी कुणी आजारी असले तर त्याची शुश्रूषा करूनही ती वर्गातला आपला पहिला नंबर टिकवी. घरी आई अंथरुणावर असतानाही मॅट्रिकच्या परीक्षेत तिचा पन्नासाच्या आत नंबर आला होता. अभ्यास इतका चांगला असूनही पुस्तकातला किडा होऊन राहणे तिला कधीच आवडत नसे. हाताला मिळेल ते पुस्तक वाचायचे, त्याच्यावर विचार करायचा, त्यातले उतारे टिपून घ्यायचे, इत्यादी गोष्टींत तिला केवढा आनंद वाटे. त्याच्या मनात येई कॉलेजातल्या पहिल्या वर्षातल्या कितीशा मुली 'No pasaran', 'Confessions of an Average Man', 'The Mind in Chains' असली पुस्तके आवडीने वाचतील? प्रमिला सौंदर्याची माला नाही, कल्पकतेची कल्पलताही नाही, पण तिचे विकास पावणारे व्यक्तित्व किती मोहक आहे, किती तेजस्वी आहे!

प्रमिलेच्या या व्यक्तित्वाचा अभयला दर आठवड्याला अधिक अधिक साक्षात्कार होऊ लागला. ती नवी नवी पुस्तके वाचून आपल्या पत्रांतून त्याला शंका विचारी, कॉलेजातले आणि बाहेरचे अनेक प्रसंग वर्णन करून त्यांच्यावर टीका करी; आणि अधून मधून, 'तुम्ही तिकडे एकटे असला तरी तुमचे जेवणाचे हाल होत नाहीत अशी माझी खात्री आहे. कारण सांगू का? मी पानावर बसले की तुमची आठवण करते. आणि मनातल्या मनात तुम्हाला नैवेद्य दाखविते. नैवेद्य न खाता देवाचे पोट भरते ना? मग तुमचंही भरायलाच हवे!' असे काहीतरी गंमतीने लिही. या पत्रामुळेच माला आणि लता यांच्यापेक्षा अभयला प्रमिला अधिक जवळची वाटू लागली.

आक्काचेही दर आठवड्याला पत्र येई. पण तिचे एकही पत्र प्रमिलेप्रमाणे तन्मयतेने लिहिलेले नसे. प्रत्येक पत्रात तोच तोच ठरावीक मजकूर असायचा– 'प्रकृतीला सांभाळून राहा! गोरगरिबांची सेवा करणं वाईट नाही, पण टॉयफॉईडसारखे रोग सांसर्गिक असतात, तेव्हा तसल्या रोग्यांपाशी बसत जाऊ नकोस. प्रमिला

एक दिवसाआड माझ्या गोष्टीला येऊन बसते. शिवाय खुन्या मुरलीधराच्या देवळात काशीच्या एका पंडितांची प्रवचनेही सुरू आहेत. त्यामुळे माझा वेळ सहज निघून जातो. एखादेवेळी कंटाळा आला तर चारू आहेच की! गुलाम, 'अभयदादा वाघाची शिकार करून कधी येणार?' म्हणून दररोज विचारतो. आजोबा काही या दुखण्यातून उठतील असे दिसत नाही. माणूस असेपर्यंत त्याची किंमत कळत नाही हेच खरे. बाकी आजोबांचे दुखणे कावेरीने जिवाला फार लावून घेतले आहे असे दिसते. ती तर कुणाशी बोलतसुद्धा नाही आताशी! तू असताना तो मोतीराम आजोबांच्या बिऱ्हाडी तास-तास बसत असे. पण आता तो फारसा फिरकतही नाही. आणि आलाच तर कावेरीशी पाच-दहा मिनिटे बोलून माझ्याकडेच येऊन बसतो. लतेची आई भेटली होती. तूच लतेला एका चित्रपटात काम करून पाहायला सांगितले आहेस असे ती म्हणत होती! या गोष्टींपलीकडे तिच्या आठ-दहा पत्रांत काहीच नव्हते!

ज्योतीची पत्रे अनियमितपणे येत आणि बहुधा लहान असत! पण त्यातले एखादेच वाक्य चार चार दिवस अभयला आठवत राही. नरेंद्रला अधूनमधून ताप येतो ही गोष्ट अभयला कळवताना तिने लिहिले होते– 'मला अधूनमधून थट्टा करण्याची लहर येते ना, तसा त्याला ताप येतो!' मनुष्य म्हणून जगण्याचा आपला हक्क आहे ही जाणीव किसानांत आणि कामकऱ्यांत तीव्र झाल्याखेरीज आजचे प्रश्न सुटणार नाहीत, हा आपला अनुभव सांगताना तिने एक विचित्रच दाखला दिला होता– 'मूल झालं की आईला आपोआप पान्हा फुटतो. क्रांतीमागून प्रगती तशीच येते. पण गांधींना नि गांधीछाप काँग्रेसला या बाळंतपणाच्या वेदनांवाचून पुत्रमुख पाहण्याची इच्छा आहे! त्यांच्या अलीकडच्या चळवळी म्हणजे वांझेने कचकड्याची बाहुली पाजायला घेण्यातला प्रकार आहे झालं!'

ज्योतीच्या पत्रांतले असे विचार वाचले की एका खेड्याची तीस वर्षे सेवा केलेल्या त्या आक्काची अभयला आठवण येई. बाजाराला आलेले खेड्यातले लोक आक्का गेल्यामुळे आपल्या मुलाबाळांचे औषधपाण्याचे कसे हाल होत आहेत हे त्याला नेहमी सांगत. ते ऐकले की त्याला वाटे त्या आक्काने आपले आयुष्य किती सार्थकी लावले. नाहीतर आपली आक्का– त्यागाच्या दृष्टीने त्या आक्काएवढीच मोठी, पण आपला आक्काचा सारा त्याग कुटुंबाकरिता झाला– त्या कुटुंबाला भोग मिळावा म्हणूनच झाला. आपल्या भावाने त्याग करावा ही कल्पनासुद्धा तिला आता पटत नाही!

ती आक्का– आपली आक्का– ज्योती– तिघींतही एकाच प्रकारचे तेज असले पाहिजे. पण– अवघे एक घर प्रकाशित करण्यापलीकडे आपल्या आक्काचा उपयोग झाला नाही; एका गावाला प्रकाश देण्यापलीकडे त्या आक्काचा उपयोग

झाला नाही; ज्योती तेवढी–

ज्योती कशी दिसत असेल? मालेसारखी? लतेसारखी: छे! प्रमिलेसारखी!

कर्तृत्वाचा सौंदर्याशी काही संबंध नाही हे कळत असूनही अभयच्या डोळ्यांपुढे ज्योतीची जी मूर्ती उभी राही ती सुंदरच असे.

ही स्मृतिचित्रे आणि कल्पनाचित्रे त्याची विश्रांतीच्या वेळी करमणूक होऊन बसली. सकाळपासून संध्याकाळपर्यंत तो बाहेर फिरत असे. कोळी, शेतकरी, मजूर, हरिजन यांच्या घरी जायचे, त्यांच्याशी सुखदु:खाच्या गोष्टी बोलायच्या, कुणी आजारी असले तर त्याला औषधपाणी सुचवायचे, हा त्याचा नित्याचा कार्यक्रम होता. रांपण घालायला जाणाऱ्या कोळ्यांबरोबर तो अनेकदा होडीतून जाई. पोटाकरिता दररोज समुद्राच्या अक्राळविक्राळ जबड्यात नाचत जाणाऱ्या त्या खेडवळ जिवांच्या धिटाईचे त्याला कौतुक वाटे. शेतकऱ्यांबरोबर वायंगण लावायलाही त्याने कमी केले नाही. चार कुडव तांदूळ पदरात पडण्याचा आशेने उन्हाळ्यातले हे भात शेतकरी किती कष्टाने पिकवतो हे जेव्हा त्याने डोळ्याने पाहिले तेव्हा नरेंद्रने, 'जीवनग्रंथ घरात बसून कुणालाही वाचता येत नाही' असे का लिहिले होते याची कल्पना आली. नारळाच्या झाडावर चढण्याचा त्याने एक-दोनदा प्रयत्न केला. पण त्या कामाचा अवघडपणा त्याला लवकरच कळला. त्यामुळे एखाद्या बागेत नारळाचे पाडप सुरू असले की पायात दोर अडकवून आणि कंबरेला कोयता लटकावून झपाझप माडावर चढणाऱ्या माणसाकडे तो पाहतच राही.

शिरोड्याला जाऊन त्याने रखरखणाऱ्या उन्हात मिठागारात कष्ट करणारी माणसे पाहिली; वेंगुर्ल्यासारख्या ठिकाणी चार चार मैलांवर भाज्यांनी भरलेल्या जड टोपल्या घेऊन येणाऱ्या किरिस्तावणी पाहिल्या; आणि रात्रभर जागून बेळगावहून अगर कोल्हापूराहून माल घेऊन येणाऱ्या गाडीवानांच्या बरोबरही त्याने गोष्टी केल्या. त्याला एक गोष्ट पुरी कळून चुकली– समाजात बेगडी देवाची पूजा होत आहे आणि खरे देव देव्हाऱ्याबाहेर पायांखाली तुडवले जात आहेत.

हळूहळू या कटु अनुभवांतला नवेपणा कमी झाला. पण प्रमिलेला पत्र लिहायच्यावेळी तो जेव्हा त्या आठवड्यात अनुभवलेल्या प्रसंगांची आठवण करू लागे, तेव्हा विविध सामाजिक अन्यायांच्या स्मृतींनी त्याच्या मनाला झालेल्या जखमा अधिकच खोल होत. आसपासच्या एक दोन खेड्यांत तो दर आठवड्याला जाऊन येई. या छोट्या प्रवासातही आपल्या समाजात माणुसकी किती कमी झाली आहे, याचे एखादे दुसरे दृश्य त्याच्या दृष्टीला पडे. एका खेडेगावात देवळाच्या जीर्णोद्धाराकरिता दोन हजार रुपये जमले होते. मात्र उन्हाळ्यात

महारांना प्यायलासुद्धा पाणी मिळत नाही याची दाद कुणी घेत नव्हते. डॉक्टरांना द्यायला पैसा नाही म्हणून एका गरीब आईने आपले मूल तापाने तडफडत असून काही उपाय केला नाही, हे त्याने डोळ्यांनी पाहिले. ते मूल मेल्यावर तिने एवढेच उद्गार काढले, 'तेही सुटले नि मीही सुटले. आता काही पुन्हा मरणार नाही ते!'

या अनुभवांनी हळूहळू त्याची झोप नाहीशी झाली. आठवड्यामागून आठवडे आणि महिन्यामागून महिने जात होते. पण अभयच्या डोक्यात एकच विचारचक्र सुरू होते– 'आपण आता काय करायचे?'

दत्तोपंतांचे मध्येच, 'तुम्ही परत केव्हा येणार? वकिली केव्हा सुरू करणार?' अशा अर्थाचे पत्र आले. अभयने त्याचे उत्तर पाठवले– 'मी वकिली करणार आहे. पण ही कोर्टातली नाही, समाजातली आहे. आजच्या समाजात खरे गुन्हेगार मोकळे आहेत. ते बंगल्यात राहतात, मोटारी उडवतात, चैनी करतात. त्यांच्या गुन्ह्यांची शिक्षा मात्र दुसऱ्याच निरपराधी लोकांना भोगावी लागत आहे. या निरपराधी लोकांचे मी वकीलपत्र घेणार आहे!'

पुढे काही दिवसांनी आजोबा एकाएकी वारल्याचे आक्काचे पत्र आले. 'सुटले बिचारे!' असे तिने पत्र लिहिले होते. अभयच्या डोळ्यांत आजोबांच्या आठवणीने पाणी उभे राहिले. तो समुद्राच्या किनाऱ्यावर एका बाजूला जाऊन बसला. मन थोडेसे हलके झाल्यावर त्याने आजोबांच्या आत्मचरित्रातला तो कागद अक्षरशः वाचला. त्याला भास झाला– आजोबा हसून आपल्याला म्हणत आहेत, 'खुर्दा जाऊ दे, मोहरा हरवू देत! तेवढे दोन मोती मात्र गळू देऊ नकोस– ध्येयावरची भक्ती आणि दुसऱ्याचं दुःखं जाणण्याची शक्ती!'

मनातल्या या वादळापुढे भोवतालच्या सृष्टीतले बदल आणि वर्तमानपत्रांतल्या विविध बातम्या यांच्याकडे अभयचे फारसे लक्षच जाईना. काजूंच्या झाडावर तांबडे पिवळे बोंडू लटकू लागलेले त्याने पाहिले. बाजारात येणाऱ्या सुरंगीच्या फुलांच्या माळांभोवती भुंगे किती जमतात हेही त्याने पाहिले. लुसलुशीत शेंगांची आणि फणसाची भाजी त्याला शेतकऱ्यांच्या घरी केव्हा तरी खायला मिळू लागली. पुढे पिकलेल्या फणसाचा वास बाजारात पसरू लागला. जणू काही हिरव्या चाफ्याच्या राशीच्या राशी कुणीतरी आणल्या आहेत आणि त्या फुलांचा हा वास आहे अशी कल्पना या वेळी अभयच्या मनात येऊन गेली. त्याला वाटले– फळाफुलांची ही रम्य दृश्ये लतेला फार आवडली असती! कोकणातल्या खेड्यात जेवढे सृष्टीचे सौंदर्य आहे, तेवढेच जीवनाचे दारिद्र्य आहे, याची तिला कल्पना तरी असेल का?

त्याला हसू आले– लता आपल्याबरोबर राहिली असती तरीसुद्धा तिला ही

कल्पना आली नसती हा विचार त्याच्या मनात आला. त्याला वाटले– तिने सुरंगीच्या माळा माळल्या असत्या, पिकलेल्या फणसाचा एखाद्या लहान मुलाप्रमाणे वास घेतला असता, वालीच्या हिरव्या शेंगा खाल्ल्या असत्या आणि फार फार तर त्यांच्यावर दोन रूपक कथा लिहिल्या असत्या. लता हे फुलपाखरू आहे. तिला या जगातल्या काट्यांची कधीच कल्पना यायची नाही. एका फुलावरून दुसऱ्या फुलावर–

ही फुलांची कल्पना मनात येताच लतेचे वर्तमानपत्रात आलेले दोन-तीन फोटो अभयला आठवले. 'मातृभूमी' चित्रात तिचे काम किती सुंदर होत आहे याविषयीच्या बातम्या वर्तमानपत्रांत नेहमी येत असत. त्या बातम्यांखाली केव्हा तरी चित्रातल्या तिच्या भूमिकेचा फोटोही येई. प्रत्येक फोटोत तिचे शारीरिक सौंदर्य उठून कसे दिसेल याकडेच मुख्यतः लक्ष दिलेले दिसे. एका फोटोत तर ती ओलेती असून तिच्या पाठीवरला पदर गळून बाजूला पडला आहे असे दाखवले होते.

लतेचे असले फोटो पाहून त्या वर्तमानपत्रावर अभय खूप रागावला होता. इतक्या दिवसांत त्यांनी चांगली अशी एक बातमी त्याला आणून दिली होती! ती म्हणजे प्रमिला पहिल्या वर्गात पास झाली ही! ती वाचताना त्याच्या मनात आले– आता आपण तिला बक्षीस द्यायला हवे! काय बरं मागेल ती आपल्याकडे? एखादे सुंदर पुस्तक?

'मी मागेन ते बक्षीस द्याल?' हा प्रश्न करणारी प्रमिलेची मूर्ती डोळ्यांपुढे पुन्हा पुन्हा उभी करण्यात त्याला आनंद होऊ लागला.

अभयला पुणे सोडल्याला सहा महिने होत आले. त्याचे मन म्हणू लागले नरेंद्रने सांगितल्याप्रमाणे आपण लक्ष लावून जीवनग्रंथांची काही पाने वाचली– अगदी पारायण केले त्यांचे! पण या पारायणाची फलश्रुती काय?

सात वर्षांत शरीर बदलते म्हणतात. पण आपली जगाकडे पाहण्याची दृष्टीच या सहा महिन्यांत बदलून गेली. आपली कॉलेजातली सुधारणेची कल्पना– सुधारणा म्हणजे प्रीतिविवाह, सहभोजन– छे! सामाजिक मनाची कल्पनाच आपल्या समाजाला नाही. ती आधी निर्माण केली पाहिजे. रानटी स्थितीतून पुढे येताना ज्या कौटुंबिक, सामाजिक आणि आर्थिक कल्पना समाजाला हितकारक झाल्या त्यांनीच आपला आजचा समाजही बांधला गेला आहे. मनाची वल्कले सोडायला काही आपण अजून तयार नाही. रानटी काळात माणसे पशूंसारखी जगत. दुबळ्याने बलाढ्याच्या भक्ष्यस्थानी पडायचे हीच नीती त्यावेळी प्रचलित असे. पण महाभारतासारखे ग्रंथ, शाकुंतलसारखी नाटके, शिवाजीसारखे योद्धे

आणि तुकारामांसारखे संत होऊन गेले तरी अजून आपल्या समाजावर त्याच पुराण्या नीतीचा पगडा कायम असावा हे केवढे आश्चर्य आहे? पन्नास वर्षांपूर्वीच्या सुधारकांनी जातीविरुद्ध आकांडतांडव केले ते ठीक होते. पण रोटी-व्यवहार सर्रास होण्यापेक्षा सर्वांना रोटी मिळण्याचा प्रश्न अधिक महत्त्वाचा नाही का? बेटीव्यवहाराला निर्बंध असू नयेत यापेक्षा स्त्रीला दारिद्र्यामुळे शील विकण्याची पाळी येऊ नये, लहान मुले अन्नाच्या अथवा औषधाच्या अभावी मृत्युमुखी पडू नयेत ही गोष्ट अधिक महत्त्वाची नाही का? पण पांढरपेशांच्या साऱ्या सुधारणा वैयक्तिक मनातून स्फुरतात. सामाजिक मनच त्यांना असत नाही. जिथे एक वर्ग दुसऱ्या वर्गाला गुलामगिरीत ठेवतो, जिथे बुद्धीच्या अथवा शरीराच्या श्रमाची किंमत आळशी मिरासदारीपेक्षा हलकी मानली जाते, सत्ता आणि संपत्ती या कात्रीत गरिबांच्या चिंधड्या उडत असल्या तरी जिथे समाजदेवता ते हूं की चू न करता पाहते–

गांधीवाद! गांधींनी बहुजन समाजाला साधेपणने अंकित केले. अन्न, वस्त्र, राहणी या साऱ्या गोष्टीत गरिबांना जवळची वाटणारी माणसेच त्यांच्या मनात क्रांतीची बीजे टाकू शकतील. पण गांधींना क्रांती कुठे हवी आहे? यंत्रयुगाने निर्माण झालेले प्रश्न ते पोथ्यापुराणांतल्या तत्त्वज्ञानाने सोडविण्याचा प्रयत्न करीत आहेत! व्यक्तीचे प्रश्न आत्मिक असू शकतील; पण समाज आत्मिक तत्त्वज्ञानावर जगत नाही ही गोष्ट गांधींच्या गावीही नाही; मद्यपानबंदीइतकेच संततिनियमनाचे ज्ञान गरिबांना करून देणेही आवश्यक आहे. पण गांधी गरीब जोडप्यांना सल्ला देणार– तुम्ही भावाबहिणींप्रमाणे राहा. गांधींना हृदय आहे; पण सामाजिक मन नाही! समाजातल्या माणसाचे सुखदुःख त्यांना त्याच्या दृष्टीने पाहताच येत नाही!

समाज सुखी करायला आधी सामाजिक मन निर्माण केले पाहिजे. मानवी हक्कांकरिता झगडायला, लढायला, प्रसंगी मरायलाही ज्यावेळी दलित वर्ग तयार होईल त्याच वेळी आजचे बिकट प्रश्न सुटतील.

सामाजिक मन जागृत करायचे हेच आपल्या पिढीचे पहिले कर्तव्य आहे, असे अभयने ठरविले तेव्हा कुठे त्याच्या डोक्यात थैमान घालणारे वादळ थोडे शांत झाले.

पुण्याला जाऊन आक्काला भेटून यावे व नंतर आपल्या कामाला सुरुवात करावी असा त्याने विचार केला. इतक्यात त्याच्या हातात एके दिवशी सहा पत्रे पडली. त्यातल्या दोन पत्रांवरचे अक्षर त्याला अगदीच अपरिचित होते. म्हणून त्याने ती बाजूला ठेवली.

त्याने प्रथम ज्योतीचे पत्र उघडले. तिने लिहिले होते...

'स्पेनमध्ये कामगारांच्या पक्षाचा पराभव झाला हे ऐकल्या दिवसापासून नरेंद्रने अंथरुण धरले आहे. त्याच्या तापाचे लक्षण काही बरे दिसत नाही. किती फिकट झाला आहे तो! भाई अभय, त्याला भेटायला तू येशील का? खूप खूप आनंद होईल त्याला. त्याचे सारे काम मी करते– पण हल्ली मलाही चालणे, बोलणे, जागरणे करणे सोसत नाही. पंधरा दिवसांपूर्वी तुला एक आनंदाची गोष्ट कळवायचे नरेंद्रने ठरविले होते. पण या बारा दिवसांत तो अंथरुणावरून उठलाच नाही. त्याची शक्ती पळापळाला कमी होत आहे. कुठल्या तरी चांगल्या डॉक्टरला त्यांची प्रकृती दाखवावी म्हणते. त्याला बरे वाटले तर ती आनंदाची बातमी मीसुद्धा तुला कळवीन हं!'

दुसरे पत्र आक्काचे होते...

'तुला जाऊन सहा महिने झाले. जूनपासून मुंबईत एका मोठ्या वकिलाच्या हाताखाली तुला काम करायला मिळेल असे वाटते. तरी पत्र हातात पडताच निघू ये!'

लतेचे पत्रही असेच त्रोटक होते...

'अभय 'मातृभूमी'चा हा दुसरा आठवडा! एकाच आठवड्यात मी किती लोकप्रिय झाले आहे म्हणून सांगू! रस्त्याने माझी मोटार जाऊ लागली की– तुम्हाला कळायचे नाही ते! पण माझा चित्रपट पाहायला एकदा मुंबईला याल की नाही?'

पुढचे पत्र मालेचे होते. ते उघडताना अभय साशंक झाला. इतके दिवसांनी मालेचे आपल्याला एकदम पत्र का यावे ही त्याला आलेली शंका निराधार नव्हती. मालेचे कांचनशी लग्न होताच कांचनबरोबर ती कानपूरला जाणार होती. देवदत्ताच्या ओळखीने त्याला तिथल्या एका गिरणीत मोठ्या पगाराची नोकरी मिळाली होती. पत्राच्या शेवटी मालेने लिहिले होते...

'अभय गौरीहार पूजल्यानंतर तुमच्यावर प्रेम होते हे बोलून दाखविणे पाप ठरेल. मी हे पत्र आधीच लिहून टाकीत आहे.

तुमच्यावर प्रेम असूनही माझे कांचनांच्यावर कसे प्रेम बसले याचे माझे मलाच नवल वाटते. एकाच वेळी दोघांवर प्रेम करणे हे पाप आहे. असेल! पण अशक्य खास नाही.

खरं सांगू? पहिल्यापासून तुमची भीती वाटत होती मला! एका रूपाखेरीज माझ्यापाशी दुसरे काय आहे? कांचन तुमच्या मानाने कितीतरी दुबळे आहेत. त्यामुळे त्यांची मला भीती वाटत नाही. तुम्ही कोकणातल्या खेड्यांत कसे राहता, काय करता, हे प्रमिला वरचेवर सांगे– त्याने तर माझी भीती अधिकच वाढली. तुम्ही समुद्रात पोहणारे शूर पुरुष आहात... मी तीरावर बसून वाळूत घर बांधणारी अल्लड मुलगी आहे! मला तुमच्याबरोबर उडी टाकायचा धीर कसा व्हावा?

एवढे एकच कारण असते तर माला तुमच्या मूर्तीची पूजा करीत कुंवार राहिली असती! पण कांचनच्या वैभवाचा मोह मला भुलवीत होता आणि त्यांतच–

बाबांनी काकांचे म्हणणे ऐकले नाही. मंत्रिमंडळात कुणालाही भीड घातली नाही. शेवटी व्हायचे तेच झाले. काकांची नोकरी गेली. ते आता पैसुद्धा पाठवीत नाहीत आम्हाला. मागच्या पैशांबद्दल बाबांवर फिर्याद करणार आहेत म्हणे ते! बाबांनी सारा जन्म खादीच्या आणि हरिजनांच्या कामात काढला. प्रपंचाचा एवढा मोठा पसारा सांभाळायला लागणारा पैसा त्यांनी कुठून आणायचा? मी कुंवार राहून काही बाबांची ही चिंता दूर होणार नव्हती.

कांचनांशी लग्न करण्याचे हे कारण तुम्हाला खरे वाटेल ना? काही वाटो तुम्हाला! माला दुबळी आहे, खुळी आहे हे खरे. पण तिचे अभयवर प्रेम होते हेही तितकेच खरे!

डोळ्यांत पाणी उभे राहिले आहे. पत्रावरली अक्षरेच दिसत नाहीत तेव्हा–

तुमची असलेली
पण तुमची नसलेली,
माला'

अभयने खिन्नपणे हसत पुढले पत्र उघडले. त्यांत एवढाच मजकूर होता...

'मी मोठ्या संकटात आहे. बहिणीने भावाच्या तोंडाकडे पाहायचे नाही, तर काय करायचे? लवकर याल का?

–अभागी कावेरी'

अभयला या योगायोगाचे नवल वाटले प्रत्येक पत्र त्याला खेड्यांतून बाहेर बोलावीत होते.

शेवटचे अनोळखी अक्षराचे पत्र त्याने फोडले. त्याने सही पाहिली...

'लतेची आई'

आरंभीच तिने लिहिले होते...

'अभय, एक आई तुमच्यापुढे पदर पसरून भीक मागत आहे. ही आई पापी आहे. पण ती पापी आहे म्हणूनच तिला आपल्या मुलीच्या आयुष्याची अधिक भीती वाटायला लागली आहे.

अभय, सहा महिन्यात लता इतकी हाताबाहेर गेली आहे की– असाल तसे निघून या. एका आईच्या तळमळणाऱ्या हृदयासाठी, निदान तुमच्या लतेसाठी तरी या!'

☐

रक्तांत भिनलेले विष

❖❖❖❖❖❖❖❖

बोट चांगलीच हलत होती. पण अभयचे मन तिच्याहून अधिक हलत होते. एकदा त्याला वाटे– बायका फार भित्र्या असतात. चांदण्यातल्या सावल्या त्यांना भुतांसारख्या भासतात. लता त्या एफ्. सूर्यरावांबरोबर मोटारीतून फिरत असेल, एखाद्या नटाशी हसतखेळत बोलत असेल आणि पराचा कावळा करणारे लोक हे पाहून तिच्याविषयी वाटेल ते बडबडत असतील. समाजाचे डोळे लहान मुलासारखे असतात. तान्ह्या मुलाला एकदम प्रकाशात नेले की ते डोळे मिटून घेते, तशी कुठलीही नवी गोष्ट पाहिली की समाजाची स्थिती होते. लता नटी झाली म्हणून त्यात भिण्यासारखे काय आहे एवढे मोठे?

लगेच त्याचे मन दुसऱ्या टोकाला झुके! त्याला वाटे– समाजात स्त्री अजून सुरक्षित नाही. रानटी पुरुषाच्या कामुकतेने सध्या सभ्य स्वरूप धारण केले आहे, हे खोटे नाही. एकदम एखाद्या स्त्रीचा हात धरून पुरुष पूर्वीप्रमाणे तिला पळवून नेत नाही, पण तिच्या दारिद्र्याचा किंवा दुबळेपणाचा फायदा घ्यायला तो नेहमी तयार असतो. सत्ता आणि संपत्ती यांची जाळी पसरून ठेवली की त्यात अल्लड हरिणाक्षी सहज सापडतात. याचे प्रत्यंतर मजुरांच्या गिरण्यांपासून सुशिक्षितांच्या शाळा-कॉलेजांपर्यंत सर्वत्र येते. वेळोवेळी कानांवर आलेल्या असल्या कितीतरी करुण कथा आगबोटीच्या कठड्यापाशी विमनस्कपणे उभ्या राहिलेल्या अभयला आठवल्या.

त्याच्या मनात विलक्षण अस्वस्थता उत्पन्न झाली. लतेला सिनेमात जाऊन जवळजवळ सहा महिने झाले. चित्रपटसृष्टी म्हणजे मोहाचे आगर– दुसरी मयसभाच! लतेसारख्या अष्टौप्रहर स्वप्नसृष्टीत वावरणाऱ्या मुलीला मयसभेत जिथे पाणी दिसते तिथे दगड असतात हे कळणे शक्य आहे काय? आणि हे न कळल्यामुळे ती फसली असली तर–

लतेच्या आईच्या पत्रातली भीती सर्वस्वी निराधार नाही हे अभयला मनातल्या

मनात कबूल करावे लागले.

मुंबईत उतरल्याबरोबर एका कोपऱ्यावर 'मातृभूमी' चित्रपटाचे एक मोठे पोस्टर अभयला जाता जाता दिसले. तो त्या चित्राकडे पाहतच राहिला! लतेचे चित्र होते ते! विशाल डोळे आणि गालावरली खळी हे तिच्या चेहऱ्याचे विशेष चित्रात हुबेहूब उतरले होते. त्या चित्रात एवढेच असते तर ते अभयला आवडले असते. पण पाहणाऱ्याची कामुकता जागृत होईल असे तिच्या अंगोपांगाचे उत्तान प्रदर्शनही त्यात होते. अभयच्या मनात आले– हे चित्र कोपऱ्या कोपऱ्यांवर लावले गेले असेल, ते पाहून लतेला चीड यायला हवी होती; तिने ते फाडून टाकायला–

पलीकडे ट्राममध्ये मोतीराम चढत आहे असे वाटल्यामुळे अभयने त्याला हाक मारली. त्याने ती ऐकली, मागे वळून पाहिले आणि लगेच तो ट्राममध्ये गुप्त झाला. फार दिवसांनी आपली गाठ पडत असताना मोतीरामने आपल्याकरिता पाच मिनिटेसुद्धा थांबू नये याचे अभयला आश्चर्य वाटल्यावाचून राहिले नाही.

त्याला लतेच्या स्टुडिओचा पत्ता मोठ्या कष्टाने मिळाला. तिथे गेल्यावर एफ. सूर्यराव आजारी असल्यामुळे आज शूटिंग बंद आहे असे त्याला कळले. त्याच्यासारख्या सामान्य मनुष्याचे लतेशी काही काम असणे शक्य नाही, असा तर्क करून सुटाबुटांत वावरणाऱ्या दोन-तीन लोकांनी त्याला तिचा घरचा पत्ता सांगण्याची टाळाटाळच केली. शेवटी पहारेकऱ्याच्या हातावर चिरीमिरी देऊन त्याने तो पैदा केला.

पण लतेच्या उत्कृष्ट रीतीने शृंगारलेल्या फ्लॅटमध्ये त्याला एक बाल्या तेवढा भेटला. बाईसाहेब, बुवासाहेबांबरोबर कुठलीशी लेणी पाहायला गेल्या आहेत. त्या रात्री नऊ दहा वाजता परत येतील, एवढी माहिती त्याच्याकडून त्याला कळली. बुवासाहेब हे एफ्. सूर्यरावांना त्या बाल्याने ठेवलेले नाव असावे हे अभयच्या लक्षात यायला फार वेळ लागला नाही. 'कोन आलं होतं म्हून सांगू?' या त्याच्या प्रश्नाला अभयने, 'तुमचा भाऊ आला होता म्हणून सांग' असे उत्तर देताच त्याची कळी खुलली. 'काल आईसाहेब आल्या होत्या, त्यांचं नि बाईसाहेबांचं मोठं भांडण झालं,' इत्यादी गोष्टी त्याने मोठ्या रंगात येऊन अभयला सांगितल्या.

अभयला रात्रीपर्यंत कुठे तरी वेळ काढायलाच हवा होता. दुपारी राइसप्लेटला आश्रय देताना अभयने वर्तमानपत्रात एका कामगार सभेची बातमी वाचली. काही गिरण्यांनी रात्रपाळी बंद केली होती, आणि पुष्कळ गिरण्या पगारकपातीची भाषा बोलू लागल्या होत्या. त्यासाठी मजुरांची ही सभा होती.

या सभेला जमलेल्या हजारो कामगारांकडे आणि त्यांना आपल्या हक्काची जाणीव करून देणाऱ्या पुढाऱ्यांकडे पाहता पाहता अभयला वाटले– या जगाची लतेला कल्पना तरी असेल का?

सभेहून तो 'मातृभूमी' बोलपट पाहायला गेला. लतेने आपले काम मोठ्या मोकळेपणाने केले होते. तिचे पहिले गाणेही फार गोड होते. पण चित्रपट पाहता पाहता अभयला त्याचा तिरस्कार येऊ लागला. 'मातृभूमी' या नावावरून या चित्रपटात एखादी देशभक्तीची गोष्ट असावी अशी त्याने कल्पना केली होती. पण हे नाव लोकांना फसविण्याकरिता दिले आहे हे त्याला लवकरच कळून चुकले. ती एक मामुली प्रणयकथा होती पण तिच्यातले शृंगाराचे रंग इतके भडक होते की–

'यशस्वी चित्रपट कसा काढावा?' या मथळ्याखाली सात-आठ महिन्यांपूर्वी वाचलेल्या एका विनोदी लेखाची अभयला आठवण झाली. त्या लेखकाने लिहिले होते–

चित्रपटातल्या प्रत्येक पात्राने शक्य तितका आचरटपणा करावा. बोलण्यापेक्षा कृतीचे महत्त्व केव्हाही अधिक असते, हे या बाबतीत अवश्य लक्षात ठेवावे. एखादी आचरट कोटी करण्यापेक्षा मुलगा जर उडी मारून बापाच्या पाठीवर बसला किंवा नायिकेने नायकाचा गालगुच्चा घेतला तर त्याचा चित्रपटाला अधिक फायदा होतो! दुसरी गोष्ट– नायिका सुस्वरूप असेल तर ठीकच आहे. साहजिकच तिच्यावर लोक खूष होतील. नसल्यास तिला शरीराचे जेवढे चित्रविचित्र प्रदर्शन करणे शक्य असेल तेवढे करावे. असली प्रदर्शने नेहमीच यशस्वी होतात. विकच्छ नायिकेची छत्री वाऱ्याने उडून जाऊन ती तनुलतिका पावसात भिजत आहे असे दाखविले तर बॉक्स-ऑफिसचा प्रश्नच उरणार नाही. याच प्रसंगांतून कॉमेडीही उत्पन्न करता येईल. ती उघडणारी छत्री एखाद्या गाढवाच्या डोक्यावर जाऊन बसली असे दाखवावे! तिसरी गोष्ट– गाण्यात शृंगाराचा गरमागरम मसाला भरपूर वापरावा. 'हं मदंग कर लावू नका तुम्ही दूर सरा हो सरा! खराच नसतो धीर नरा!' या एका पदासाठी आजच्या पिढीचे कितीतरी आजोबा एक भिकार नाटक पन्नास वेळा पाहत होते. त्याच आजोबांचे रक्त त्यांच्या नातवांच्या अंगात खेळत नाही असे कोण म्हणेल?

अभयला त्या लेखातील असल्या कितीतरी गोष्टी आठवल्या– तो लेख पुढे ठेवनूच 'मातृभूमी' चित्रपट तयार केला असावा असे त्याला वाटले. तो मध्येच थिएटराबाहेर चालता झाला.

साडेनऊच्या सुमाराला अभय लतेच्या बिऱ्हाडी आला तेव्हासुद्धा त्याच्या

मनाची काहिली कमी झाली नव्हती. त्याच्या डोळ्यांपुढे दोन चित्रे आलटून पालटून उभी राहत होती... आनंदाने कष्टाला तयार असूनही बेकारीचे भूत ज्यांना भेडसावीत होते अशा श्रमिकांचा तो समुद्र आणि करमणुकीच्या नावाखाली आपल्या विकृत मनोवृत्तीची तृप्ती करून घेणारा प्रेमिकांचा हा संमर्द!

अभयने घंटा वाजवली तेव्हा सकाळच्या गड्याने दार उघडले. अभयने विचारले, 'लताबाई आल्या का?'

'व्हय्... नाही!'

उत्तर देताना तो इतका का गोंधळला हे अभयला कळेना. तो सरळ पुढे गेला.

हॉलमध्ये एका वर्तुळाकार मेजावर दोन बाटल्या आणि तीन-चार ग्लास त्याला दिसले. खुर्चीवर बसलेल्या पुरुषाने दाराकडे पाठ केली होती. पण डोक्यावरल्या केसांचा अस्ताव्यस्त भार ती व्यक्ती एफ्. सूर्यराव आहे हे उघड उघड सुचवत होती. अभयने आत पाऊल टाकले तेव्हा लतेच्या पेल्यात एफ्. सूर्यराव सोडा ओतीत होता. लतेने तो पेला टेबलावरून उचलला आणि तोंडाला लावण्याकरिता वर नेला. इतक्यात तिची नजर दारातून येणाऱ्या अभयकडे गेली. पेला तिच्या हातातून खाली पडला आणि खळकन् फुटला.

'Oh! What's the matter dearie?' असा प्रश्न करीत एफ्. सूर्यराव तिच्याजवळ जाण्याकरिता उठले. पण अभयला पाहताच ते जागच्या जागी उभे राहिले.

लगेच त्याच्या अंगावर खेकसून ते म्हणाले, 'Get out, you brute'

सरळ पुढे व्हावे आणि एफ्. सूर्यरावांच्या श्रीमुखात द्यावी असे अभयच्या मनात आले. पण इतक्यात थरथर कापणारी लताच त्या दोघांच्या मध्ये येऊन उभी राहिली.

'कोण जंगली मनुष्य आहे हा?' एफ्. सूर्यरावांनी प्रश्न केला.

'माझे मित्र आहेत ते!'

'त्यांना चालते व्हायला सांग!'

स्वरावरून स्वारीने बरीच झोकली असावी असा अभयने तर्क केला.

'ते जाणार नाहीत!' लतेने उत्तर दिले.

'हा इथून जाणार नाही? मग माझ्याशी कशाला लग्न करतेस. त्याच्याशीच कर की!' विकट हास्य करती एफ्. सूर्यराव हॉलमधून बाहेर गेले.

अभय एखाद्या दगडी पुतळ्याप्रमाणे स्तब्ध होता. त्याने लतेकडे पाहिले. तिच्याशी एक अक्षरही न बोलता निघून जावे असे त्याला वाटले. त्याने पाठ फिरवली. इतक्यात धाडकन आवाज झाला. त्याने वळून पाहिले. लतेने कोचावर

अंग टाकले होते. ती स्फुंदूनस्फुंदून रडत होती.

अभयला तिची कीव आली. तो तिच्याजवळ जाऊन म्हणाला, 'लता, माझ्याबरोबर चल!'

'कुठं?'

'या नरकाबाहेर!'

'तुम्ही पुण्याला परत आला?'

'हो!'

लतेने मोठ्या आशेने मान वर करून अभयला विचारले, 'वकिली करणार?'

'नाही!'

ती निराशेने मान खाली घालून पुन्हा स्फुंदू लागली. अभयला याचा अर्थच कळेना. क्षणभर स्तब्ध राहून तो म्हणाला, 'लता, माझ्याबरोबर यायची तुझी तयारी आहे?'

'कुठं?'

'कुठंही, आपल्या मातृभूमीच्या पाठीवर कुठंही!'

'कशाला?'

'खेड्यांतल्या लोकांना जागृत करायला– आपल्या हक्कांकरिता कसं लढायचं हे माणसांना शिकवायला!'

लता स्तब्ध राहिली.

अभयने विचारले, 'जाऊ मी?'

सारे धैर्य एकवटून लतेने आपले डोळे पुसले. अभयकडे पाहत ती म्हणाली, 'अभय, क्षमा करा मला. लहानपणापासनं मी विलासात वाढले आहे. तुमच्या त्या खेड्यांची, त्या कोडानं पांढऱ्या झालेल्या बाईची आठवण झाली की अजून माझ्या अंगावर शहारे येतात!'

टेबलावरल्या मद्याच्या बाटलीकडे बोट दाखवीत अभय रागाने उद्गारला, 'शहरांतही माणसाला पवित्र राहता येतं!'

'पण–'

'पण काय?'

'मी मुळातच अपवित्र आहे. माझ्यासारखाच ज्याचा जन्म आहे त्याच्याशीच लग्न करणं बरं, म्हणून त्या माणसावर मी प्रेम करायला लागले. तुमच्या पायाचं तीर्थ घेण्याचीसुद्धा त्याची लायकी नाही हे गेल्या सहा महिन्यांत मला पदोपदी कळत होतं. पण– पण गरिबांचं वाण घेतल्यावाचून तुमच्याजवळ येणं शक्य नव्हतं! अभय लतेच्या रक्तांत श्रीमंतीचं विष नसतं तर–'

लता घाईघाईने पलीकडच्या खोलीत गेली. जिवाचे काही बरेवाईट करण्याकरिता

तर ती आपल्या खोलीत गेली नसेल ना अशी अभयला शंका आली. इतक्यात ती बाहेर आली. अभयच्या हातात एक पत्र टाकून ती पुन्हा कोचात तोंड खुपसून बसली.

अभयने ते पत्र उघडले मात्र!

लता आपल्या घरी आली त्या रात्री तिच्या आईने कांचनबरोबर पाठविलेले पत्र आपण वाचीत आहोत हे त्याने ओळखले.

'लता,

मी तुझी आई नाही. पूर्वजन्मीची वैरीण आहे.

नाही, मी तुझी आईच आहे. मी आई नसते तर तू घरातून निघून गेलीस म्हणून अशी तडफडले नसते–

लता, मघाशी तू संतापाने घरातून निघून गेलीस. तुला देवदत्तचा तिटकारा आला. मामा म्हणविणाऱ्या माणसाने फाजिलपणाने भाचीचे चुंबन घ्यावे ही गोष्ट कुणालाही किळसवाणी वाटेल. पण– देवदत्तांनी आज खूप घेतली होती. माझे डोके दुखत असल्यामुळे मी आज त्यांच्याशी न बोलता खोलीत जाऊन निजले. ते दोन-तीनदा दाराशी येऊन गेले.

'बरं वाटल्यावर मी बाहेर येते,' असं मी त्यांना सांगितलं.

तू वाचत बसलीस म्हणजे दुरून मीच बसले आहे असे वाटण्याइतके तुझ्या-माझ्यात साम्य आहे. देवदत्तांना खूष ठेवण्यासाठी मलाही तरुण पोरीचं सोंग सजवावं लागतं. त्यामुळे तर हे साम्य अधिकच वाढलं आहे, हे तुझ्या लक्षात आलं नसेल. पण कांचन विलायतेहून आल्यावर एकदा रात्री हॉलमध्ये तू वाचीत बसली होतीस नि त्याने दारातून तुला आई म्हणून हाक मारली होती. आठवतं का तुला हे?

देवदत्तसुद्धा तसेच फसले असावेत! त्यांना मी बसले आहे असं वाटलं आणि–

केव्हातरी हे तुला सांगायलाच हवं होतं. लता, 'तू माझी मुलगी आहेस. पण कांचनची सख्खी बहीण मात्र नाहीस. देवदत्त तुझे वडील आहेत.'

उमाळ्यासरशी सारीच कुळकथा सांगून टाकलेली बरी.

कांचनचे वडील तो दोन वर्षांचा असतानाच वारले. वकील होते ते. नुकतीच वकिली सुरू केली होती त्यांनी! तेव्हा शिल्लक काय असणार मागं? मी एका खेडेगावात मुलींच्या शाळेतील मास्तरीण झाले. कांचनला वकील करायचं या ईर्ष्येने मी दुर्दैवाशी झगडू लागले.

पण दैव माझ्या विरुद्ध होते. एका इन्स्पेक्टरची वाईट दृष्टी माझ्यावर गेली.

तो मुलांच्या मराठी शाळेत उतरला होता. रात्री दहा वाजता, 'तुमच्या शाळेचे कागद पाहायचे आहेत, ते घेऊन मुलांच्या शाळेत या' म्हणून त्याने मला निरोप पाठवला. नाही म्हणायचा मला धीर झाला नाही. खाटकाच्या घरी जाणाऱ्या बकरीप्रमाणे मी मुलांच्या शाळेकडे गेले.

दत्तोपंतांच्या घरी तो अभय जेवायला आला होता ना? त्याचे वडील त्या मुलांच्या शाळेचे हेडमास्तर होते. त्यांना ही बातमी कशी कळली कुणाला ठाऊक! अगदी आयत्या वेळी ते तिथे आले, त्यांनी त्या राक्षसाला शाळेबाहेर काढले, आणि शाळेला कुलूप लावून किल्ल्या आपल्या हातात घेतल्या. त्या इन्स्पेक्टरला चडफडत धर्मशाळेत जाऊन निजावे लागले.

त्या मांगाने या अपमानाचा सूड अभयच्या बापावर तर घेतलाच, पण लवकरच माझीही जिल्ह्याच्या गावी बदली झाली. या बदलीचे कारण मी ओळखलं. नोकरी सोडून द्यावी असं घटकाभर वाटलं. पण मी नोकरी सोडली असती तर कांचन जन्माचा भिकारी झाला असता! पोटच्या गोळ्यासाठी– त्याचं आयुष्य श्रीमंतीत नि सुखात जावं म्हणून मी माझं मन मारून टाकलं.

जिल्ह्याच्या त्या गावी सबजज्जाची एक मुलगी मोटार हाकायला शिकत होती. तिचा नवरा परदेशात गिरणीचं काम शिकायला गेला होता. मोटार हाकताना तिची काहीतरी चूक झाली नि कांचन तिच्या मोटारखाली सापडला. किती दिवस तरी तो शुद्धीवर येईना. नवरा इंग्लंडहून येणार आहे म्हणून तिला मुंबईला जायचे होते. स्पेशल मोटारने मला आणि कांचनला घेऊन ती मुंबईला गेली. प्रवासात त्या प्रेमळ बाईच्या पाठीवर कोडाचे डाग दिसले, तेव्हा मला किती वाईट वाटले म्हणून सांगू?

पण माणूस तेरड्याचे फूल आहे. त्याचे रंग सारखे बदलतात. ज्या बाईने माझ्या मुलाचा प्राण वाचविला, तिच्यावर मी उलटले. सहा महिन्यांतच मी तिची सवत झाले.

माझं मलासुद्धा नवल वाटतं आता या गोष्टीचं! पण त्या वेळी ते घडून आलं खरं! कांचनला इस्पितळात ठेवलं होतं. ती माऊली सकाळ-संध्याकाळ त्याला पाहायला येई. तिचा नवरा लवकरच इंग्लंडहून परत आला. तोही तिच्याबरोबर समाचाराला यायला लागला.

हीच देवदत्तांची नि माझी पहिली भेट. त्यांना आपली बायको आवडत नाही हे लवकरच माझ्या लक्षात आले. पहिल्यांदा त्यांचा खूप राग आला मला. वाटलं– इंग्लंडातल्या एखाद्या गोऱ्या बाईच्या नादी स्वारी लागली असेल!

कांचन बरा झाल्यावर मी पण देवदत्तांच्या घरी राहायला गेले. मुंबईतच मास्तरीण व्हायचा बेत केला होता मी! पण देवदत्तांच्या घरी गेल्यावर माझ्या

मनाला निराळाच मोह पडू लागला. नवराबायको एका खोलीत कधीच झोपत नाहीत; देवदत्त रात्री-अपरात्री बाहेरून येतात; या गोष्टी कळायला काही फार दिवस लागले नाहीत मला! देवदत्तांना गिरणीत मोठ्या पगाराची नोकरी आहे ही गोष्ट एकसारखी माझ्या डोळ्यांपुढे नाचू लागली. वाटू लागले– मुंबईत मास्तरीण होण्यापेक्षा–

पुढं कांचनला इंग्लंडलासुद्धा जाता येईल ही आशा मनात डोकावू लागली. मी देवदत्तांना आपलंसं केलं नाही तरी ते बाहेरच्या कुणीतरी बाईच्या नादी लागणार हेही उघड होतं, त्यांच्या बायकोचं कोड तर दिवसेंदिवस वाढतच होतं! तेव्हा–

स्त्रीची अब्रू म्हणजे काचेचं भांडं! माझ्या या भांड्याचे त्या इन्स्पेक्टराने कधीच तुकडे केले होते. ते तुकडे गोळा करून पुन्हा साधता येतील या वेड्या आशेत अर्थ नव्हता. एके दिवशी रात्री देवदत्त बाहेर जायला निघाले. मी त्यांना हसत विचारले– 'असं बाहेर जाणं शोभतं का पुरुषांना?'

त्यांनी उत्तर दिले, 'जे सुख घरात मिळत नाही ते मिळवायला पुरुषांना घराबाहेर जावं लागतं!'

मी निर्लज्जपणाने बोलून गेले– 'घरातसुद्धा सुख असतं! पण पुरुषांना ते दिसतच नाही!'

लता, इतके दिवस स्वतःच्या पायावर पांघरूण घालण्यात मला आनंद होत असे. आता वाटते– ते पांघरूण दूर फेकावे. तुझ्यासारख्या पोरीपुढे सगळे ढोंग सोडून द्यावे, तू मला खूप खूप टाकून बोलावंस, 'तू आई नाहीस, चांडाळीण आहेस' असे काहीतरी म्हणावंस– म्हणजे मला रडून तरी आपलं दुःख हलकं करून घेता येईल.

पुढची कहाणी– देवदत्तांनी दिल्लीच्या कुठल्यातरी गिरणीत नोकरी धरली. त्यांची बायको एके दिवशी नाहीशी झाली. ती कुठं गेली याचा कुणालाच पत्ता लागला नाही. कोडाने तोंड अगदी विद्रूप दिसू लागल्यामुळे तिने नदीबिदीत जीव दिला असावा! अंगावरल्या दागिन्यांखेरीज तिने घरातला सुतळीचा तोडासुद्धा नेला नव्हता. तिचे ते दागिने कुठे गेले कुणास ठाऊक! दागिन्यांवरनं तरी तिच्या प्रेताचा पत्ता लागायला हवा होता. ज्यांना ते प्रेत सापडलं असेल, त्यांनीच ते दागिने खाऊन टाकले असतील, झालं.

लता, तुझा जन्म दिल्लीला झाला. तुला बोलायला यायला लागलं तेव्हाच देवदत्तांना 'मामा' म्हणायला शिकवले मी तुला! पण कांचनपेक्षा तुझी भीती मला अधिक वाटू लागली. कांचननं आतापर्यंत या गोष्टीविषयी माझ्यापाशी ब्रसुद्धा काढला नाही. पण तू सहा– सात वर्षांची चिमुरडी पोरी असतानाच मला नाही

नाही ते प्रश्न विचारायला लागलीस. तेव्हा तुला कुठे तरी बोर्डिंगात ठेवायचे ठरविले. पाचगणी, पुणे, मुंबई इत्यादी ठिकाणी तू लहान असल्यापासून राहिलीस याला कारण तुझ्या शिक्षणाची काळजी हे नव्हे, तर हे लाजिरवाणं रहस्य तुला कळेल ही भीती!

पण तुला लहानपणापासून मी दूर ठेवलं ही फार मोठी चूक झाली. तू शाळेच्या जगात वाढलीस. पुस्तकापलीकडे तुझे मन कधीच गेले नाही. तुझ्या त्या गोष्टी वाचल्या; सुंदर गोष्टीचा सोस पाहिला; हौसेने नर्स व्हायला जाऊन ऑपरेशन बघवत नाही म्हणून तिथून पळून येणं पाहिलं; म्हणजे तू कुठं तरी अंतराळात राहत आहेस असं वाटायला लागतं!

अंतराळात राहणारे माणूस कुठल्या तरी धक्क्याने पडेल याचा नेम नसतो. लता, लता–

तुला सारं खरं खरं सांगायचं म्हणून कितीतरी दिवस मी हे पत्र लिहून ठेवलं होतं. त्यातला पहिला नि शेवटचा कागद बदलून ते पाठवून देत आहे. तू अभयबरोबर आहेस असा टेलिफोन आला म्हणून कांचनने आताच सांगितलं. माझा जीव भांड्यात पडला. अभयचे डोळे थेट त्याच्या वडिलांसारखे आहेत. त्याच्याबरोबर तू कुठंही गेलीस तरी माझी हरकत नाही. पण या सिनेमात मात्र पाऊल टाकू नकोस. मोहावर जय मिळवणाऱ्या माणसापेक्षा मोहाला बळी पडणारी माणसंच जगात जास्त असतात. त्यातून श्रीमंतीचं विष तुझ्या रक्तात भिनलं आहे. चैनीची चटक लागली की मनुष्य नरकातच स्वर्गसुख आहे असं मानू लागतो. लता, तू तरी आईनं केलेली चूक पुन्हा करून नकोस.

तुझी
आई.'

दोन-तीन दिवसात तुला भेटायला परत येतो असे लतेला सांगून अभय पुण्याच्या गाडीत चढला खरा! पण त्या आगगाडीपेक्षाही अधिक वेगाने त्याचे मन भूतकाळात भ्रमण करीत होते. हत्तीच्या साठमारीप्रमाणे परस्परविरोधी विचारांची टक्कर एकसारखी त्याच्या मनात चालली होती.

आपल्या वडिलांचे धैर्य किती असामान्य होते! पण त्यांच्या एवढ्या मोठ्या त्यागाचा काय उपयोग झाला? ज्या स्त्रीचे शील सुरक्षित राखण्याचा प्रयत्न केला, तिला ते शेवटी विकावे लागलेच!

ती खेड्यातली आक्का– तिच्या हातावर 'देवदत्त' ही अक्षरे का गोंदली होती हे आता आपल्याला कळले. पण देवदत्तांना ती न आवडण्याचे कारण तिचे कोड एवढेच होते? की–

लतेचा हा अध:पात– पण तिच्या आईचे ते पत्र वाचल्यावर आपल्या मनात लतेविषयी करुणाच उत्पन्न झाली. हीच सामाजिक नीती झाली की असलीच माणसे समाजात निर्माण व्हायची!

घरात पाऊल टाकेपर्यंत अभयचे मन लता, लतेची आई, देवदत्त आणि ती खेड्यातली आक्का यांनी इतके व्यापून टाकले होते की, आक्काने आपल्याला वकिली करायला पुण्याला परत बोलावले आहे, ही गोष्ट तो विसरूनच गेला होता. पण चहा झाल्यावर आक्काने ती काढली.

'मुंबईला कोण मदत करणार आहे मला?' अभयने प्रश्न केला.

'देवदत्त!'

अभय स्तिमित झाला.

आक्का हसत म्हणाली, 'रात्री जेवायलाच येणार आहेत रे इथं!'

अभयने विचारले, 'चारू कुठं आहे?'

देवदत्ताची गोष्ट अभयने मुद्दाम टाकली हे आक्काच्या लक्षात आले. ती त्याच्या अगदी कानात म्हणाली, 'चारूकडं मुद्दाम जाऊ नकोस हं, बाबा!'

'का?'

'त्या कावेरीला चांगले सहा महिने गेलेत बघ. समोरच्या माणसांनी तुझं नाव घेतलं तेव्हा तर मला मेल्याहून मेल्यासारखं झालं!'

कावेरीने 'मी संकटात आहे' असे पत्र आपल्याला का पाठवले याचा अभयला आता उलगडा झाला. तिच्या घरात पाऊन न टाकण्याचा आक्काच्या उपदेशाचा त्याला मनस्वी राग आला. कावेरीच्या दारात जाऊन त्याने मोठ्याने हाक मारली– 'कावेरी, कावेरी–'

कावेरी धावतच बाहेर आली. अभयला पाहताच तिच्या मुद्रेवर आनंदाची छटा चमकून गेली. पण लगेच तिचा चेहरा काळवंडला.

अभय हसून म्हणाला, 'कावेरी, तुझा भाऊ आला आहे!'

□

पुनर्जन्म

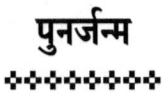

'कावेरी, तुझा भाऊ आला आहे!' असे अभय उमाळ्यासरशी बोलून गेला. पण पुढे कावेरीशी काय बोलायचे हे मात्र त्याला कळेना. चारूचा घोडा होऊन तो थोडा वेळ तिकडे फिरला. शेवटी, 'उद्या सकाळी शांतपणाने बोलू आपण' असे म्हणून त्याने कावेरीचा निरोप घेतला.

मात्र आपल्या खोलीत आल्यावर त्याला कोंडल्यासारखे झाले. त्याची दृष्टी भिंतीवर लावलेल्या फोटोंकडे गेली. तिथल्या देशभक्तांचे उच्चाटन झाले होते! त्यांची जागा संतांनी घेतली होती. आक्काच्या या देवभोळेपणाची थट्टा करण्याकरिता त्याने तिच्याकडे पाहिले. कारुण्य आणि क्रूरपणा यांचा विचित्र संगम तिच्या दृष्टीत झाला होता. ही आपली आक्का नव्हे, असा क्षणभर त्याला भास झाला.

'काय करणार आहेस तू या कावेरीचं?' आक्काने प्रश्न केला. गाभाऱ्यांत घुमणाऱ्या आवाजाप्रमाणे तिचा स्वर अभयला वाटला.

'काय करणार? एखाद्याची बहीण असल्या संकटात सापडली तर तो जे करतो–'

'बहीण? तुला एकच बहीण आहे!'

'होय! या छोट्या घरात मला एकच बहीण आहे! पण बाहेरच्या मोठ्या जगात माझ्या हजारो, लाखो अनाथ बहिणी आहेत–'

'घरात एक बहीण आहे तिला सुखी करता येईना नि म्हणे– माझ्या हजारो लाखो अनाथ बहिणी आहेत!'

आक्काच्या जवळ जाऊन अभयने विचारले, 'आक्का, सुख म्हणजे काय गं? सुख पक्वान्नात असतं, जरीच्या वस्त्रांत असतं, बंगल्यात असतं, मोटारीत असतं, सुंदर नवऱ्यात अगर बायकोत असतं, असं का तुला वाटतं?'

तो क्षणभर थांबला. लगेच गहिवरलेल्या स्वराने तो उद्गारला, 'माझ्या आक्काची सुखाची कल्पना इतकी खुळेपणाची नाही. लहानपणीच पोरक्या झालेल्या

अभय नावाच्या एका पोराला लहानाचा मोठा करण्याकरिता तिनं आपल्या आयुष्याचा होम केला हे ज्याला ठाऊक आहे—'

'अभय' एवढा उद्गार आणि त्याच्यामागून एक हुंदका आक्काच्या तोंडून बाहेर पडला. लगेच मन आवरून ती म्हणाली, 'कावेरीच्या पापाला कधीच वाचा फुटली आहे बाबा! शेजारपाजाऱ्यांना तोंड दाखवायला धीर नाही तिला! अभय, सापाला नि पापाला दया दाखवू नये म्हणतात. दया दाखवणाऱ्यालाच डसतात ती!'

उजव्या हाताची मूठ पुढे धरून संतप्त स्वराने अभय म्हणाला, 'पाप! अनीति! समाजात असली पापं का होतात, याचा तू कधी विचार केला आहेस का? तुझ्यासारखी पवित्र माणसं स्वतःपलीकडे, आपल्या घरापलीकडे पाहत नाहीत, म्हणून जगातली पापं अजून कमी होत नाहीत. तू आणि मी कावेरीला आपली बहीण मानली असती, तिच्या अल्लड मनाला विरंगुळा दिला असता, तिच्या दुखावलेल्या भावनांना हळुवारपणानं कुरवाळलं असतं तर ती या मोहाला बळी पडली असती असं तुला वाटतं का? पण— आमचा त्याग, आमचं तत्त्वज्ञान, आमची संस्कृती, सारं काही घराच्या चार भिंतीत पाहून घ्यावं! त्याच्या पलीकडं—'

आपल्या उजव्या हाताची मूठ पुढे धरून अभय आवेशाने बोलू लागला, की त्याच्या भाषणाने श्रोते किती मुग्ध होऊन जातात हे आक्काने अनेकदा कौतुकाने पाहिले होते. पण आज मात्र अभयच्या त्या मुठीची आणि अस्खलित बोलण्याची आक्काला भीती वाटू लागली. काहीतरी उत्तर देऊन ती त्याला थांबवणार होती, इतक्यात तोच खिडकीजवळ गेला आणि समोरच्या घराकडे बोट दाखवीत म्हणाला, 'आक्का, गतवर्षी या समोरच्या घरातील सासऱ्यानं सुनेवर हात टाकला होता. पण ते पाप त्याला पचलं. तो श्रीमंत आहे म्हणून समाजानं त्याचा गुन्हा माफ केला, नि कावेरी गरीब आहे म्हणून समाज तिला सुळावर चढविणार आहे! आक्का, तू या घरट्यात तुकारामाची गाथा वाचीत बसतेस म्हणून तुला कल्पना नाही. आजच्या जगात श्रीमंतीसारखं पुण्य नाही नि गरिबीसारखं पाप नाही!'

क्षणभर थांबून भिंतीवरल्या आपल्या वडिलांच्या फोटोकडे पाहत तो म्हणाला, 'आजचं हे जगच बदलून टाकायला हवं! अठरा टक्के व्याजानं पैसे देणाऱ्या नीतिमान सावकारापेक्षा अनाथ पोरांना संभाळणाऱ्या वेश्येत अधिक माणुसकी असते हे समाजाला ज्या दिवशी कळेल— ते काही नाही; कावेरीला मी आपल्या घरात ठेवून घेणार!'

'खुशाल ठेवून घे! ती ज्या दिवशी या घरात राहायला येईल, त्याच दिवशी मी सरळ माझी वाट सुधारीन!'

'कुठं जाणार तू?'

'पंढरपूरला! भावाची माया आटली तरी देवाची कधी आटत नाही!' बोलता बोलता आक्का डोळ्याला पदर लावून स्फुंदू लागली. गोंधळलेल्या मन:स्थितीत अभयने बाहेरच्या दरवाजाकडे पाहिले. कावेरी कुठून तरी आपल्या बिऱ्हाडात परत जात होती.

आक्का आत स्वयंपाक करीत होती. अभय अस्वस्थपणे एकटाच फेऱ्या घालीत होता. एक वावटळ गेली न गेली तोच दुसरी त्याच्या मनात उठत होती. लता– लतेची आई– कावेरी– देवदत्त– माला–

आक्काची नि देवदत्तांची ओळख असली पाहिजे हे तर उघड होते. ती केव्हा झाली? लतेची आई त्यांना घेऊन आली असेल कदाचित! या देवदत्तांच्या नीतीची काय आक्काला मुळीच कल्पना नसेल? मग त्यांच्या मदतीने आपण आपली वकिली थाटावी ही गोष्ट तिला कशी आवडली?

मनात विचार करीत होता. पण देवदत्त आलेच नाहीत, त्यांना एकाएकी मुंबईला जावे लागले. त्यांचा निरोप आणि पत्र घेऊन एक मनुष्य आला. ते पत्र वाचून होताच आक्काच्या डोळ्यांतून अश्रू वाहू लागले. अभय अधिकच चकित झाला. त्याच्या हातात ते पत्र देऊन आक्का आत देवापाशी जाऊन बसली. अभय वाचू लागला...

'प्रिय विमल,'

प्रिय म्हटल्याचा तुला राग येईल कदाचित! पण खरंच सांगतो, माझ्यासारख्या पापी मनुष्याच्या मनातही भक्तिभाव असतो. पाप्यालाही कशाची तरी पूजा करावी असे वाटते! अशी देवता– अजूनही तूच माझी देवता आहेस. एका मुलाला आगीतून काढता काढता मी भाजलो तो प्रसंग इतकी वर्षे घडली तरी मला काल घडल्यासारखा वाटतो! त्यामुळेच तर इस्पितळात तुझी माझी ओळख झाली, प्रेम जडले.

पण, त्या प्रसंगाने माझ्या आयुष्यात सुखापेक्षा दु:खच अधिक उत्पन्न केले. वर्तमानपत्रांत ती सर्व हकीकत आली. आमच्या जातीतल्या सबजज्ज असलेल्या एका श्रीमंताचे लक्ष माझ्याकडे गेले. त्याच्या मुलीशी लग्न केले तर परदेशी जाऊन शिक्षण घेण्याची संधी मिळेल असे दिसू लागले. परदेशाहून परत आल्यावर आपण गिरणीत मोठ्या जागेवर लागू, हजारो कामगारांना सुखी करायला कारणीभूत होऊ, इत्यादी मनोराज्यात मी गुंग झालो. विमल, प्रीतीची मीठ-भाकरी अमृतापेक्षाही गोड असते असे सांगून तू त्या वेळी मला मागं ओढलं असतंस तर किती बरं झालं असतं. तसं झालं असतं तर मी इतका

श्रीमंत झालो नसतो हे खरं! पण सध्यापेक्षा मी हजारपटींनी सुखी झालो असतो यात संशय नाही.

मी दुःखी आहे हे वाचून तुला आश्चर्य वाटेल. मी दुःखी आहे म्हणूनच मनात डाचणाऱ्या साऱ्या गोष्टी आज तुझ्यापाशी ओकून टाकीत आहे.

त्या सबजज्जाने मला विकत घेतलं. त्याने आपली कोड असलेली मुलगी माझ्या गळ्यात बांधली. तिचे कोड भराभर वाढतच गेले. तिच्या विद्रूपपणाचा मला तिटकारा येऊ लागला, तिला तर मुलांची मोठी हौस होती. पण मला कोड असलेली विद्रूप मुले नको होती. मी तिच्यावर काडीइतकेही प्रेम करू शकलो नाही. एक दिवशी ती घर सोडून गेली– तिचे पुढे काय झाले हे मला कधीच कळले नाही. आता वाटते तिचा खून मीच केला.

ती घरून निघून जाण्याच्या आधीच मी दुसऱ्या स्त्रीच्या मोहात पडलो होतो. मी श्रीमंत नसतो तर किती बरे झाले असते! त्या स्त्रीलाही माझा मोह पडला नसता. माझे मन जिची पूजा करीत आले होते, तिच्यासमोर उजळ माथ्याने मला उभे राहता आले असते. पण–

पण, श्रीमंतीने मनुष्याच्या रक्तांतला त्याग कमी होतो, भोग वाढतो. दिवसेंदिवस माझं मन दुबळं होत गेलं; शरीराची भोगाची चटक मात्र वाढत चालली.

जाऊ दे ही कर्मकथा! आपण लावलेल्या विषवृक्षाची फळे आपणालाच चाखावी लागतात, हा अनुभव मी आज घेत आहे.

लता माझी मुलगी. तिच्या आईशी मी लग्न केलं नाही. त्यामुळे वात्सल्याचा अद्भुत आनंद मी घेऊ शकलो नाही. पण– पण तिच्यावर मी नेहमी माया करीत आलो आहे.

लता एफ्. सूर्यराव नावाच्या डायरेक्टरांबरोबर लग्न करणार आहे, अशी बातमी माझ्या एका मित्राने आताच फोनवरून कळवली. परवाच पोरीने आईपाशी, 'मी त्यांच्याशी लग्न करणार नाही' असे कबूल केले होते. पण– लता आणि अभय यांचा जोडा कसा छान दिसला असता, नाही? त्या एफ्. सूर्यरावानं आपली बायको टाकून दिली आहे म्हणे. त्याच्याशी लग्न करून ही पोरटी जन्माची दुःखी होईल. मी तिच्या आईला घेऊन तिची समजूत घालायला जात आहे. काय होते ते पाहावं!

अभय संबंधानं तुझी दोन पत्रं आली. मी त्याला मदत करायचं कबूल केलं, पण इथं पुष्कळदा येऊनही तुला एकदाच भेटलो आणि आज मी जेवायला येतो असे कबूल करून एकदम मुंबईला निघून चाललो. त्यामुळे तुझा कदाचित गैरसमज होईल म्हणून हे सर्व मुद्दाम लिहिलं आहे!

जखमेतला पू पिळताना फार त्रास होतो. पण मग माणसाला कितीतरी आराम वाटू लागतो! मनाचेही तसंच आहे. हे पत्र लिहिल्यामुळे मला हुशारी वाटू लागली आहे. इस्पितळात असताना गिरणीतल्या मजुरांना सुखी करण्याच्या खूप खूप कल्पना माझ्या डोक्यात येत असत, नाही? आताही तसंच काहीतरी करावं असं वाटू लागलं आहे!

पण काय करणार मी? गिरणीतला अधिकारी हेसुद्धा एक यंत्रच आहे!

ते जाऊ दे. मी लवकर परत आलो नाही तर अभयला माझ्याकडे मुंबईला पाठवून दे. अगदी संकोच बाळगू नकोस म्हणावं. दोन-तीन बडे वकील माझ्या ओळखीचे आहेत. हां हां म्हणता अभय पुढे येईल.

तुझा
देवदत्त'

पत्र वाचून झाल्यावर अभय कितीतरी वेळ सुन्न होऊन बसला होता. आक्का देवापाशी बसली होती. तिने तिथूनच त्याला हाक मारली. चुकलेल्या वासरासाठी गाय हंबरू लागली म्हणजे तिच्या हंबरण्यात जे कारुण्य असते, ते आक्काच्या या हाकेत होते.

अभय तिच्या अगदी जवळ बसला.

समोरच्या विठ्ठलाच्या तसबिरीकडे एकाच दृष्टीने पाहत आक्का म्हणाली, 'दोन दिवस देवदत्तांची वाट पाहा नि मुंबईला जा!'

'मुंबईला?'

'नाहीतर कुठं जाणार?'

'कानपूरला जावं म्हणतो?'

'कशाला?'

'तो मागं आलेला माझा तिकडला मित्र फार आजारी आहे!'

'त्याला भेटून येणार?'

'कदाचित येईन, कदाचित तिथंच राहीन!'

'तिथं! तिथं कोण आहे बाबा तुझं!'

'तो नरेंद्र आहे, त्याची बायको ज्योती आहे; ती दोघं ज्यांच्यात काम करताहेत ते आहेत– कानपूरच्या गिरण्यांतले मजूर आहेत–'

'हेच काम करणार तू जन्मभर!'

'हो. आक्का, या कामात मी श्रीमंत होणार नाही. पण सुखी होईन. आजपर्यंत तू माझ्या सुखाची काळजी करीत आलीस ना? मग, आत्ताच–'

'आपल्या जातीची माणसं सोडून, सुखानं संसार करायचा सोडून, काय

मांडलं आहेस तू हे?'

'पूजा!'

'कुणाची?'

'माझ्या देवाची!'

'मग मीही माझ्या देवाची पूजा करायला पंढरपूरला जाते. मी निघून गेल्यावर कुठंही जा तू!' बोलता बोलता आक्काच्या डोळ्यांतून अश्रू वाहू लागले. अभयलाही गहिवर आला. तिच्या मांडीवर डोके ठेवून त्याने आपले दुःख लपवण्याचा प्रयत्न केला. त्याच्या पाठीवरून हात फिरवीत आक्का उद्गारली, 'पृथ्वीच्या पाठीवर कुठंही जा बाबा! तू सुखी असलास म्हणजे सारं पावलं मला!'

आक्काने उठण्याचा प्रयत्न केला. तिच्या मांडीवरले डोके न उचलता अभय म्हणाला, 'बैस जरा!'

'का?'

'एक उंट पाणी पिऊन घेतोय!'

'म्हणजे?'

'वाळवंटात उंटाला पाणी मिळत नाही म्हणून प्रवास सुरू करायच्या आधी तो ते भरपूर पिऊन घेतो म्हणे! मीही हेच करतोय. जे सुख पुष्कळ दिवस मिळणार नाही ते–' अभयने एखाद्या लहान मुलाप्रमाणे स्निग्धतेने आपले मस्तक आक्काच्या मांडीवर घासले. तो स्पर्श तिला सांगत होता– अभय तुझा आहे. लगेच त्याने डोके वर उचलून आक्काकडे पाहिले. त्याची दृष्टी म्हणत होती– अभय तुझा एकट्याचा नाही.

रात्रभर बहीण-भावंडे तळमळत होती. पहाटेच्या गार वाऱ्याने त्यांचा डोळा लागला. पण त्यांना घटकाभरसुद्धा गाढ झोप लागली नाही. पलीकडच्या बिऱ्हाडात चारू मोठमोठ्याने रडत आहे असे वाटून दोघेही जागी झाली. चारू, 'आई, आई' म्हणून ओरडत होता.

अभय धावतच गेला. कावेरीच्या बिऱ्हाडाचे दार उघडेच होते. आत जाऊन त्याने दिवा लावला. अंधारात जागा झालेला चारू भिऊन गेला होता. अभयने त्याला घट्ट पोटाशी धरले. चारूला खांद्यावर घेऊन त्याने सारे घर शोधले. कावेरीचा पत्ता नव्हता. अभय मनात चरकला.

तो पुन्हा चारूच्या अंथरुणापाशी आला तेव्हा उशाजवळ एक पत्र व्यवस्थित ठेवलेले त्याला दिसले. त्याने वर नाव पाहिले...

'प्रिय बंधू अभय यास'

पत्रात लिहिले होते...

'भर मध्यरात्री घर सोडून, मूल सोडून मी निघून जात आहे. मी जीव द्यायला जात नाही. मी जगणार आहे; माझ्या पोटातल्या निष्पाप जीवालाही मी जगवणार आहे.

अभय, काल तुमचं नि आक्काचं बोलणं मी चोरून ऐकलं. क्षमा करा मला. तुम्ही ही धोंड गळ्यात बांधून घ्यायला तयार झालात हा तुमचा उदारपणा! पण मला वाटायला लागलं– जिथं आक्कासारख्या प्रेमळ स्त्रीलासुद्धा अभयनी कावेरीला बहीण मानणं खपत नाही, तिथं समाज त्यांना फाडून खाल्ल्याशिवाय राहणार नाही. अभय फार मोठे आहेत, एका कावेरीचं रक्षण करण्याच्या कामात त्यांची सगळी शक्ती खर्च होणं बरं नाही. या जगात कावेरीसारख्या हजारो, लाखो दुर्दैवी बायका असतील; त्यांचं दुःखं हलकं करायला, असल्या अभागी कावेरी निर्माणच होऊ नयेत असे काहीतरी करायला त्यांची जरूरी आहे.

अभय, अलीकडे तुम्ही प्रमिलेला जी पत्रं पाठवीत होता ती सारी मला वाचायला मिळाली. त्या पत्रांनी किती धीर आला मला! त्या धीराच्या बळावरच मी आज घराबाहेर पडत आहे.

माझी चौकशी करू नका. माझ्यासाठी तुमचा बळी मी कधीही देणार नाही. कधीतरी मी तुमच्या पायावर डोकं ठेवायला, माझ्या चारूचा गोड गोड मुका घ्यायला येईन. चारूची मला मुळीच काळजी नाही; तुम्ही माझ्यापेक्षाही अधिक मायेनं त्याला सांभाळाल–

अभय, कावेरी मोहाला बळी पडली म्हणून तुम्ही तिच्यावर रागावला नाही ना? त्या मोतीरामनं पुनर्विवाहाचं आमिष दाखवलं– नाहीतर– किती दुबळा आहे तो! 'मुंबईला नेऊन तुला मोकळी करतो' म्हणून सांगत होता मला–

हातातली चार कांकणं नि मामंजींनी लिहून ठेवलेले स्वतःच्या चरित्राचे कागद एवढे मी बरोबर घेऊन जात आहे. त्या कागदातला पहिला कागद कुठंतरी हरवला. पण बाकीच्या कागदांनी मला किती किती गोष्टी शिकवल्या. त्या कागदात लिहिलं आहे तेच जर मोकळेपणानं मामंजींनी मला सांगितलं असतं तर–

'हा तुझ्या आईचा मुका' म्हणून दररोज चारूचा एक पापा घेत चला हं!

तुमची दुर्दैवी बहीण–
कावेरी'

अभयने हे पत्र आक्काला वाचायला दिले. पत्र वाचून होताच आक्का उद्गारली, 'जगात दु:ख फार आहे हेच खरं!'

'म्हणूनच ते कमी करण्यासाठी धडपड प्रत्येकानं करायला हवी!'

आक्का काहीच बोलली नाही.

अभय हसत म्हणाला, 'आता काही तुला पंढरपूरला जाता यायचं नाही!'

'का?'

'तुझा देव इथंच आहे की!'

'कुठं?'

अभयने चारूकडे बोट दाखविले. आक्का एक सुस्कारा सोडून म्हणाली, 'या मोहात पुन्हा मला कशाला गुंतवतोस, बाबा? चारू मोठा झाला की तोही तुझ्यासारखा आपल्या देवाची पूजा करायला कुठंतरी निघून जाईल!'

प्रमिला मोठी लाघवी पोरगी आहे, तिची गाठ पडली तर ती आपल्याला पंढरपूरला जाऊ देणार नाही, या कल्पनेने आक्काने तिलासुद्धा न भेटता निघून जायचे ठरविले. दुपारी अभय पोस्टातले सर्व पैसे काढून तिच्या हवाली करणार होता. पण, पैसे काय पोस्टाने येतील असे म्हणून तिने अगदी पहिली गाडी गाठली.

आक्काची गाडी सुटल्यावर चारूला घेऊन स्टेशनाबाहेर पडता पडता अभयने सहज एक वर्तमानपत्र विकत घेतले. त्यात ठळक अक्षरात बातमी छापली होती–

'अभिनंदनीय विवाह'

'सुप्रसिद्ध चित्रपट-तारका कल्पलता आणि प्रख्यात
दिग्दर्शक एफ्. सूर्यराव यांचा विवाह काल सायंकाळी
वैदिक पद्धतीने साजरा करण्यात आला.'

टांग्यात येऊन बसल्यावर चारू टांगेवाल्याचे चाबूक मारण्याचे कौशल्य पाहण्यात दंग झाला. पण अभयला मात्र राहून राहून कल्पलतेची आठवण होत होती. कोपर्‍यावरल्या एका हॉटेलात लावलेल्या ग्रामोफोनमधून गाणे ऐकू येऊ लागले.

'प्रेमवेडी बालिका
करुणा न ये काय कांता?
बघतां किती अंत आता
प्रेमवेडी बालिका– वेडी बालिका...'

हे गाणे ऐकून अभय स्वत:शीच हसला.

तो घरी येऊन पाहतो तो ज्योतीचे पत्र त्याच्या खेडेगावातल्या पत्त्यावर जाऊन इकडे आले होते. पत्र अगदीच त्रोटक होते. पण विजेच्या लहानशा धक्क्यानेसुद्धा मनुष्य बेशुद्ध होतो, त्याप्रमाणे ते वाचून अभय सुन्न झाला.

ज्योतीने लिहिले होते...

'प्रिय अभय,

नरेंद्रला रक्तक्षय झाला आहे असं डॉक्टरांच्या तपासणीत ठरलं. त्याच्या दुखण्याइतकंच दुसरं दुःखं म्हणजे त्याचं काम मला पूर्वीसारखं करता येत नाही हे आहे. कारण– मी अगदी निर्लज्ज आहे असं मला वाटत होतं. पण हे लिहिताना मला अनुभवानं कळतंय की स्त्रीच्या मनातली लज्जेची वेल कधीतरी फुलल्याशिवाय राहत नाही.

मी आई होणार आहे. किती आनंदाची गोष्ट! पण ती जेवढी आनंदाची तेवढीच दुःखाची आहे. नरेंद्रचं काम एकसारखं सुरू राहायला हवं! कार्य बंद पडलं तर औषधानंसुद्धा त्याला गुण येणार नाही.

आईचं कर्तव्य करू का पत्नीचं कर्तव्य करू? अभय, गेली दहा वर्षे माझं मन मुलासाठी आसावलं आहे; माझं शरीर, मूल पोटाशी धरल्यावर अंगावर जे आनंदाचे रोमांच उभे राहतील, त्याची वाट पाहत आहे. पण– खेडेगावातलं एखादं जहाल औषध घेतलं तर मी आई होणार नाही. पण–

तुझी–
ज्योती'

दारात प्रमिला दिसताच अभयने पत्र बाजूला ठेवून तिचे स्वागत केले. अभयला नमस्कार करीत ती म्हणाली, 'आलात ते एका शब्दानं तरी कळवायचं की नाही? अगदी दुरूनच नमस्कार करायला हवा तुम्हाला!'

'फारच दुरून करावा लागेल आता!'

'म्हणजे?'

'आजच्या आज कानपूरला गेलं पाहिजे मला!'

'त्या ज्योतीला भेटायला?'

'हं!'

प्रमिला काहीतरी थट्टा करणार होती. अभयने दिलेले पत्र वाचताच ती गंभीर झाली.

ती म्हणाली, 'जा ना! आक्कांची काळजी करू नका!'

'तिची काळजी पांडुरंग करणार आहे!'

प्रमिला पाहतच राहिली.

अभय खिन्नपणाने हसून म्हणाला, 'ती पंढरपूरला गेली!'

प्रमिलेच्या गोंधळलेल्या चेहऱ्याकडे पाहत अभय म्हणाला, 'चारूचं काय करायचं हा प्रश्न पडलाय मला!'

'मी आहे ना!'

'नुसतं असून चालणार नाही!'

'मग?'

'त्याची आई व्हायला हवं तुला! कावेरीही कुठं निघून गेली आहे!'

आक्का आणि कावेरी यांच्या आकस्मिक निघून जाण्याने मनाचा झालेला गोंधळ प्रमिलने इतक्या लवकर लपवला की अभयला तिच्या या वृत्तीचे कौतुक वाटले. आपल्या आईबाबांचे आणि धाकट्या बहिणीचे हाल होऊ नयेत म्हणून तिने सध्या शिकवण्या पत्करल्या आहेत हे कळताच त्या कौतुकाचे रूपांतर आदरात झाले.

एका दिवसात अभयने जाण्याची सर्व तयारी केली. घराचे काय करायचे हाच काय तो त्याच्यापुढे प्रश्न पडला होता. तो प्रमिलेने चटकन सोडवला. ती म्हणाली, 'माला दोघी बहिणींना घेऊन जाणार आहे. तेव्हा आम्हालासुद्धा आता मोठं घर नकोय. आम्हीच येऊ इथं राहायला? मोठ्या माणसाच्या घरात राहिले की मीही मोठी होईन!'

अभयने तिच्याकडे पाहिले, तिच्या डोळ्यांतून आदर ओसंडून वाहत होता. त्याने पुन्हा पाहिले. त्याच्या मनात आले– आदराच्या दृष्टीत कोवळे ऊन असते. पण प्रमिलेच्या डोळ्यांत तर चांदणे फुलले आहे. हा नुसता आदर नव्हे! हे–

तो म्हणाला, 'तुला बक्षीस द्यायचं राहिलंय अजून? इथं देऊ की कानपूरहून पाठवू?'

'तिथं चांगले फोटोग्राफर आहेत का?'

'का?'

'मला तुमचा फोटो हवा आहे!'

विलक्षण घाई असूनही अभयने त्या दिवशी आपला फोटो काढून घेतला.

आपल्याच गाडीने कांचन, माला आणि मालेच्या बहिणी कानपूरला जात आहेत या योगायोगाचे अभयला नवल वाटले. लगेच त्याच्या मनात एक विचित्र

कल्पना येऊन गेली. जीवनात जन्मापासूनच योगायोगाला सुरुवात होते. ज्या आईबापांच्या पोटी आपण जन्माला येतो ते सुद्धा योगायोगानेच आपल्याला मिळालेले असतात.

त्याने आकाशाकडे पाहिले. पांढऱ्या ढगांना काळसर रंग येऊ लागला होता.

त्याला वाटले– देवदत्त, लता, लतेची आई, मोतीराम यांच्यासारखी दुबळी आणि दत्तोपंत, आपली आक्का, कावेरी इत्यादी कणखर माणसे ज्या पांढरपेशेपणाच्या पाशात सापडली होती त्यांतून आपण आज मुक्त होत आहोत. आज आपला पुनर्जन्म होत आहे.

चारू त्याचे हात धरून नाचत म्हणाला– 'अभयदादा, तुम्ही शिकाल कलून वाघ आननाल ना?'

'होय!' अभय हसत म्हणाला.

गाडी सुटायची वेळ झाली होती. प्रमिला किंचित कंपित स्वराने म्हणाली, 'मीही एक बक्षीस देणार आहे तुम्हाला!'

'काय?'

तिने आपल्या वेणीतले गुलाबाचे ताजे फूल त्याच्या कोटाला लावले. लगेच ती मालेच्या डब्याकडे धावत गेली.

गाडी सुटायच्या वेळी ती परत आली. अभय डब्यात चढत होता. तिने त्याच्या पायांना हात लावून त्याला वंदन केले आणि लगेच तो हात पूज्यभावाने आपल्या मस्तकाला लावला.

❑

www.ingramcontent.com/pod-product-compliance
Lightning Source LLC
LaVergne TN
LVHW022358220825
819400LV00033B/881
* 9 7 8 8 1 7 7 6 6 7 2 1 9 *